മതം

മാധ്യമം

മാർക്സിസം

matham madhyamam marxisam

•

pinarai vijayan

•

first edition
december 2007

•

third edition
may 2012

•

forth edition
january 2015

•

typesetting & published
chintha publishers, thiruvananthapuram

•

•

cover
vinod

•

വിതരണം

ദേശാഭിമാനി ബുക്ക് ഹൗസ്

H O തിരുവനന്തപുരം–695 035
phone: 0471-2303026, 6063026
www.chinthapublishers.com
chinthapublishers@gmail.com

ബ്രാഞ്ചുകൾ

ഹെഡ്ഡാഫീസ് ബ്രാഞ്ച് കുന്നുകുഴി • സ്റ്റാച്യു തിരുവനന്തപുരം • കെ എസ് ആർ ടി സി ബസ് സ്റ്റേഷൻ ആലപ്പുഴ • കെ എസ് ആർ ടി സി ബസ് സ്റ്റേഷൻ എറണാകുളം • ചിറ്റൂർ റോഡ് എറണാകുളം • മച്ചിങ്ങൽ ലെയ്ൻ തൃശൂർ • ഐ ജി റോഡ് കോഴിക്കോട് • മാവൂർ റോഡ് കോഴിക്കോട് • എൻ ജി ഒ യൂണിയൻ ബിൽഡിങ് കണ്ണൂർ • സെൻട്രൽ ബസ് ടെർമിനൽ കോംപ്ലക്സ് താവക്കര കണ്ണൂർ

CR - 1365 / 3438

മതം
മാധ്യമം
മാർക്സിസം

പിണറായി വിജയൻ

ചിന്ത പബ്ലിഷേഴ്സ്
തിരുവനന്തപുരം-695 035

പിണറായി വിജയൻ

കണ്ണൂർ ജില്ലയിലെ പിണറായിയിൽ 1944 മാർച്ച് 21 ന് ജനിച്ചു. ബിരുദപഠനത്തിനുശേഷം സജീവ രാഷ്ട്രീയത്തിൽ. കേരള വിദ്യാർഥി ഫെഡറേഷന്റെ സംസ്ഥാന പ്രസിഡന്റ്, സെക്രട്ടറി എന്നീ നിലകളിൽ പ്രവർത്തിച്ചു. തുടർന്ന് കെ എസ് വൈ എഫിന്റെ സംസ്ഥാന പ്രസിഡന്റായി. 1964 ൽ സി പി ഐ (എം) അംഗമായി. കേരള സ്റ്റേറ്റ് കോ-ഓപ്പ റേറ്റീവ് ബാങ്കിന്റെ പ്രസിഡന്റായിരുന്നു. കേരള നിയമസഭയിൽ 19 വർഷം അംഗമായിരുന്നു. 1996 മുതൽ 1998 വരെ കേരളത്തിലെ വൈദ്യുതി-സഹകരണവകുപ്പു മന്ത്രി. പവർകട്ടും ലോഡ്ഷെഡിങ്ങും നിലവിലിരുന്ന കാലത്ത് വൈദ്യുതിമന്ത്രിപദമേറ്റെടുക്കുകയും 1083 മെഗാവാട്ട് വൈദ്യുതി പുതുതായി ഉൽപ്പാദിപ്പിച്ച് കേരളത്തെ സ്വയം പര്യാപ്തതയിൽ എത്തിക്കുകയും ചെയ്തു.

1998 മുതൽ സി പി ഐ (എം) സംസ്ഥാന സെക്രട്ടറി. 2002 മുതൽ സി പി ഐ (എം) പോളിറ്റ് ബ്യൂറോ അംഗം.

ജനങ്ങൾക്കൊപ്പം, കേരളീയ നവോത്ഥാനം നേരിടുന്ന വെല്ലുവിളി, ഇടതുപക്ഷം ചെയ്യേണ്ടത് എന്നീ കൃതികളുടെ കർത്താവ്.

ഭാര്യ   :   കമല

മക്കൾ :   വീണ, വിവേക്

ഉള്ളടക്കം

മതം
മാര്‍ക്സിസം

മതവും മാർക്സിസവും

മാർക്സിസം മതത്തെ കാണുന്ന രീതിയെ സംബന്ധിച്ച് ഗൗരവമാ യ സംവാദങ്ങൾ പല ഘട്ടങ്ങളിലും ഉയർന്നുവന്നിട്ടുണ്ട്. മാർക്സിസം മ തവിരുദ്ധ ആശയമാണെന്ന ധാരണ വിവിധ കാലങ്ങളിൽ മുന്നോട്ടുവെ ക്കപ്പെട്ടിട്ടുണ്ട്. ചർച്ചകളിൽ പലതും ഈ പ്രശ്നത്തെ ശരിയായ രീതി യിൽ സമീപിക്കുന്നതരത്തിലല്ല. വർത്തമാനകാലത്ത് കേരളത്തിൽ ഉ യർന്ന ചർച്ചകളിലും ഇത്തരമൊരു അവ്യക്തത നിറഞ്ഞുനിൽക്കുന്നു. എ ന്നാൽ, മതത്തെ സംബന്ധിച്ച മാർക്സിസ്റ്റ് സമീപനം സുവ്യക്തവും ശാ സ്ത്രീയതയിൽ അടിയുറച്ചതുമാണ്.

മനുഷ്യൻ പ്രകൃതിയുടെ ഭാഗംതന്നെയാണ്. എന്നാൽ, പ്രകൃതിയെ മാറ്റിത്തീർക്കാനുള്ള ശേഷി മനുഷ്യനുണ്ടുതാനും. പ്രകൃതിയിൽ അധ്വാനം പ്രയോഗിച്ചാണ് മനുഷ്യൻ വികസനത്തിന്റെ പടവുകൾ ചവിട്ടിക്കയറിയത്. തീ, കാറ്റ്, വെള്ളം തുടങ്ങിയ പ്രകൃതിശക്തികൾ മനുഷ്യന്റെ ജീവിതത്തിന് നിരവധി തടസം സൃഷ്ടിച്ചു. അതുകൊണ്ട് അത്തരം ശക്തികളെ ആരാധിച്ച് പ്രീതിപ്പെടുത്തുന്ന രീതി മുന്നോട്ടുവെക്കപ്പെട്ടു. ഇതിൽനിന്നാണ് ലോകത്തെ ആദ്യ ആരാധനാരീതികളും ദൈവസങ്കൽപ്പങ്ങളും രൂപപ്പെട്ടത്.

മനുഷ്യന്റെ മുന്നോട്ടുപോക്കിനിടയിൽ പുതിയ പണിയായുധങ്ങൾ സ്വായത്തമാക്കാൻ കഴിഞ്ഞു. ഓരോ മനുഷ്യനും തങ്ങൾക്ക് ആവശ്യമു ള്ളതിനേക്കാൾ കൂടുതൽ ഉൽപ്പാദിപ്പിക്കാൻ പറ്റുമെന്നായപ്പോൾ, ആരാധന നടത്തുന്ന പുരോഹിതന്മാരും അവരെ തീറ്റിപ്പോറ്റുന്ന അധ്വാനിക്കുന്ന ജ നങ്ങളും എന്ന നിലവന്നു. ഇത്തരം കാര്യങ്ങളെ നിയന്ത്രിക്കുന്ന ഭരണ സംവിധാനങ്ങൾ രൂപപ്പെടാൻ തുടങ്ങി. സമൂഹം വർഗവിഭജിതമായി. അ ധ്വാനിക്കുന്ന ജനത ഒരുഭാഗത്തും പുരോഹിതരും ഭരണവർഗശക്തികളും മറുഭാഗത്തും നിലകൊണ്ടു. അടിമകളും ഉടമകളുമുണ്ടായി. ചൂഷണത്തിന്റെ

ആരംഭം ഇത്തരത്തിലാണ് ഉണ്ടാകുന്നത്. ഇത്തരം സമൂഹത്തിനകത്ത് പുതിയ തരത്തിലുള്ള ചിന്തകൾ രൂപപ്പെടാൻ തുടങ്ങി. ഭരണകൂടത്തിന്റെ ആശയങ്ങൾക്ക് സ്വാഭാവികമായി മേൽക്കൈ ഉണ്ടായിരുന്നു. എന്നാൽ, അതിനെതിരെയുള്ള പ്രതിരോധത്തിന്റെ ചിന്തകളും പ്രവർത്തനങ്ങളും ശക്തമായിത്തന്നെ ഉയർന്നു. നിലനിൽക്കുന്ന വ്യവസ്ഥയോടുള്ള കലാപ ങ്ങളുണ്ടായി. ഈ കലാപങ്ങൾ പലതും മതങ്ങളുടെ രൂപത്തിലാണ് ചരി ത്രത്തിന്റെ ആദ്യഘട്ടങ്ങളിൽ പ്രത്യക്ഷപ്പെട്ടത്.

ഈ സാഹചര്യങ്ങളെ ശരിയായ രീതിയിൽ മാർക്സിസ്റ്റ് ആചാ ര്യന്മാർ വിശകലനംചെയ്തിട്ടുണ്ട്. എംഗൽസ് ആദ്യകാല ക്രിസ്തുമത ചരിത്രത്തെപ്പറ്റി എന്ന ലേഖനത്തിൽ ഇങ്ങനെ രേഖപ്പെടുത്തുന്നു: "ആദ്യകാല ക്രിസ്തുമത ചരിത്രത്തിന് ആധുനിക തൊഴിലാളിവർഗ പ്രസ്ഥാനവുമായി പല സംഗതികളിലും ശ്രദ്ധേയമായ സാദൃശ്യമുണ്ട്. ഈ പ്രസ്ഥാനംപോലെ ക്രിസ്തുമതവും മർദിതജനങ്ങളുടെ ഒരു പ്ര സ്ഥാനമായിരുന്നു. അടിമകളുടെയും സ്വതന്ത്രരാക്കപ്പെട്ടവരുടെയും മ തമെന്നനിലയ്ക്കാണ്, എല്ലാവിധ അവകാശങ്ങളും നിഷേധിക്കപ്പെട്ട പാവപ്പെട്ടവരുടെ മതമെന്നനിലയ്ക്കാണ്, റോമിന്റെ ചവിട്ടടിക്കീഴിൽ ആ ക്കപ്പെട്ടതോ റോമിനാൽ ഛിന്നഭിന്നമാക്കപ്പെട്ടതോ ആയ ജനതയുടെ മതമെന്നനിലയ്ക്കാണ് അത് ആദ്യം രംഗപ്രവേശനംചെയ്തത്. ബന്ധ നത്തിൽനിന്നും കഷ്ടപ്പാടുകളിൽനിന്നുമുള്ള മോക്ഷമാണ് ക്രിസ്തുമത ത്തെപ്പോലെ തൊഴിലാളി സോഷ്യലിസവും വാഗ്ദാനംചെയ്യുന്നത്. ക്രി സ്തുമതം ഈ മോക്ഷം വാഗ്ദാനം ചെയ്യുന്നത് മരണാനന്തരമുള്ള ഒരു ജീവിതത്തിൽ, സ്വർഗത്തിൽ ആണെങ്കിൽ, ഈ ലോകത്തിൽതന്നെയാ ണ്, സമൂഹത്തിന്റെ പരിവർത്തനത്തിലൂടെയാണ് സോഷ്യലിസം ഇത് വാ ഗ്ദാനംചെയ്യുന്നത്." ഇതു കാണിക്കുന്നത് മതങ്ങളെ അന്ധമായി എതിർ ക്കുക എന്നതല്ല, മറിച്ച് അതിനെ അതിന്റെ ചരിത്ര കാലഘട്ടത്തിൽവച്ച് പരിശോധിക്കുകയും ഗുണപരമായി അത് നിർവഹിച്ച കടമകളെ അംഗീ കരിക്കുകയും ചെയ്യുക എന്നതാണ് മാർക്സിസ്റ്റുകളുടെ സമീപനം എ ന്നാണ്. മരണാനന്തരലോകത്തെ സമത്വസുന്ദരമായ സമൂഹത്തെക്കുറി ച്ചാണ് ക്രിസ്തുമതം വിഭാവനംചെയ്തതെങ്കിൽ, അത് ഈ ലോകത്ത് എങ്ങനെ പ്രാവർത്തികമാക്കാമെന്നതാണ് കമ്യൂണിസ്റ്റുകാർ ആലോചി ക്കുന്നത്. അതുകൊണ്ടുതന്നെ പരലോകത്തെ സമത്വം ഈ ലോകത്തു കൂടി വ്യാപിപ്പിക്കുന്നതിനുവേണ്ടി കമ്യൂണിസ്റ്റുകാരുമായി ഐക്യപ്പെട്ടു പോകുന്നതിന് മതവിശ്വാസികൾക്ക് ബുദ്ധിമുട്ടുണ്ടാകില്ല.

ചരിത്രത്തെ ശാസ്ത്രീയമായി കാണുന്ന ഈ സമീപനംതന്നെയാ ണ് മറ്റെല്ലാ മതങ്ങളോടും മാർക്സിസം സ്വീകരിച്ചത്. അതിനാൽ മഹ ത്തായ സാമൂഹ്യസമരങ്ങളിൽ മതം വഹിച്ച പങ്കിനെ കാണുന്നതിന് ഒരു പ്രയാസവും അതിനുണ്ടായില്ല. റോമാ സാമ്രാജ്യത്വത്തിന്റെ ജീർണകാല ഘട്ടത്തിലെ ബഹുജനകലാപങ്ങളിലാണ് ക്രിസ്തുമതത്തിന്റെ ഉൽഭവമെ ന്നു മാർക്സും എംഗൽസും ദർശിച്ചിട്ടുണ്ട്. ഇസ്ലാംമതത്തിന്റെ ആവിർഭാ

വത്തെ പരാമർശിക്കവെ ബദുയിനുകളും പട്ടണവാസികളും തമ്മിലുള്ള ആഭ്യന്തരസമരങ്ങളിലേക്ക് മാർക്സും എംഗൽസും ശ്രദ്ധക്ഷണിക്കുകയു ണ്ടായി. അറേബ്യൻ ഉപദ്വീപിനെ അബിസീനിയക്കാരിൽനിന്ന് വിമോചി പ്പിക്കുന്നതിനും ചിരകാലമായി മറഞ്ഞുപോയ വ്യാപാരമാർഗങ്ങൾ വീ ണ്ടെടുക്കുന്നതിനുമുള്ള അറബി ദേശീയബോധത്തിന്റെ ഉണർവായിരുന്നു അതെന്നും കണ്ടെത്തുന്നുണ്ട്. ജീർണിക്കുന്ന നാടുവാഴി വ്യവസ്ഥയും ഉ യർന്നുവരുന്ന ബുർഷ്വാസിയും തമ്മിലുള്ള സങ്കീർണമായ വർഗസമര ത്തിന്റെ പ്രതിഫലനമായിരുന്നു പ്രൊട്ടസ്റ്റന്റ് സഭ നടത്തിയ പരിഷ്കാരമെന്നും അവർ നിരീക്ഷിച്ചു. ബുദ്ധമതവും ജൈനമതവും ബ്രാഹ്മണമേധാവിത്വ ത്തിനെതിരെ രൂപപ്പെട്ടുവന്ന എതിർപ്പിന്റെ മുഖമാണ് മുന്നോട്ടുവെക്കു ന്നതെന്നും മാർക്സിസ്റ്റുകാർ നിരീക്ഷിക്കുകയുണ്ടായി. അക്ഷരം ശൂദ്രന് നിഷേധിച്ചിരുന്ന കാലത്ത് അവ നൽകുന്നതിന് ബുദ്ധസന്യാസിമാർ സ്വീ കരിച്ച നിലപാടുകൾ ഇതിന്റെ തുടർച്ചയായാണ് കാണേണ്ടത്.

മതം നിർവഹിച്ചിരുന്ന സാമൂഹ്യധർമത്തെ നിരവധി ലേഖനങ്ങളി ലൂടെ മാർക്സ് വ്യക്തമാക്കുന്നുണ്ട്. അതിൽ ഏറ്റവും പ്രസിദ്ധമായിട്ടുള്ളത് ഹെഗലിന്റെ നിയമദർശനത്തെപ്പറ്റിയുള്ള നിരൂപണത്തിന് ഒരു സംഭാവന എന്ന പുസ്തകത്തിന്റെ ആമുഖത്തിലാണ്. "മനുഷ്യനാണ് മതത്തെ സൃ ഷ്ടിക്കുന്നത്. അല്ലാതെ മതം മനുഷ്യനെ സൃഷ്ടിക്കുകയല്ല ചെയ്യുന്നത്. ഇനി യും കണ്ടെത്താത്തവനോ കണ്ടെത്തിയിട്ട് വീണ്ടും സ്വയം നഷ്ടപ്പെട്ടവ നോ ആയ മനുഷ്യന്റെ ആത്മബോധവും ആത്മസംവേദനവുമാണ് മതം എന്നാണ് വിശേഷിപ്പിക്കപ്പെടുന്നത്." ഇതിലൂടെ മനുഷ്യൻ മതങ്ങളെ സൃ ഷ്ടിക്കുകയാണുണ്ടായതെന്ന സമീപനം മുന്നോട്ടുവയ്ക്കുന്നു. അതോടെ പ്പന്തന്നെ മനുഷ്യന്റെ ആത്മബോധവും ആത്മസംവേദനവുമാണ് മതം എന്ന് സൂചിപ്പിക്കുന്നതിലൂടെ മനുഷ്യനും മതവും തമ്മിലുള്ള പരസ്പര ബന്ധത്തെ അംഗീകരിക്കുകയുമാണ് ചെയ്യുന്നത്. മനുഷ്യന്റെ പ്രകൃതി യുമായുള്ള സംവേദനത്തിന്റെയും തന്നെക്കുറിച്ചുള്ള ബോധത്തിന്റെയും പ്രതിഫലനമെന്ന നിലയിലാണ് മതത്തെ കാണുന്നത്. ഇത് ഇന്നത്തെ കാലത്ത് നിലനിൽക്കുമെന്നും അദ്ദേഹം വ്യക്തമാക്കുന്നുണ്ട്. മാത്രമല്ല, അത് മനുഷ്യസമൂഹത്തിൽ നിർവഹിക്കുന്ന പങ്കിനെയും വിശദമായി പ്ര തിപാദിക്കുന്നുമുണ്ട്.

മാർക്സിന്റെ പ്രസിദ്ധമായ മതം മനുഷ്യനെ മയക്കുന്ന കറുപ്പാണെന്ന പ്രയോഗവും ഈ ലേഖനത്തിൽതന്നെയാണ് വരുന്നത്. എന്നാൽ, ഇത് ഉദ്ധരിക്കുന്നവർ ഏത് സാഹചര്യത്തിലാണ് മാർക്സ് അത് ഉപയോഗിച്ച തെന്നും എന്താണ് അതിനുമുമ്പും പിമ്പുമായി പറഞ്ഞതെന്നും വിശദീക രിക്കാൻ പരിശ്രമിക്കാറില്ല. മേൽസൂചിപ്പിച്ച ലേഖനത്തിലെ ഒരു ഖണ്ഡി കയുടെ അവസാനമായാണ് പ്രസിദ്ധമായ കറുപ്പ് എന്ന പ്രയോഗം അദ്ദേഹം നടത്തുന്നത്. ആ ഖണ്ഡിക ഇങ്ങനെയാണ്: "മതപരമായ സന്താപം എ ന്നത് അതേസമയംതന്നെ യഥാർഥ സന്താപത്തിന്റെ ഒരു ബഹിർസ്ഫുര ണവും യഥാർഥ സന്താപത്തിനെതിരായ പ്രതിഷേധവുംകൂടിയാണ്.

മതം മർദ്ദിതജീവിയുടെ നിശ്വാസമാണ്. ഹൃദയശൂന്യമായ ലോകത്തി
ന്റെ ഹൃദയമാണത്. അതുപോലെതന്നെ ഉന്മേഷരഹിതമായ സാഹച
ര്യങ്ങളിലെ ലഹരിയാണത്. ജനങ്ങളെ മയക്കുന്ന കറുപ്പുമാണത്." (മ
തത്തെപ്പറ്റി, മാർക്സ് എംഗൽസ്, പേജ് 47). ഇതിൽ പറഞ്ഞ പ്രധാന
കാര്യങ്ങൾ പലപ്പോഴും വിസ്മരിക്കുകയാണ് പതിവ്. അവ ഇവയാണ്.

(എ) മനുഷ്യന്റെ ദുഃഖത്തിന്റെ പ്രതിഫലനമാണ്.

(ബി) മനുഷ്യന്റെ ദുഃഖത്തിനോടുള്ള പ്രതിഷേധമാണ്.

(സി) മർദ്ദിതജീവിയുടെ നിശ്വാസമാണ്.

(ഡി) മനുഷ്യത്വരഹിതമായ ലോകത്തിന്റെ മനുഷ്യമുഖമാണ്.

(ഇ) ഉന്മേഷരഹിതമായ സാഹചര്യത്തിൽ ഉന്മേഷം നൽകുന്നതാണ്.

(എഫ്) അത് ജനങ്ങളെ മയക്കുന്ന കറുപ്പുമാണ്.

ഇത്തരത്തിൽ മനുഷ്യന്റെ ദുഃഖത്തിന്റെ പ്രതിഫലനമായും ദുഃഖ
ത്തിനോടുള്ള പ്രതിഷേധമായും മതത്തെ കാണുകയാണ് മാർക്സ് ചെ
യ്തത്. അടിച്ചമർത്തപ്പെട്ടവന്റെ വികാരങ്ങളാണ് മതം പ്രതിഫലിപ്പിക്കു
ന്നതെന്ന് വ്യക്തമാക്കുന്നു. മാത്രമല്ല, മനുഷ്യത്വരഹിതമായ ലോകത്ത്
മനുഷ്യത്വമാണ് മതദർശനം ഉയർത്തിപ്പിടിക്കുന്നതെന്നും അംഗീകരിക്കാൻ
അദ്ദേഹത്തിന് ഒരു മടിയും ഉണ്ടായില്ല. ഇത്തരത്തിലുള്ള ഗുണഗണങ്ങൾ
വിശദീകരിക്കുമ്പോഴും യഥാർഥ പ്രശ്നങ്ങളെ ശാസ്ത്രീയമായി പരിഹ
രിക്കുന്നതിനുള്ള ശേഷി ഈ കാഴ്ചപ്പാടുകളിൽ നിലനിൽക്കുന്നില്ലെന്നും
വ്യക്തമാക്കാനാണ് കറുപ്പ് എന്ന പ്രയോഗം നടത്തിയത്. വേദനസംഹാരി
കൾ വേദന തൽക്കാലം അറിയിക്കാതെ നിൽക്കും. എന്നാൽ, രോഗാവസ്ഥ
അതിനു മാറ്റാൻ സാധിക്കുകയുമില്ല. ലോകത്തെ മനുഷ്യന്റെ പ്രയാസങ്ങളെ
പ്രതിഫലിപ്പിക്കുന്നു, എന്നാൽ അതിന് പരിഹാരം കാണാനുള്ള പ്രായോ
ഗികപദ്ധതി ഇല്ലെന്നുള്ള കാഴ്ചപ്പാടാണ് ഇതിൽ വിശദീകരിച്ചിരിക്കുന്നത്.

മാർക്സും എംഗൽസും ഉയർത്തിപ്പിടിച്ച മതത്തെസംബന്ധിച്ച കാ
ഴ്ചപ്പാടുകളെ മുന്നോട്ടുകൊണ്ടുപോയ ലെനിൻ മതത്തിനോടുള്ള സമീ
പനത്തെക്കുറിച്ച് 'നാട്ടിൻപുറത്തെ പട്ടിണിപ്പാവങ്ങളോട്' എന്ന തന്റെ കൃ
തിയിൽ ഇങ്ങനെ വിവരിച്ചിട്ടുണ്ട്: "ഇഷ്ടമുള്ള മതത്തിൽ വിശ്വസിക്കാൻ
മാത്രമല്ല, തന്റെ മതം പ്രചരിപ്പിക്കുവാനും മതംമാറാൻകൂടിയും ഓരോരു
ത്തർക്കും പൂർണ സ്വാതന്ത്ര്യം ഉണ്ടായിരിക്കണം. ഒരാളോട് അയാളുടെ
മതത്തെപ്പറ്റി ചോദിക്കാനുള്ള അവകാശംപോലും ഒരൊറ്റ ഉദ്യോഗസ്ഥ
നും ഉണ്ടായിരിക്കരുത്. അത് ഓരോരുത്തരുടെയും മനഃസാക്ഷിയുടെ പ്ര
ശ്നമാണ്. അതിൽ ഇടപെടാൻ ആർക്കും അവകാശമില്ല."

ഇത്തരത്തിൽ മതം രൂപപ്പെടുന്ന പശ്ചാത്തലത്തെയും അത് നിർവ
ഹിച്ച ധർമങ്ങളെയും തിരിച്ചറിഞ്ഞുകൊണ്ടാണ് മാർക്സും എംഗൽസും
ലെനിനുമെല്ലാം നിലപാടുകൾ സ്വീകരിച്ചത്. മാത്രമല്ല, മതവിശ്വാസം വച്ചു
പുലർത്തുന്നതിനുള്ള പൗരന്റെ അവകാശത്തെ അംഗീകരിക്കാനും അ
തിനെ തടുക്കാനുള്ള പരിശ്രമങ്ങളോട് ശക്തമായ വിയോജിപ്പ് രേഖപ്പെ
ടുത്തുകയുമാണ് ഇവർ ചെയ്തത്.

സിപിഐ എം മതവിരുദ്ധമല്ല

തങ്ങളെ നിരോധിക്കണമെന്ന ആശയം മാർക്സും എംഗൽസും ജീവിച്ചിരുന്ന കാലത്തുതന്നെ സജീവമായി ഉയർന്നുവന്നിരുന്നു. അക്കാലത്തെ പല ബുദ്ധിജീവികളും ഇത്തരം നിലപാട് സ്വീകരിച്ചു. ഇത് ചില വ്യക്തികളുടെ നിലപാട് മാത്രമായിരുന്നില്ല. അന്ന് സജീവമായി പ്രവർത്തിച്ച ചില പ്രസ്ഥാനങ്ങളും ഈ ആശയം മുന്നോട്ടുവച്ചു. മതം മനുഷ്യരെ വഴിതെറ്റിക്കുന്നതാണെന്നും അവ പുരോഗതിക്ക് തടസ്സമാണെന്നുമുള്ള വാദമായിരുന്നു ഇതിന് കാരണമായി പറഞ്ഞിരുന്നത്. അവർ മതത്തിനെതിരെ മർദനമുറകൾ സ്വീകരിക്കുന്ന രാഷ്ട്രീയ പ്രസ്ഥാനങ്ങളുടെ ഭാഗമായി പ്രവർത്തിക്കുകയും ചെയ്തു.

അരാജകവാദികളും ബ്ലാങ്കിസ്റ്റുകളും ഡ്യൂറിങ്ങും മുന്നോട്ടുവച്ച ഇത്തരം കാഴ്ചപ്പാടുകളെ മാർക്സും എംഗൽസും ശക്തമായി അപലപിച്ചു. അവർക്കെതിരെ ഉജ്ജ്വലമായ ആശയസമരമാണ് ഇവർ നടത്തിയത്. *ആന്റി ഡ്യൂറിങ്ങ്, പ്രവാസ സാഹിത്യം* എന്നിവയിൽ ഈ കാര്യം തെളിഞ്ഞുവരുന്നുണ്ട്. മതം രൂപപ്പെട്ടുവരുന്നത് സവിശേഷമായ സാമൂഹ്യ-രാഷ്ട്രീയ സാഹചര്യത്തിലാണ്. ആ സാഹചര്യം നിലനിൽക്കുന്നിടത്തോളം കാലം മതങ്ങൾക്ക് അതിന്റേതായ നിലനിൽപ്പുണ്ടെന്നും അത് അംഗീകരിക്കേണ്ടതുണ്ടെന്നും അതിനാൽ മർദന നടപടികൾ ഒരു തരത്തിലും അംഗീകരിക്കാനാവില്ലെന്നും അവർ വ്യക്തമാക്കി.

ആന്റി ഡ്യൂറിങ്ങിൽ എംഗൽസ് ഇങ്ങനെ പറഞ്ഞു: ''ഡ്യൂറിങ്ങിന്റെ ഭാവിഭരണകൂടത്തിൽ ഏതൊരാളിനും അവന്റേതായ രീതിയിൽ സന്തുഷ്ടനായിരിക്കുവാൻ സാധിക്കുകയില്ല. ഈ ഭാവിഭരണകൂടത്തിന്റെ ഭരണഘടനയിൽ വ്യവസ്ഥ ചെയ്തിട്ടുള്ളത് ഇപ്രകാരമായിരിക്കും: സ്വതന്ത്രസമൂഹത്തിൽ മതപരമായ യാതൊരുവിധ ആരാധനയും ഉണ്ടായിരിക്കുകയില്ല. എന്തുകൊണ്ടെന്നാൽ, പ്രകൃതിക്കു പിന്നിലോ അതിനു മുകളിലോ നേർച്ചയോ പ്രാർഥനയോകൊണ്ട് സ്വാധീനിക്കാൻ പറ്റുന്ന തരത്തിലുള്ള ശക്തികളുണ്ടെന്ന പ്രാകൃതകാലത്തെ ബാലിശമായ അന്ധവിശ്വാസത്തെ അതിജീവിച്ചിട്ടുള്ളവരായിരിക്കും ഈ ഭരണകൂടത്തിൻകീഴിൽ ജീവിക്കുന്നവരെല്ലാം. അതുകൊണ്ട് ശരിയായി സങ്കൽപ്പിക്കപ്പെട്ടിട്ടുള്ള ഒരു സാമൂഹ്യവ്യവസ്ഥയിൽ മതപരമായ മാന്ത്രികവിദ്യയുടെ സർവവിധ ആർഭാടങ്ങളും അതോടൊപ്പം മതപരമായ ആരാധനയുടെ എല്ലാ അംശങ്ങളും നിരോധിക്കേണ്ടതാണ്. ഇങ്ങനെ മതം നിരോധിക്കപ്പെടുന്നു.'' ഇത്തരത്തിൽ ഡ്യൂറിങ്ങിന്റെ മതനിരോധനത്തെ ചൂണ്ടിക്കാണിച്ചശേഷം ഈ സമീപനം ശക്തമായി എംഗൽസ് എതിർക്കുകയാണ്.

പ്രവാസ സാഹിത്യം എന്ന എംഗൽസിന്റെ ലേഖനത്തിൽ 1793 ൽ ബ്ലാങ്കിസ്റ്റുകൾ പുറപ്പെടുവിച്ച ഡിക്രിയെയും ശക്തമായി എതിർക്കുന്നുണ്ട്. ആ ഡിക്രിയിലെ ഒരു ഭാഗം ഇങ്ങനെയാണ്: ''കമ്യൂൺ മനുഷ്യരാശിയെ ഭൂതകാലദുരിതത്തിന്റെ ദുർഭൂതത്തിൽനിന്ന് (ദൈവത്തിൽനിന്ന്), അ

വരുടെ ഇന്നത്തെ ദുരിതത്തിന്റെ ഈ കാരണത്തിൽനിന്ന്. (ഇല്ലാത്ത ദൈവം ഒരു കാരണമാണു കേട്ടോ!), എന്നെന്നേക്കുമായി മോചിപ്പിക്കും. കമ്യൂണിൽ പുരോഹിതന്മാർക്ക് യാതൊരു സ്ഥാനവും ഇല്ല. മതപരമാ യ എല്ലാവിധ പ്രാർഥനകളും എല്ലാവിധ മതസംഘടനകളും നിരോധി ക്കപ്പെടേണ്ടതാണ്.'' ഈ ഉത്തരവിനെ ശക്തമായ ഭാഷയിലാണ് എം ഗൽസ് വിമർശിക്കുന്നത്.

ഈ കാര്യങ്ങളെല്ലാം തെളിയിക്കുന്നത് മതത്തിനെ നിരോധിക്കുക എ ന്നത് ഒരു ഘട്ടത്തിലും മാർക്സിസ്റ്റുകളുടെ നിലപാടായിരുന്നില്ല എന്നാണ്. മാത്രമല്ല മതവിശ്വാസം വച്ചുപുലർത്താനുള്ള സ്വാതന്ത്ര്യത്തിനുവേണ്ടി പ്ര വർത്തിക്കുകയും അതിനെ നിരോധിക്കാനുള്ള പരിശ്രമങ്ങളെ പ്രതിരോധി ക്കുകയുമാണ് ചെയ്തിട്ടുള്ളത്.

എന്നാൽ, മതത്തിന്റെ പേരുപറഞ്ഞ് അടിസ്ഥാന ജനവിഭാഗത്തിന്റെ താൽപ്പര്യങ്ങളെ ഹനിക്കുന്ന വിധത്തിൽ ഇടപെടുന്നതിനെ അതിശക്ത മായി മാർക്സും എംഗൽസും എതിർത്തിട്ടുണ്ട്. അത് മതത്തിനോടുള്ള വിദ്വേഷത്തിന്റെ പശ്ചാത്തലത്തിലല്ല ഉണ്ടായത്. മറിച്ച് മതവിരുദ്ധരെന്ന് മുദ്രകുത്തി കമ്യൂണിസ്റ്റുകാർക്കെതിരെ നിലപാടുകൾ സ്വീകരിച്ച ചില പു രോഹിതന്മാരുടെ നിലപാടിനെയാണ്. ഈ വസ്തുത കമ്യൂണിസ്റ്റ് മാനി ഫെസ്റ്റോവിൽ തന്നെ വ്യക്തമാക്കുന്നുണ്ട്. കമ്യൂണിസ്റ്റ് ആശയങ്ങൾ രൂപ പ്പെട്ടുവരുന്ന കാലത്ത് അതിനെ എപ്രകാരമാണ് ചില പുരോഹിതന്മാർ കൈകാര്യംചെയ്തത് എന്നതിന്റെ സൂചനകൾകൂടിയാണിത്. ഇതിനെതി രെയുള്ള മാർക്സിസ്റ്റ് നിലപാട് മതം രാഷ്ട്രീയരംഗത്തേക്ക് തള്ളിക്കയറു ന്നതിന് എതിരെയായിരുന്നു.

കമ്യൂണിസ്റ്റ് മാനിഫെസ്റ്റോയുടെ തുടക്കത്തിൽത്തന്നെ ഈ കാര്യം പറഞ്ഞിട്ടുണ്ട്: ''യൂറോപ്പിനെ ഒരു ഭൂതം പിടികൂടിയിരിക്കുന്നു – കമ്മ്യൂണി സമെന്ന ഭൂതം. ഈ ഭൂതത്തിന്റെ ബാധ ഒഴിപ്പിക്കാൻവേണ്ടി പഴയ യൂറോപ്പി ന്റെ ശക്തികളെല്ലാം – മാർപ്പാപ്പയും സാർ ചക്രവർത്തിയും മെറ്റർനിഹും ഗിസോയും ഫ്രഞ്ച് റാഡിക്കൽ കക്ഷിക്കാരും ജർമ്മൻ പോലീസ് ചാരന്മാ രുമെല്ലാം ഒരു പാവനസഖ്യത്തിൽ ഏർപ്പെട്ടിരിക്കുകയാണ്.'' രാജാക്കന്മാ രോടും രാഷ്ട്രീയക്കാരോടുംചേർന്ന് മതം ഇടപെടുന്നതിനെയാണ് ഇവിടെ സൂചിപ്പിക്കുന്നതെന്ന് കാണാം. ഈ ഇടപെടലാണ് വിമർശനവിധേയമാകുന്നത്.

''മനുഷ്യനും മനുഷ്യനും തമ്മിൽ നഗ്നമായ സ്വാർഥമൊഴികെ ഹൃദ യശൂന്യമായ രൊക്കം പൈസ ഒഴികെ മറ്റൊരു ബന്ധവും ബാക്കിവച്ചില്ല'' എന്ന മുതലാളിത്തത്തിന്റെ സ്വഭാവത്തെ കമ്മ്യൂണിസ്റ്റ് മാനിഫെസ്റ്റോയിൽ വിശദീകരിച്ചശേഷം മാർക്സും എംഗൽസും ഇങ്ങനെ പറയുന്നു: ''മതത്തി ന്റെപേരിലുള്ള ആവേശത്തിന്റെയും നിസ്വാർഥമായ വീരശൂരപരാക്രമങ്ങ ളുടെയും ഫിലിസ്റ്റെനുകളുടെ വികാരപരതയുടെയും ഏറ്റവും ദിവ്യമായ ആനന്ദനിർവൃതികളെ അത് സ്വാർഥപരമായ കണക്കുകൂട്ടലിന്റെ മഞ്ഞുവെ ള്ളത്തിലാഴ്ത്തി''. ഇത് കാണിക്കുന്നത് മുതലാളിത്തം മതത്തെ സ്വാർഥത യ്ക്കും സാമ്പത്തിക താൽപ്പര്യങ്ങൾക്കും കീഴ്പ്പെടുത്തുന്നതിനെതിരെയു

ള്ള വിമർശനമാണ് മാനിഫെസ്റ്റോയിൽ ഉന്നയിച്ചതെന്നതാണ്. മതത്തെ ഇത്തരത്തിൽ രാഷ്ട്രീയവും സാമ്പത്തികവുമായ നേട്ടങ്ങൾക്ക് ഉപയോഗ പ്പെടുത്തുന്നതിനെ തീവ്രമായ ഭാഷയിൽ എക്കാലത്തും മാർക്സും എം ഗൽസും എതിർത്തിട്ടുണ്ട്. മധ്യകാലഘട്ടത്തിൽ ഭരണകൂടം നയിക്കുന്ന ഫ്യൂഡൽശക്തികളെ സംരക്ഷിക്കുന്ന നിലപാടാണ് പൊതുവെ മതത്തി ന്റെ പേരിലുള്ള സ്ഥാപനങ്ങളും അതുമായി ബന്ധപ്പെട്ടവരും സ്വീകരിച്ച ത്. യൂറോപ്പിലെ പള്ളികളും ഇന്ത്യയിലെ ഹിന്ദുമത സ്ഥാപനങ്ങളും ഇ ത്തരത്തിലുള്ള സമീപനം തന്നെയാണ് പൊതുവെ സ്വീകരിച്ചുപോന്നിട്ടു ള്ളത്. ഇത് ലോകത്താകമാനംതന്നെ ബാധകമായ കാര്യവുമാണ്.

മതത്തെ സ്ഥാപിത താൽപ്പര്യത്തിനും വലതുപക്ഷ രാഷ്ട്രീയ അജൻ ഡയ്ക്കുംവേണ്ടി ഉപയോഗിക്കുന്ന പ്രശ്നം ഇന്നത്തെ കാലത്ത് ഏറെ സ ജീവമാണ്. മുൻകാലത്ത് നടപ്പാക്കിയ ഈ നയസമീപനത്തിന്റെ തുടർച്ച യാണ് ഇപ്പോൾ കമ്യൂണിസത്തിനെതിരെ കുരിശുയുദ്ധം പ്രഖ്യാപിച്ചിരി ക്കുന്ന ആളുകളുടെ അജൻഡ. ലോകത്തിന്റെ പലഭാഗത്തും നടന്ന ഈ പദ്ധതി വിമോചനസമരകാലത്ത് കേരളത്തിൽ നാം കണ്ടതാണ്. 1957 ലെ വിമോചനസമരത്തിൽ മതത്തെ അപകടപ്പെടുത്തുന്നു എന്നു പറഞ്ഞാ ണ് രാഷ്ട്രീയ താൽപ്പര്യത്തിനുവേണ്ടി പള്ളി ഇറങ്ങിപ്പുറപ്പെട്ടത്. ഇപ്പോൾ വലതുപക്ഷ രാഷ്ട്രീയശക്തികളുടെ കാഴ്ചപ്പാടുകൾക്ക് അനുയോജ്യമാ യ അന്തരീക്ഷം സൃഷ്ടിക്കാൻ മതത്തിന്റെ പേര് പറഞ്ഞ് ചില മതമേലധ്യ ക്ഷന്മാർ ഇറങ്ങിപ്പുറപ്പെട്ടതും മാർക്സിന്റെയും എംഗൽസിന്റെയും മേൽ വിവരിച്ച നിരീക്ഷണങ്ങൾക്ക് ഇപ്പോഴും പ്രസക്തിയുണ്ട് എന്ന് വ്യക്തമാ ക്കുന്നുണ്ട്. മതത്തിന്റെ പേരുപറഞ്ഞ് വലതുപക്ഷ രാഷ്ട്രീയത്തെ സഹാ യിക്കാനും കമ്യൂണിസ്റ്റുകാരെ എതിർക്കാനുമുള്ള നയപരിപാടിയെ കമ്യൂ ണിസ്റ്റുകാർ എന്നും എതിർത്തിട്ടുണ്ട്. ഇത് മതവിരോധമല്ല. മറിച്ച് അതി ന്റെ തെറ്റായ രീതിയിലുള്ള ഉപയോഗത്തിനെതിരെയുള്ള ഇടപെടലാണ്.

മതവിശ്വാസത്തെ അംഗീകരിച്ചും ബഹുമാനിച്ചും അത് നിലനിൽ ക്കുന്നതിന്റെ വസ്തുതകളെ ശരിയായ രീതിയിൽ വിശകലനം ചെയ്തു കൊണ്ടുമാണ് മാർക്സിസ്റ്റുകാർ മുന്നോട്ടുപോകുന്നത്. ഒപ്പം അതിന്റെ പേരിൽ അടിച്ചേൽപ്പിക്കാൻ ശ്രമിക്കുന്ന അന്ധവിശ്വാസത്തെയും അനാ ചാരത്തെയും എതിർക്കുന്നതിനും പാർട്ടി പരിശ്രമിക്കുന്നു.

യുക്തിവാദവും മാർക്സിസവും തമ്മിലുള്ള വ്യത്യാസംകൂടി ഇവി ടെ മനസ്സിലാക്കേണ്ടതുണ്ട്. യുക്തിവാദി വിശ്വാസിയും അവിശ്വാസിയും തമ്മിലുള്ള സമരമാണ് പ്രധാനമെന്ന് ഊന്നുന്നു. എന്നാൽ, മാർക്സിസം ഉള്ളവനും ഇല്ലാത്തവനും തമ്മിലുള്ള സമരത്തിലാണ് ഊന്നൽ നൽകു ന്നത്. ഈ അർഥത്തിൽ യുക്തിവാദവും മാർക്സിസവും തമ്മിൽ പ്രയോ ഗത്തിന്റെ തലത്തിൽത്തന്നെ വലിയ അന്തരമുണ്ട്. അതുകൊണ്ട് യുക്തി വാദവും മാർക്സിസവും ഒന്നാണെന്ന് ധരിക്കരുത്. ഇത് ഒന്നാണെന്ന ധാരണ പലപ്പോഴും മതങ്ങളോടുള്ള മാർക്സിസ്റ്റ് സമീപനത്തെ തെറ്റാ യി കാണുന്നതിന് ഇടയാക്കിയിട്ടുണ്ട്.

മാർക്സിസം വർഗസമരത്തിനെ അടിസ്ഥാനപ്പെടുത്തി നിലകൊള്ളു ന്ന ആശയഗതിയാണ്. വിശ്വാസിയും അവിശ്വാസിയും തമ്മിലുള്ള സമരമ ല്ല മാർക്സിസത്തിന്റെ ലക്ഷ്യം. മറിച്ച് വിശ്വാസിയും അവിശ്വാസിയുമെല്ലാം അടങ്ങുന്ന അധ്വാനിക്കുന്ന ജനവിഭാഗത്തിനെ ആകമാനം സംഘടിപ്പിച്ച് വിശ്വാസിയും അവിശ്വാസിയുമെല്ലാം ഉൾക്കൊള്ളുന്ന ആധിപത്യശക്തികൾ ക്കെതിരായുള്ള പോരാട്ടമാണ് അതിന്റെ ഉന്നം. അതുകൊണ്ടുതന്നെ സിപി ഐ എം ഒരു മതവിരുദ്ധ പ്രസ്ഥാനമല്ല.

വിശ്വാസികളുമായി യോജിച്ച് പോരാടും

കമ്യൂണിസ്റ്റ് പാർടിയുടെ പ്രവർത്തനത്തിന്റെ മാർഗനിർദേശമായി വർത്തിക്കുന്നത് *പാർടിപരിപാടിയാണ്.* സിപിഐ എം മതവിരുദ്ധ പ്ര സ്ഥാനമല്ലാത്തതുകൊണ്ടുതന്നെ മതത്തെ സംബന്ധിച്ച് വ്യക്തമായ കാ ഴ്ചപ്പാട് പാർടി മുന്നോട്ടുവച്ചിട്ടുണ്ട്. സിപിഐ എമ്മിന്റെ പരിപാടി ഇ തു സംബന്ധിച്ച് ഇങ്ങനെ പറയുന്നു:''ഭൂരിപക്ഷമായാലും ന്യൂനപക്ഷ ങ്ങളായാലും ഓരോ സമുദായത്തിലുംപെട്ടവർക്ക് വിശ്വസിക്കുന്നതിനും അതുപോലെതന്നെ ഒരുമതത്തിലും വിശ്വസിക്കാതിരിക്കാനും ഏത് മത ത്തിന്റെയും അനുഷ്ഠാനങ്ങൾചെയ്യാനും യാതൊരു അനുഷ്ഠാനത്തിലും ഏർപ്പെടാതിരിക്കാനുമുള്ള അവകാശം പരിരക്ഷിക്കുന്നതിനായി രാഷ്ട്ര ത്തിന്റെ സാമ്പത്തികവും രാഷ്ട്രീയവും ഭരണനിർവഹണപരവുമായ ജി വിതത്തിൽ മതം ഏത് രൂപത്തിലും തള്ളിക്കയറുന്നതിനെതിരെ പാർടി പോരാടണം. സംസ്കാരത്തിലും വിദ്യാഭ്യാസത്തിലും സമൂഹത്തിലും മതനിരപേക്ഷവും ജനാധിപത്യപരവുമായ മൂല്യങ്ങൾ ഉയർത്തിപ്പിടിക്ക ണം. മതവർഗീയതയെ അടിസ്ഥാനമാക്കി ഫാസിസ്റ്റ് പ്രവണത ശക്തി യാർജിക്കുന്ന വിപത്തിനെതിരെ എല്ലാ തലങ്ങളിലും ഉറച്ചുപോരാടേണ്ടതാ ണ്.'' (ഖണ്ഡിക 5:8)

മതവിശ്വാസത്തെ എതിർത്തു പരാജയപ്പെടുത്താനല്ല, മറിച്ച് അ ത്തരം വിശ്വാസങ്ങൾ വച്ചുപുലർത്താനുള്ള സ്വാതന്ത്ര്യത്തിനുവേണ്ടിയാ ണ് പാർടി പൊരുതുന്നത് എന്നർഥം. പിന്നോക്ക-ദളിത് ജനവിഭാഗങ്ങ ളുടെ ക്ഷേത്രപ്രവേശനത്തിനുവേണ്ടി പൊരുതിയത് കൃഷ്ണപിള്ളയെയും എ കെ ജിയെയുംപോലുള്ള കമ്യൂണിസ്റ്റുകാരാണ്. പള്ളികൾ തകർക്ക പ്പെട്ട് വിശ്വാസികളുടെ ഹൃദയത്തിൽ മുറിവേൽക്കുന്ന ഘട്ടങ്ങളിലെല്ലാം കമ്യൂണിസ്റ്റുകാർ അതിനെ സംരക്ഷിക്കാൻ മുമ്പിലുണ്ടായിരുന്നുവെന്നതി ന് തലശ്ശേരി മുതൽ ബാബറിമസ്ജിദ് വരെയുള്ള ഉദാഹരണങ്ങളുണ്ട്. നെ യ്യാറ്റിൻകര ബിഷപ്സ് ഹൗസ് ആക്രമണത്തിനെതിരെയും ഒളവണ്ണയിൽ കന്യാസ്ത്രീകൾ ആക്രമിക്കപ്പെട്ടപ്പോഴും ശക്തമായി പ്രതിഷേധമുയർത്തി നിലപാട് എടുത്തത് സിപിഐ എമ്മാണ്.

വിപ്ലവാനന്തര സമൂഹത്തിൽ മതവിശ്വാസികളും പാർടിയും തമ്മി ലുള്ള ബന്ധങ്ങളെ സംബന്ധിച്ചും യോജിപ്പിന്റെ തലങ്ങളെ സംബന്ധി ച്ചും വിശാലമായ ചർച്ച ഫിദൽ കാസ്ട്രോ നടത്തിയിട്ടുണ്ട്. കാസ്ട്രോ കത്തോലിക്കാ പാതിരിയായ ഫ്രൈബെറ്റോയുമായി നടത്തിയ സംവാദം

പ്രസിദ്ധമാണ്. 'മതത്തെപ്പറ്റി' എന്ന പേരിൽ ഈ സംവാദം പുറത്തുവന്നി ട്ടുണ്ട്. പ്രായോഗിക രാഷ്ട്രീയസമരത്തിൽ അടുത്തതും അഗാധവുമായ ബ ന്ധം സ്ഥാപിച്ചുകൊണ്ടാണ് ഈ ചർച്ച അവസാനിക്കുന്നതെന്ന് ആ പുസ് തകം വായിക്കുമ്പോൾ വ്യക്തമാകും. കേരളത്തിലും ഇത്തരത്തിലുള്ള സം വാദങ്ങളും ചർച്ചയും നടന്നിട്ടുണ്ട്. ഇ എം എസും മാർ ഗ്രിഗോറിയസുമാ യി നടത്തിയ സംവാദം ഏറെ പ്രസിദ്ധമാണ്.

മതവിശ്വാസത്തെ രാഷ്ട്രീയ ആവശ്യത്തിനും അധികാര താൽപ്പ ര്യത്തിനുംവേണ്ടി ഉപയോഗിക്കപ്പെടുമ്പോഴാണ് അത് വർഗീയവാദമായി ത്തീരുന്നത്. വർഗീയതയോട് സിപിഐ എമ്മിന് സന്ധിയില്ല. മതവിശ്വാ സി വർഗീയവാദിയല്ല. സനാതന ഹിന്ദുവാണെന്ന് പ്രഖ്യാപിച്ച ഗാന്ധി ജി വർഗീയതയ്ക്കെതിരെ കരുത്തുറ്റ നിലപാടാണ് സ്വീകരിച്ചത്. മൗലാ നാ അബ്ദുൾ കലാം ആസാദ് തികഞ്ഞ മതവിശ്വാസിയായിരുന്നെങ്കി ലും മതേതര രാഷ്ട്രീയത്തിന്റെ ശക്തനായ വക്താവായിരുന്നു. എന്നാൽ, മതവിശ്വാസം ജീവിതത്തിൽ സ്വീകരിക്കാത്ത മുഹമ്മദലി ജിന്നയാണ് പാകിസ്ഥാൻവാദത്തിന്റെ നിലപാടുകൾ മുന്നോട്ടുവച്ചത്. ഗാന്ധിജിയെ വെടിവച്ചുകൊന്നതും വർഗീയവാദികൾ തന്നെ. ഇതിലൂടെ വ്യക്തമാകു ന്നത് പ്രായോഗിക പ്രവർത്തനത്തിൽപ്പോലും വ്യത്യസ്തമാണ് മതവി ശ്വാസത്തിന്റെയും വർഗീയവാദത്തിന്റെയും നില എന്നാണ്.

ഹിന്ദു-മുസ്ലീം വേർതിരിവിന്റെ അടിസ്ഥാനത്തിൽ സമ്മതിദായകരെ വേർതിരിച്ചതും ബംഗാൾ വിഭജനവും അന്നത്തെ മുസ്ലിംലീഗിന് ബ്രിട്ടീഷു കാർ നൽകിയ പരിരക്ഷയും ഹിന്ദുവർഗീയ സംഘടനകളുമായി അവരുണ്ടാ ക്കിയ ഐക്യവുമെല്ലാം മതത്തെ കൊളോണിയൽ താൽപ്പര്യത്തിന് അനു കൂലമായി മാറ്റിയതിന്റെ ഉദാഹരണങ്ങളാണ്. ഇത്തരത്തിൽ മതത്തെ ആ ധിപത്യത്തിനുള്ള ഉപാധിയാക്കിത്തീർക്കുന്ന പ്രവണതയെ എല്ലാ കാലത്തും പാർടി എതിർത്തിട്ടുമുണ്ട്, എതിർക്കുകയും ചെയ്യും.

കേരളത്തിലും ഇതിന് സമാനമായ ചിത്രങ്ങൾ കാണാവുന്നതാണ്. വിമോചനസമരകാലത്ത് പ്രത്യേകിച്ചും മതത്തെ രാഷ്ട്രീയ പ്രയോഗത്തി ന് ഉപയോഗിച്ചത് നാം കണ്ടതാണ്. മതനിരപേക്ഷത ഉയർത്തിപ്പിടിക്കു ന്ന രാഷ്ട്രീയശക്തിയായ കമ്യൂണിസ്റ്റ് പാർടിക്ക് ഇത്തരം സ്ഥാപനങ്ങളു മായും സംഘടനകളുമായും നിരന്തരം ഏറ്റുമുട്ടേണ്ടിവന്നു. കേരളത്തി ലാകമാനം ഉയർന്നുവന്ന കർഷകരുടെയും തൊഴിലാളികളുടെയും വി ദ്യാർഥികളുടെയും അധ്യാപകരുടെയുമെല്ലാം സമരത്തിന് നടുനായക ത്വം വഹിച്ച് കമ്യൂണിസ്റ്റ് പാർടി നിലകൊണ്ടു. ഇതിലൂടെ മതേതരമായ ഒരു സംസ്കാരം കേരളത്തിൽ രൂപീകരിക്കപ്പെടുകയുംചെയ്തു. അതി ലൂടെ പാർടി ശക്തിപ്രാപിച്ചു. 1957 ൽ കമ്യൂണിസ്റ്റ് പാർടി അധികാര ത്തിൽ വന്നു. അടിസ്ഥാന ജനവിഭാഗത്തിന് ഗുണപരമായ നേട്ടങ്ങൾ ഉ ണ്ടാക്കിയെടുക്കാൻ പാർടി പ്രയത്നിച്ചു. ജന്മിത്വത്തിന്റെ കടയ്ക്കൽ ക ത്തിവയ്ക്കാനുള്ള പരിഷ്കാരങ്ങൾ നടപ്പാക്കി. ഇതിൽനിന്ന് കോൺഗ്ര സിലെയും ജാതി-മത വർഗീയ സംഘടനകളിലെയും പ്രമാണിമാർ ഒ

രു പാഠം പഠിച്ചു. കമ്യൂണിസ്റ്റ് പാർട്ടിയെ തോൽപ്പിക്കണമെങ്കിൽ ജാതി-മത സംഘടനകളെ ആകമാനം കോൺഗ്രസിന്റെ നേതൃത്വത്തിൽ അണിനിരത്തണം. ഇതിന്റെ ഭാഗമായാണ് 1959ൽ കമ്യൂണിസ്റ്റ് വിരുദ്ധ മുന്നണി രൂപപ്പെട്ടതും വിമോചന സമരം അരങ്ങേറിയതും. അന്ന് രൂപപ്പെട്ട മുന്നണിയാണ് ഇന്നത്തെ യുഡിഎഫായി തുടരുന്നത്.

ഇതിൽനിന്ന് ഒരുകാര്യം വ്യക്തമാണ്. മതത്തെയല്ല പാർട്ടി എതിർത്തത്. മറിച്ച് അതിനെ ഉപയോഗിച്ച് രാഷ്ട്രീയത്തിൽ ഇടപെടാനുള്ള ശ്രമത്തെയാണ്. വർഗീയതയ്ക്കെതിരെയും, അടിസ്ഥാന ജനവിഭാഗത്തിന്റെ ആവശ്യങ്ങൾക്കായുള്ള സമരത്തിലും മതവിശ്വാസികൾക്ക് പങ്ക് നിർവഹിക്കാനുണ്ട് എന്നതാണ് സിപിഐ എമ്മിന്റെ കാഴ്ചപ്പാട്. നമ്മുടെ ലോകത്ത് അനീതികൾക്കെതിരായുള്ള പോരാട്ടത്തിൽ കമ്യൂണിസ്റ്റുകാരും മതവിശ്വാസികളും ഐക്യപ്പെട്ടുപോകുക എന്നത് പ്രധാനമാണ്. വിശ്വാസിയായി എന്നതിന്റെ പേരിൽ ഒരാൾക്കും പാർട്ടി അംഗത്വം നിഷേധിച്ച ചരിത്രമില്ല. അംഗമാകുമ്പോൾ ഒപ്പുവയ്ക്കുന്ന പ്രതിജ്ഞയിൽ അത്തരമൊരു കാഴ്ചപ്പാട് എഴുതിച്ചേർത്തിട്ടുമില്ല.

വിശ്വാസികളെ ബഹുമാനിക്കുന്നതുപോലെതന്നെ മതവിശ്വാസികളല്ലാത്തവരെയും പാർട്ടി അംഗീകരിക്കുന്നു. അവരുടേതായ രീതിയിൽ ജീവിക്കാനുള്ള അവകാശത്തിനുവേണ്ടിയും പാർട്ടി നിലയുറപ്പിക്കുന്നു. മത്തായി ചാക്കോയുടെ ശവസംസ്കാരവുമായി ബന്ധപ്പെട്ട് ഉയർന്ന കാര്യങ്ങളിൽ സഖാവിന്റെ കാഴ്ചപ്പാട് സംരക്ഷിക്കാനുള്ള നിലപാടാണ് സ്വീകരിച്ചത്. അല്ലാതെ അതിനകത്ത് മതവിരോധത്തിന്റെ പ്രശ്നമില്ല.

മതവിശ്വാസികളുമായി ബന്ധപ്പെട്ടുള്ള എല്ലാ തരത്തിലുള്ള ചർച്ചകൾക്കും അവരുടെ പ്രശ്നങ്ങളിൽ ന്യായമായത് പരിഹരിക്കുന്നതിനും പാർട്ടിക്ക് ഒരു ബുദ്ധിമുട്ടുമില്ല. വിശ്വാസി-അവിശ്വാസി സമരമല്ല, വർഗ സമരമാണ് പാർട്ടിയുടെ അജൻഡ. പരലോകത്തെ സമത്വസുന്ദരമായ ലോകത്തെക്കുറിച്ചാണ് മതങ്ങൾ സ്വപ്നംകണ്ടതെങ്കിൽ അത് ഈ ലോകത്ത് പ്രാവർത്തികമാക്കാനുള്ള പ്രവർത്തനമാണ് പാർട്ടി നടത്തുന്നത്. ഒരു മതവിശ്വാസിക്ക് തന്റെ കാഴ്ചപ്പാടുകളെ ഒന്നുകൂടി വികസിപ്പിച്ച് ഇഹലോകത്തുകൂടി സമത്വം സൃഷ്ടിക്കാനുള്ള സമരത്തിൽ പങ്കാളിയാകാം എന്നതാണ് കമ്യൂണിസ്റ്റ് പാർട്ടിയുമായുള്ള ബന്ധത്തിലൂടെ സംഭവിക്കുന്നത്. അല്ലാതെ മതവിരുദ്ധനാവുകയല്ല. ഈ യാഥാർഥ്യം മനസ്സിലാക്കാത്തവരാണ് ഇപ്പോൾ വിവിധ തരത്തിലുള്ള പ്രചാരണങ്ങളുമായി രംഗത്തിറങ്ങിയിരിക്കുന്നത്. ഇത്തരം നിരവധി എതിർപ്പുകളെ അതിജീവിച്ചാണ് പാർട്ടി വളർന്നത്. കമ്യൂണിസത്തിനെതിരായി യുദ്ധപ്രഖ്യാപനം നടത്തി മുന്നോട്ടുവരുന്നവർ ഈ വസ്തുതകൾ ഓർക്കുന്നത് നല്ലതാണ്.

സി പി ഐ (എം) ഉം മതന്യൂനപക്ഷങ്ങളും

കേരള രാഷ്ട്രീയത്തിൽ അടുത്തകാലത്തുണ്ടായ സുപ്രധാന മാ റ്റങ്ങളിലൊന്ന് മതന്യൂനപക്ഷങ്ങൾ സിപിഐ എമ്മിനോട് കൂടുതലായി അടുത്തുവരുന്നു എന്നതാണ്. ഇക്കഴിഞ്ഞ ലോക്സഭ-നിയമസഭ-തദ്ദേ ശ സ്വയംഭരണ തെരഞ്ഞെടുപ്പുകളിൽ അത് സുവ്യക്തമായതാണ്. 2001 ലെ നിയമസഭാ തെരഞ്ഞെടുപ്പിനുശേഷം നടന്ന എല്ലാ തെരഞ്ഞെടുപ്പു കളിലും അഭൂതപൂർവമായ വിജയമാണ് ഇടതുപക്ഷ ജനാധിപത്യമുന്ന ണിക്കുണ്ടായത്. പ്രത്യേകിച്ച് ന്യൂനപക്ഷങ്ങൾ തിങ്ങിപ്പാർക്കുന്ന സ്ഥല ങ്ങളിൽ എൽഡിഎഫ് നേടിയ വിജയം യുഡിഎഫിന്റെ എല്ലാ കണക്കു കൂട്ടലുകളെയും തെറ്റിക്കുന്നതായിരുന്നു. യുഡിഎഫിന്റെ പരമ്പരാഗത വോട്ടുബാങ്കുകൾ ഈ തെരഞ്ഞെടുപ്പുകളിൽ തകർന്നു തരിപ്പണമായി. ലോക്സഭാ തെരഞ്ഞെടുപ്പിൽ യുഡിഎഫിന് ഒരു സീറ്റേ ലഭിച്ചുള്ളൂ. അഴീക്കോട്, കൂത്തുപറമ്പ് നിയമസഭാ ഉപതെരഞ്ഞെടുപ്പുകളിൽ എൽ ഡിഎഫിന്റെ സ്ഥാനാർഥികൾക്ക് റെക്കോഡ് വിജയമാണുണ്ടായത്. ത ദ്ദേശസ്വയംഭരണ തെരഞ്ഞെടുപ്പിലും എൽഡിഎഫ് വിജയക്കുതിപ്പ് ആ വർത്തിച്ചു. ന്യൂനപക്ഷങ്ങൾ തിങ്ങിപ്പാർക്കുന്ന പ്രദേശങ്ങളിൽ ഉൾപ്പെ ടെ ഇടതുപക്ഷം വിജയക്കൊടി നാട്ടി. യുഡിഎഫിന്റെ പരമ്പരാഗതമേ ഖലകൾ അവർക്ക് നഷ്ടമായി. ഈ പ്രതിഭാസം കേരളത്തിൽ അങ്ങോള മിങ്ങോളം പ്രത്യക്ഷപ്പെട്ടു. നിയമസഭാ തെരഞ്ഞെടുപ്പിലാവട്ടെ 99 സീ റ്റോടെ എൽഡിഎഫ് ചരിത്രവിജയം നേടി. നിയമസഭാ തെരഞ്ഞെടു പ്പിൽ നേടിയ ജനപിന്തുണ തുടരുകയാണെന്ന് തിരുവമ്പാടി ഉപതെര ഞ്ഞെടുപ്പ് ഫലം തെളിയിച്ചു. നിയമസഭാ തെരഞ്ഞെടുപ്പിൽ ലഭിച്ചതി നേക്കാൾ മൂവായിരത്തിലേറെ വോട്ടുകളാണ് ന്യൂനപക്ഷങ്ങൾ തിങ്ങി പ്പാർക്കുന്ന തിരുവമ്പാടി മണ്ഡലത്തിൽ ലഭിച്ചത്. കഴിഞ്ഞ കുറച്ചുകാല

മായി ന്യൂനപക്ഷങ്ങൾ എൽഡിഎഫിനു നൽകുന്ന പിന്തുണ തുടരുക യാണെന്ന് ഈ തെരഞ്ഞെടുപ്പുഫലം അടിവരയിട്ടു. അവസാനമായി ന ടന്ന മട്ടന്നൂർ മുനിസിപ്പൽ തെരഞ്ഞെടുപ്പിലും ഈ വിജയത്തിന്റെ തുടർ ച്ചതന്നെയാണ് കാണുന്നത്. ഈ മാറ്റം ഏതു വിധേനയെങ്കിലും തകർ ക്കാൻ വലതുപക്ഷ രാഷ്ട്രീയക്കാരും ചില മാധ്യമങ്ങളും ശക്തമായ ശ്ര മവും തുടങ്ങിയിട്ടുണ്ട്. അതിന്റെ ഭാഗമായാണ് കമ്യൂണിസ്റ്റുകാർ ന്യൂന പക്ഷങ്ങൾക്കെതിരാണെന്നും അവരെ തകർക്കാൻ രഹസ്യമായ അജ ണ്ഡതന്നെ പാർടിക്കുണ്ട് എന്നുമുള്ള പ്രചാരണം.

കമ്യൂണിസ്റ്റ് പാർടിക്ക് മതവിശ്വാസം സംബന്ധിച്ച് രഹസ്യങ്ങളി ല്ല. പാർടിസമീപനം പരസ്യമാണ്. ''ഭൂരിപക്ഷമായാലും ന്യൂനപക്ഷങ്ങ ളായാലും ഓരോ സമുദായത്തിലുംപെട്ടവർക്ക് വിശ്വസിക്കുന്നതിനും അ തുപോലെതന്നെ ഒരു മതത്തിലും വിശ്വസിക്കാതിരിക്കുന്നതിനും ഏതു മതത്തിന്റെയും അനുഷ്ഠാനങ്ങൾ ചെയ്യാനും ഒരു അനുഷ്ഠാനത്തിനും ഏർപ്പെടാതിരിക്കാനുമുള്ള അവകാശം പരിരക്ഷിക്കുന്നതിനായി രാഷ്ട്ര ത്തിന്റെ സാമ്പത്തികവും രാഷ്ട്രീയവും ഭരണനിർവഹണപരവുമായ ജീ വിതത്തിൽ മതം ഏതു രൂപത്തിലും തള്ളിക്കയറുന്നതിനെതിരെ പാർടി പോരാടണം.''(പാർടി പരിപാടി, അധ്യായം 5, ഖണ്ഡിക 8ൽനിന്ന്) എന്ന കാഴ്ചപ്പാടിന്റെ അടിസ്ഥാനത്തിലാണ് പാർടി പ്രവർത്തിക്കുന്നത്.

ഇത് കാണിക്കുന്നത് ഏത് മതവിശ്വാസികളുടെയും വിശ്വാസങ്ങ ളെ സംരക്ഷിക്കാൻ പാർടി പ്രതിജ്ഞാബദ്ധമാണ് എന്നാണ്. അതുകൊ ണ്ടാണ് ന്യൂനപക്ഷ ജനവിഭാഗങ്ങൾക്കെതിരായി ആക്രമണങ്ങൾ രാജ്യ ത്തിന്റെ വിവിധഭാഗങ്ങളിൽ ഉയർന്നുവന്നപ്പോൾ അവയ്ക്കെതിരെ സ ന്ധിയില്ലാത്ത പോരാട്ടം പാർടി നടത്തിയത്. ഒളവണ്ണയിൽ കന്യാസ്ത്രീ കളെ ആർഎസ്എസ് ആക്രമിച്ചപ്പോൾ ക്രൈസ്തവ മതാധ്യക്ഷരിൽ പ ലരും ആർഎസ്എസ് എന്നു പറയാൻ തയ്യാറായില്ല. വലതുപക്ഷ മാധ്യ മങ്ങൾ അക്രമികൾ എന്നുമാത്രം വിശേഷിപ്പിച്ചപ്പോൾ സിപിഐ എമ്മാ ണ് ആർഎസ്എസിന്റെ പേരെടുത്തു പറഞ്ഞ് അവരെ ജനമധ്യത്തിൽ തുറന്നുകാട്ടാൻ തയ്യാറായത്. ഇത്തരം ആക്രമണം നടത്തുന്ന സംഘപ രിവാർശക്തികളെ അധികാരത്തിൽനിന്ന് മാറ്റിനിർത്താനാണ് സിപിഐെ എം യുപിഎ സർക്കാരിന് മന്ത്രിസഭയിൽ ചേരാതെതന്നെ പിന്തുണ നൽ കിയിട്ടുമുള്ളത്. രാജ്യത്ത് എവിടെയും വിശ്വാസികൾക്ക് അവരുടെ വി ശ്വാസങ്ങൾ നടത്തുന്നതിന് തടസ്സമുണ്ടായാൽ വിശ്വാസികളുടെ ഭാഗ ത്തുനിന്ന് പോരാടാനും പാർടി പ്രതിജ്ഞാബദ്ധമാണ്.

മതവിശ്വാസികൾ അവരുടെ വിശ്വാസങ്ങൾ പുലർത്തുന്നതുപോ ലെ, വിശ്വാസമില്ലാത്തവർക്കും അങ്ങനെ ജീവിക്കുന്നതിനുള്ള അവകാ ശമുണ്ട്. അത് സംരക്ഷിക്കാനും പാർടി പ്രതിജ്ഞാബദ്ധമാണ്. അതി നെ വികൃതപ്പെടുത്താനുള്ള ശ്രമത്തിനെതിരെ പോരാടുക എന്നതും പാർ ടി നയസമീപനത്തിന്റെ ഭാഗംതന്നെയാണ്. കമ്യൂണിസ്റ്റുകാർ മതവിശ്വാ സത്തെ ബഹുമാനിക്കാൻ തയ്യാറാകുന്നതുപോലെ മതത്തിൽ വിശ്വസി

ക്കാത്തവരെയും അംഗീകരിക്കാനുള്ള ജനാധിപത്യപരമായ ബോധം മ
തവിശ്വാസികൾക്കും വളർന്നുവരേണ്ടതുണ്ട്. അത്തരത്തിലുള്ള പരസ്
പരബന്ധത്തിന്റെ അടിസ്ഥാനത്തിൽ ജനകീയ പ്രശ്നങ്ങളിൽ യോജി
ച്ചു മുന്നോട്ടുപോവുകയാണ് വേണ്ടത്. ലാറ്റിനമേരിക്കൻ രാജ്യങ്ങളിലുൾ
പ്പെടെ ജനകീയാവശ്യങ്ങൾക്കുവേണ്ടി ഇത്തരം മുന്നണികൾ രൂപപ്പെട്ടു
കൊണ്ടിരിക്കുന്ന കാലഘട്ടമാണിത്. കമ്യൂണിസ്റ്റ് പാർടിയെ പിന്തുണയ്
ക്കുന്നവരിലും ഏറെ മതവിശ്വാസികൾ ഉണ്ടെന്ന യാഥാർഥ്യം നാം കാ
ണേണ്ടതുണ്ട്. അതുകൊണ്ട് വിശ്വാസം ആരുടെയും കുത്തകയുമല്ല.

സ. മത്തായി ചാക്കോ മരിക്കുമ്പോൾ പാർടി സംസ്ഥാന കമ്മിറ്റി
അംഗവും തിരുവമ്പാടിയിലെ ജനപ്രതിനിധിയുമായിരുന്നു. വലതുപക്ഷ
ത്തിന്റെ ശക്തികേന്ദ്രമായ തിരുവമ്പാടിയിൽ വിജയംനേടാൻ ഇടയാക്കി
യ ഒരു സുപ്രധാന ഘടകം സഖാവ് ഉണ്ടാക്കിയെടുത്ത അംഗീകാരംകൂ
ടിയാണ്. ജനങ്ങളുടെ ജീവിതപ്രശ്നങ്ങൾ പരിഹരിക്കുന്നതിനുവേണ്ടി
യുള്ള ശക്തമായ പോരാട്ടാണ് ജീവിതത്തിലുടനീളം സഖാവ് നടത്തിയ
ത്. അതാണ് എല്ലാ വിഭാഗത്തിൽപ്പെട്ടവരുടെയും നേതാവായി ചാക്കോ
യെ ഉയർത്തിയത്. വ്യക്തിജീവിതത്തിൽ കമ്യൂണിസ്റ്റ് മൂല്യങ്ങൾ ഉയർ
ത്തിപ്പിടിക്കുന്നതിന് ശ്രദ്ധാലുവുമായിരുന്നു മത്തായി ചാക്കോ. സഖാവി
ന്റെ മരണത്തിനുശേഷം നടന്ന ഉപതെരഞ്ഞെടുപ്പിൽ സഖാവിന്റെ ശവ
സംസ്കാരവുമായി ബന്ധപ്പെട്ട ചില കള്ളക്കഥകൾ രാഷ്ട്രീയ താൽപ്പ
ര്യംവച്ച് യുഡിഎഫ് പ്രചരിപ്പിച്ചിരുന്നു. ഈ വസ്തുത കടുത്ത കമ്യൂ
ണിസ്റ്റ് വിരോധം പ്രചരിപ്പിക്കുന്ന മാതൃഭൂമി ദിനപത്രംതന്നെ വ്യക്തമാ
ക്കിയിട്ടുണ്ട്. ഒക്ടോബർ 15-ാം തീയതി മാതൃഭൂമി ആദ്യപേജിൽതന്നെ
പ്രസിദ്ധീകരിച്ച 'സി.പി.ഐ (എം) ഉം ക്രൈസ്തവ സഭയും ഏറ്റുമുട്ടലി
ലേക്ക്' എന്ന വാർത്തയിൽ ഇങ്ങനെ പറയുന്നു: ''മത്തായി ചാക്കോ അ
ന്ത്യകൂദാശ സ്വീകരിച്ചു എന്ന വാദം അദ്ദേഹത്തിന്റെ മരണത്തിനുശേ
ഷം നടന്ന തിരുവമ്പാടി ഉപതെരഞ്ഞെടുപ്പിലാണ് ആദ്യം ഉയർന്നുവന്ന
ത്. അദ്ദേഹത്തെ പള്ളിയിൽ അടക്കംചെയ്യാതെ പാർടി ഓഫീസിനുമു
ന്നിൽ സംസ്കരിച്ചത് ചർച്ചയായിരുന്നു. ഇതിനെ ക്രൈസ്തവർക്കിടയിൽ
യു.ഡി.എഫ് അനുകൂല മനോഭാവമുണ്ടാക്കാനും ശ്രമം നടന്നതാണ്.''
ഇതിൽനിന്ന്, തെരഞ്ഞെടുപ്പുഘട്ടത്തിൽതന്നെ ഇപ്പോൾ പ്രചരിപ്പിക്കുന്ന
കാര്യങ്ങൾ യുഡിഎഫിനുവേണ്ടി പ്രചരിപ്പിക്കപ്പെട്ടിരുന്നു എന്നത് വ്യ
ക്തമാണ്. അത് തള്ളിക്കളഞ്ഞാണ് ഇടതുപക്ഷജനാധിപത്യമുന്നണിക്ക്
തിരുവമ്പാടി ഉപതെരഞ്ഞെടുപ്പിൽ മുൻ തെരഞ്ഞെടുപ്പിനേക്കാൾ മൂവാ
യിരത്തിലേറെ വോട്ട് കൂടുതൽ നൽകി ജനങ്ങൾ വിജയം സമ്മാനിച്ചത്.
അന്ന് നട്ടിട്ടും കിളിർക്കാതെപോയ നുണ വീണ്ടും മുളപ്പിക്കാനുള്ള ശ്രമ
മാണ് തിരുവമ്പാടിയിൽ നടന്നത്.

2007 സെപ്തംബർ 8ന് തിരുവമ്പാടി ഫെറോനയുടെ നേതൃത്വത്തിൽ
ന്യൂനപക്ഷ സംരക്ഷണ റാലി നടന്നു. അവിടെ ബിഷപ്പ് മാർ പോൾ ചി
റ്റിലപ്പള്ളി നടത്തിയ പ്രസംഗം മലയാള മനോരമ ഇങ്ങനെ റിപ്പോർട്ട്

ചെയ്യുന്നു: ''തിരുവമ്പാടിയിലെ ഉപതെരഞ്ഞെടുപ്പുവിജയം കണ്ട് വിശ്വാ സികൾ കമ്മ്യൂണിസ്റ്റുകളായെന്ന് ആരും കരുതരുതെന്ന് പൊതുസമ്മേ ളനത്തിൽ ബിഷപ്പ് മാർപോൽ ചിറ്റിലപ്പള്ളി വ്യക്തമാക്കി. മരിക്കുന്നതി നുമുമ്പ് അന്ത്യകൂദാശകൾ സ്വബോധത്തോടെ സ്വീകരിച്ച മത്തായി ചാ ക്കോയെ പാർട്ടി ഓഫീസിൽ സംസ്കരിച്ച് വിശ്വാസിസമൂഹത്തെ അപ മാനിച്ച പാർട്ടി നേതൃത്വം മാപ്പ് പറയണമെന്നും ബിഷപ്പ് പറഞ്ഞു. പാ ർട്ടിപ്പദ്ധതിയുടെ മറവിൽ നിരീശ്വരവാദവും ലൈംഗിക അരാജകത്വവും സ്കൂളുകളിൽ എത്തിക്കാൻ ശ്രമിക്കുകയാണ് സർക്കാർ.'' ഇത്തര ത്തിൽ, വിശ്വാസികൾ കമ്യൂണിസ്റ്റുകളായിപ്പോയി എന്നതിലുള്ള ഭയ പ്പാട് വ്യക്തമാക്കിയാണ് ബഹുമാനപ്പെട്ട ബിഷപ്പ് സംസാരിച്ചത്. മാ ത്രമല്ല, സ്വബോധത്തോടെ അന്ത്യകൂദാശകൾ സ്വീകരിച്ച മത്തായി ചാ ക്കോയെ പാർട്ടി ഓഫീസിൽ സംസ്കരിച്ച് വിശ്വാസിസമൂഹത്തെ അ പമാനിച്ചു എന്ന് പ്രഖ്യാപിച്ച് അവിടത്തെ ക്രൈസ്തവ മതവിശ്വാസി കളെ പാർട്ടിക്കെതിരെ തിരിച്ചുവിടാനുള്ള പരിശ്രമവുമാണ് നടത്തിയ ത്. തിരുവമ്പാടി ഉപതെരഞ്ഞെടുപ്പിൽ യുഡിഎഫ് ഉയർത്തുകയും ജ നങ്ങൾ തള്ളിക്കളയുകയുംചെയ്ത മുദ്രാവാക്യം വീണ്ടും ഏറ്റുപാടു കയാണ് ഇവിടെ ഉണ്ടായത് എന്നു വ്യക്തം. മാർ മാത്യു അറയ്ക്കൽ അവകാശപ്പെടുന്നതുപോലെ അദ്ദേഹത്തിന്റെയും മറ്റു ബിഷപ്പുമാരട ക്കം അനേകരുടെയും ആചാര്യനും ഗുരുസ്ഥാനീയനുമായ മാർ പോൾ ചിറ്റിലപ്പള്ളി ഈ രീതിയിൽ കമ്യൂണിസ്റ്റ് വിരുദ്ധ പ്രചാരകനായത് എ ന്തുകൊണ്ട്? അദ്ദേഹത്തിന്റെ സ്ഥാനവും പദവിയും അംഗീകാരവും ക മ്യൂണിസ്റ്റ് വിരുദ്ധ രാഷ്ട്രീയ പ്രചാരണത്തിനായി ഉപയോഗിക്കുകയല്ലേ ഉണ്ടായത്?

മത്തായി ചാക്കോയുടെ ശവസംസ്കാരവുമായി ബന്ധപ്പെട്ട് ഇത്ത രം അപവാദമുയർത്തിയ പ്രദേശത്ത് ചാക്കോയുടെ ഒന്നാം ചരമവാർഷി കത്തിൽ നടന്ന പരിപാടിയിൽ ഈ സമീപനത്തെ തുറന്നുകാട്ടുകയാ ണ് ഞാൻ ചെയ്തത്. പാർട്ടി സംസ്ഥാന കമ്മിറ്റി അംഗമായി ധന്യമായ കമ്യൂണിസ്റ്റ് ജീവിതം നയിച്ച ഒരു സഖാവിന്റെ ജീവിതത്തെ വളച്ചൊടി ച്ച് അവതരിപ്പിച്ചതിനെ കമ്യൂണിസ്റ്റ് സാഹോദര്യത്തിന്റെ ഭാഗമായി തുറ ന്നുകാട്ടുകയാണ് ചെയ്തത്. പാർട്ടിക്കുവേണ്ടി ജീവിതം ഉഴിഞ്ഞുവച്ച സഖാവിനെപ്പറ്റി കള്ളക്കഥകൾ മെനഞ്ഞ് പാർട്ടിയെ അപകീർത്തിപ്പെടു ത്താനുള്ള നീക്കത്തിനെതിരെ നിലപാടെടുക്കേണ്ടത് പാർട്ടി സെക്രട്ടറി എന്ന നിലയിൽ എന്റെ ഉത്തരവാദിത്തമാണ്. ഈ നിലപാട് എന്തു പ്ര ചാരവേല നടത്തിയാലും ഉപേക്ഷിക്കുന്ന പ്രശ്നമില്ല. സത്യം തുറന്നു കാട്ടി മുന്നോട്ടു പോകുകതന്നെ ചെയ്യും. അത് സഖാവിനോടും പാർട്ടി യോടും ഞാൻ ചെയ്യേണ്ട ഉത്തരവാദിത്തവുമാണ്.

ചാക്കോ സ്വബോധത്തോടെ അന്ത്യകൂദാശ സ്വീകരിച്ചില്ല എന്ന കാ ര്യം അന്ത്യകൂദാശ നൽകി എന്ന് പറയുന്ന ആൾതന്നെ വ്യക്തമാക്കിയി ട്ടുള്ളതാണ്. മാതൃഭൂമി ഒക്ടോബർ 15 ന് ഈ വാർത്ത പ്രസിദ്ധീകരിച്ചി

ട്ടുണ്ട്. "രോഗബാധിതനായ സമയത്ത് അബോധാവസ്ഥയിലാണ് മത്താ
യി ചാക്കോയ്ക്ക് അന്ത്യകൂദാശ നൽകിയതെന്ന് വ്യക്തമായി." അന്ത്യ
കൂദാശ നൽകി എന്ന അവകാശപ്പെടുന്ന ഫാദർ ജോസ് കോട്ടയിൽത
ന്നെയാണ് ഇക്കാര്യം വ്യക്തമാക്കിയതെന്ന് പത്രം തുടർന്ന് രേഖപ്പെടു
ത്തുന്നുണ്ട്.

മത്തായി ചാക്കോയുടെ സഹോദരൻ എ എം തോമസ് ഈ പ്രശ്
നം സംബന്ധിച്ച് സെപ്തംബർ 12ന് ഒരു വക്കീൽ നോട്ടീസ് മാർ ചി
റ്റിലപ്പള്ളിക്കെതിരെ അയച്ചിരുന്നു. അതിനുള്ള മറുപടിയിലും മത്തായി
ചാക്കോ അബോധാവസ്ഥയിലാണെന്ന് സമ്മതിച്ചിട്ടുള്ളതാണ്. വസ്തു
ത ഇതായിരിക്കെ സ്വബോധത്തോടെ അന്ത്യകൂദാശ സ്വീകരിച്ച ഒരാളെ
പാർടി ഓഫീസിൽ സംസ്കരിച്ചു എന്ന് കള്ളം പറഞ്ഞ് മതവിശ്വാസിക
ളെ കമ്യൂണിസ്റ്റ് പ്രസ്ഥാനത്തിൽ നിന്ന് അകറ്റാമെന്ന താൽപ്പര്യത്തോ
ടെ പ്രസംഗിച്ചാൽ അതിനെതിരെ സംസാരിക്കുന്നത് എങ്ങനെയാണ് മ
തവിരുദ്ധമാവുക? ഇതിന് ഉത്തരം നൽകേണ്ട ഉത്തരവാദിത്തം ഈ ക
ള്ളം പ്രചരിപ്പിക്കുന്നവർക്കുതന്നെയാണ്.

കുടുംബാംഗങ്ങൾ ക്ഷണിച്ചതുകൊണ്ടാണ് വന്നതെന്ന പ്രചാരണ
വും ഇതിന് സമാന്തരമായി ഇപ്പോൾ ഉയർന്നുവന്നിട്ടുണ്ട്. എന്നാൽ മര
ണം പ്രതീക്ഷിക്കാത്ത തങ്ങൾ അന്ത്യകൂദാശയ്ക്ക് പുരോഹിതനെ ക്ഷ
ണിക്കുന്ന ചോദ്യംപോലും ഉദിക്കുന്നില്ലെന്ന് കുടുംബാംഗങ്ങൾ വ്യക്ത
മാക്കിയിട്ടുണ്ട്. ചാക്കോയുടെ സഹോദരൻ ഇത്തരം പ്രചാരണങ്ങൾക്കെ
തിരെ വക്കീൽനോട്ടീസ് അയച്ചു എന്നു പറയുമ്പോൾ അവരുടെ സമീപ
നമെന്താണ് എന്ന് വ്യക്തമാണ്. മത്തായി ചാക്കോയെ നന്നായി അറി
യാവുന്ന കുടുംബാംഗങ്ങൾ സഖാവിന്റെ കാഴ്ചപ്പാടും അഭിപ്രായവും
മാനിച്ച് ശവസംസ്കാരം പൊതുസ്ഥലത്ത് നടത്തുന്നതിന് സ്വമനസ്സാ
തയ്യാറാവുകയാണുണ്ടായത്. തന്റെ സഹപ്രവർത്തകരോടും ചാക്കോ
തന്നെ ഈ ആഗ്രഹം പറഞ്ഞിരുന്നു. ഈ ആഗ്രഹമാണ് പാർടി നിറവേ
റ്റിയത്. ജീവിതാന്ത്യംവരെ കമ്യൂണിസ്റ്റ് പാർടിക്കുവേണ്ടി പ്രവർത്തിക്കു
കയും അതിന്റെ നേതൃനിരയിലേക്ക് ഉയർന്നുവരികയും ചെയ്ത ഒരു
സഖാവിന്റെ ജീവിതത്തെക്കുറിച്ച് കള്ളക്കഥകൾ പ്രചരിപ്പിച്ച് പാർടിക്കെ
തിരെ പ്രചാരവേല നടത്താനുള്ള ഹീനശ്രമത്തെ ഒരു കാരണവശാലും
അംഗീകരിക്കാനാവുന്നതല്ല. മത്തായി ചാക്കോയെ സ്നേഹിക്കുന്ന വി
വിധ ജനവിഭാഗങ്ങളിൽപ്പെട്ട ആളുകൾ അവരുടേതായ രീതിയിൽ ചാ
ക്കോയുടെ ആയുരാരോഗ്യത്തിനുവേണ്ടി പ്രവർത്തിച്ചിട്ടുണ്ടാവാം. അതും
അവരുടെ വ്യക്തിപരമായ ആഗ്രഹത്തിന്റെയും താൽപ്പര്യത്തിന്റെയും ഫ
ലമായുണ്ടായതാണ്.

സഭയ്ക്ക് സംഭവിക്കുന്ന പോരായ്മകൾ തിരുത്തുന്ന കാര്യത്തിൽ
ജോൺ പോൾ രണ്ടാമൻ മാർപാപ്പ മുന്നോട്ടുവച്ച സമീപനം ഈ അവ
സരത്തിൽ ഓർമിക്കുന്നത് നന്ന്. റെഡ് ഇന്ത്യൻസിന് എതിരായി നട

ത്തിയ അതിക്രമങ്ങൾ തടയുന്ന കാര്യത്തിലും ആഫ്രിക്കയിലെ അടി മവ്യാപാരത്തിനെതിരെ നിലപാട് എടുക്കുന്നതിലും സഭയ്ക്ക് പോരായ് മ വന്നിട്ടുണ്ടെന്ന് തുറന്നുപറയുന്നതിനുള്ള ആർജവം അദ്ദേഹത്തിനു ണ്ടായി. ഈ മാതൃക ഏവർക്കും അനുകരിക്കാവുന്നതാണ്.

കേരളത്തിലെ, മതത്തിന്റെ പേരുപറഞ്ഞ് വിദ്യാഭ്യാസ സ്ഥാപന ങ്ങൾ നടത്തുന്ന പലരും തന്നെ പറഞ്ഞ് വഞ്ചിക്കുകയാണ് ചെയ്തതെ ന്ന് പറഞ്ഞത് കേരളത്തിലെ മുഖ്യമന്ത്രിയായിരുന്ന ശ്രീ എ കെ ആന്റ ണിയാണ്. സ്വാശ്രയകോളേജിലെ വിദ്യാർഥിപ്രവേശനത്തിൽ 50 ശത മാനം മെറിറ്റ് നൽകാമെന്ന ഉറപ്പ് പിന്നീട് ലംഘിക്കുകയാണ് ഉണ്ടായ തെന്ന് ആന്റണി പത്രങ്ങളോട് പരസ്യമായി പ്രഖ്യാപിച്ചിട്ടുള്ളതാണ്. ഈ കാര്യത്തെ സംബന്ധിച്ച് ആരാണ് നുണ പറഞ്ഞതെന്ന് വ്യക്തമാക്കാ നുള്ള ബാധ്യത അന്ന് മന്ത്രിസഭയിലെ അംഗങ്ങളായിരുന്ന കെ എം മാ ണിക്കും കുഞ്ഞാലിക്കുട്ടിക്കുമുണ്ട്. ഇതിൽ ആരാണ് മാപ്പ് പറയേണ്ട തെന്ന് അവർ വ്യക്തമാക്കട്ടെ. മതവിശ്വാസത്തെ എല്ലാ അർഥത്തിലും സിപിഐ എം ബഹുമാനിക്കുന്നു. എന്നാൽ, മതത്തിന്റെ പേരുപറഞ്ഞ് വലതുപക്ഷ രാഷ്ട്രീയ അജൻഡയും തങ്ങളുടെ സ്ഥാപിത താൽപ്പര്യ ങ്ങളും നടപ്പാക്കിക്കളയാമെന്ന് ആരെങ്കിലും പറഞ്ഞാൽ അത് കേരള ത്തിൽ നടപ്പുള്ള കാര്യമല്ല. വിശ്വാസികൾതന്നെ ഇതിനെതിരെ രംഗപ്ര വേശം ചെയ്യുമെന്നതാണ് കേരളത്തിന്റെ അനുഭവം. എന്നാൽ, ന്യായമാ യ ആശങ്കകളെ ചർച്ചചെയ്യാനും പരിഹരിക്കാനും എന്നും പാർടി സന്ന ദ്ധവുമാണ്.

വിമോചനസമരത്തിന്റെയും മറ്റും പേരുപറഞ്ഞ് ഈ സർക്കാരിനെ തിരെ രംഗപ്രവേശംചെയ്ത് നോട്ടീസുകളും മറ്റും വിതരണംചെയ്ത ആ ളുകൾ ഇവിടെയുണ്ട്. അവ എന്തുകൊണ്ടാണ് ജനപിന്തുണ നേടാതെ പോയത് എന്ന് ഈ അവസരത്തിൽ ആലോചിക്കുന്നത് നല്ലതാണ്. വി ദ്യാഭ്യാസമേഖലയിൽ മതവിശ്വാസത്തെ ഹനിക്കാനോ വിശ്വാസികളെ ദ്രോഹിക്കാനോ ഉള്ള ഒരു നിലപാടും സർക്കാർ സ്വീകരിച്ചില്ലെന്നിരിക്കെ അത്തരം പ്രചാരവേലകൾ നടത്തി മുന്നോട്ടുപോകുന്നവരുടെ പിന്നിലു ള്ള രാഷ്ട്രീയലക്ഷ്യം ജനങ്ങൾ തിരിച്ചറിയുകതന്നെചെയ്യും. തിരുവമ്പാ ടിയിൽ ഇത്തരം നുണകൾ പ്രചരിപ്പിച്ചിട്ടും എന്തു സംഭവിച്ചു എന്ന് കേ രളം കണ്ടതാണ്. കുറച്ചാളുകളെ അൽപ്പകാലം വഞ്ചിക്കാൻ പറ്റും. എ ന്നാൽ, എല്ലാവരെയും എക്കാലവും വഞ്ചിച്ച് നിർത്താമെന്ന് വ്യാമോഹി ക്കരുത്. അത്തരം വ്യാമോഹക്കാർ ചരിത്രത്തിന്റെ ചവറ്റുകൊട്ടയിൽ സ്ഥാ നംപിടിച്ചതാണ് കേരളത്തിന്റെ അനുഭവം.

വിശ്വാസികളെ അകറ്റാമെന്ന ദുർമോഹം

എൽ ഡി എഫ് ഗവൺമെന്റ് അധികാരത്തിലേറിയാൽ ജനങ്ങളിൽ പലതരത്തിൽ അതൃപ്തി രൂപംകൊള്ളുമെന്നും അത് എൽഡിഎഫിനെ ദുർബലമാക്കുമെന്നുമായിരുന്നു യുഡിഎഫ് കണക്കുകൂട്ടൽ. എന്നാലി പ്പോൾ, യുഡിഎഫിന്റെ വോട്ട് ബാങ്കിലുണ്ടായ തകർച്ച പെട്ടെന്ന് നിക ത്താനാകുന്നതല്ലെന്ന് അവർക്കു ബോധ്യമായിരിക്കുന്നു. 2001 നുശേഷം കേരളരാഷ്ട്രീയം പരിശോധിച്ചാൽ എൽഡിഎഫിന് വലിയ മുന്നേറ്റമുണ്ടാ ക്കാൻ കഴിഞ്ഞു എന്നു കാണാനാകും. മതന്യൂനപക്ഷങ്ങളിൽ പൊതു വെ എൽഡിഎഫിനോട് ആഭിമുഖ്യം കൂടിയത് യുഡിഎഫിനു പൊരു ത്തപ്പെടാനാകുന്നതല്ല. ഇത് യുഡിഎഫിന്റെ നിലനിൽപ്പിനെ ബാധിക്കു മെന്നറിഞ്ഞുകൊണ്ട് നഷ്ടപ്പെട്ടുപോയ സ്വാധീനം തിരിച്ചുപിടിക്കാനുള്ള ഭഗീരഥശ്രമത്തിലാണ് യുഡിഎഫ് ഏർപ്പെട്ടിരിക്കുന്നത്. തിരുവമ്പാടിയിൽ നടന്ന ഉപതെരഞ്ഞെടുപ്പുവേളയിൽ യുഡിഎഫ് കൊണ്ടുപിടിച്ചു ശ്രമി ച്ചെങ്കിലും എൽഡിഎഫ് നില മെച്ചപ്പെടുത്തുകയാണുണ്ടായത്.

മതന്യൂനപക്ഷങ്ങളിൽ ക്രൈസ്തവ വിഭാഗത്തിൽ കേന്ദ്രീകരിച്ചാണ് യുഡിഎഫ് കരുനീക്കുന്നത്. സ്വാശ്രയ പ്രൊഫഷണൽ കോളേജുകൾ വിദ്യാഭ്യാസക്കച്ചവടകേന്ദ്രങ്ങളാക്കി മാറ്റിയത് യുഡിഎഫാണ്. അക്കാല ത്ത് ഗവൺമെന്റിനു നേതൃത്വംകൊടുത്ത എ കെ ആന്റണി സ്വാശ്രയ പ്രൊ ഫഷണൽ കോളേജ് പ്രശ്നത്തിൽ ബിഷപ്പുമാർ വഞ്ചിച്ചു എന്നുവരെ പ റയുകയുണ്ടായി. വിദ്യാഭ്യാസമേഖലയിലെ കൊള്ളലാഭം അവസാനിപ്പി ക്കണമെന്ന മാൻഡേറ്റാണ് കഴിഞ്ഞ നിയമസഭാ തെരഞ്ഞെടുപ്പിൽ ജന ങ്ങൾ എൽഡിഎഫിനു നൽകിയത്. അതിനനുസൃതമായ നടപടികൾ എൽ ഡിഎഫ് ഗവൺമെന്റ് സ്വീകരിച്ചു. ഇക്കാര്യത്തിൽ നിയമസഭ ഏകകണ്ഠ മായി നിയമം പാസാക്കി.

നിയമസഭ ഏകകണ്ഠമായി അംഗീകരിച്ച നിയമത്തെ ഏതാനും മാ നേജ്മെന്റുകൾ ചോദ്യംചെയ്തു. കോടതി നിയമത്തിന്റെ ചിറകുകൾ അ രിഞ്ഞു. നിയമത്തിനെ ചോദ്യംചെയ്യാൻ ആദ്യംമുതലേ തയ്യാറായ ചില കത്തോലിക്കാ മാനേജ്മെന്റുകൾ നിയമത്തിനെതിരെ സഭാവിശ്വാസിക ളുടെ പിന്തുണ ലഭിക്കുന്നതിന് നീക്കംതുടങ്ങി. മതന്യൂനപക്ഷത്തിൽ സ്വാ ധീനം ഉറപ്പിക്കാൻ ശ്രമിക്കുന്ന യുഡിഎഫ് ഇതൊരു നല്ല അവസരമായി കണ്ട് അവർകൂടി പിന്താങ്ങി പാസാക്കിയ നിയമത്തിനെതിരെ അണിനി രന്നു. ക്രൈസ്തവസഭകളിൽ മിക്കതും ഈ നീക്കത്തോട് യോജിച്ചില്ല. ചില സഭകൾ തുറന്നെതിർക്കുകയുംചെയ്തു. പൊതുസമൂഹം ഗവൺ മെന്റ് കൊണ്ടുവന്ന നിയമത്തെ അനുകൂലിക്കുകയും നിയമത്തെ എതിർ ക്കുന്നവർ ദയനീയമായി ഒറ്റപ്പെടുകയുംചെയ്തു. സമൂഹത്തിലെ പാവ പ്പെട്ടവർക്കു ഗുണംലഭിക്കുന്ന നിയമത്തെ എതിർക്കാൻ ക്രൈസ്തവരി ലെ മഹാഭൂരിപക്ഷവും തയ്യാറായില്ല. സ്വന്തം കുട്ടിയുടെ പ്രവേശനത്തി നു കനത്ത ക്യാപ്പിറ്റേഷൻ ഫീ നൽകേണ്ടിവന്ന കുടുംബങ്ങൾ ക്രൈസ് തവ വിഭാഗത്തിൽ ധാരാളമുണ്ടായിരുന്നു.

ഗവൺമെന്റ് വിരുദ്ധനീക്കം പാളിപ്പോയപ്പോൾ അതിനു നേതൃത്വം കൊടുത്ത, കോഴവേണമെന്നു നിർബന്ധമുള്ള സ്വാശ്രയ മാനേജ്മെന്റ് താൽപ്പര്യക്കാരും (എല്ലാ സ്വാശ്രയ മാനേജ്മെന്റുകളും ആ അഭിപ്രായ ക്കാരല്ല) യുഡിഎഫും കൂടി അടുത്ത പരിപാടി ആസൂത്രണംചെയ്തു. അതിന്റെ ഭാഗമായി മതവിശ്വാസത്തിന് രക്ഷയില്ലാത്ത നാടായി കേരള ത്തെ എൽഡിഎഫ് മാറ്റുന്നു എന്ന പ്രചാരണം ആരംഭിച്ചു. അതിനുപ യോഗിച്ചത് പൂർണമായും വസ്തുതാവിരുദ്ധമായ കാര്യങ്ങളായിരുന്നു. പാ ഠപുസ്തകങ്ങളിൽ നിരീശ്വരവാദം കുത്തിക്കയറ്റുന്നു എന്നാണാരോപിച്ച ത്. ഇത് വിശ്വാസികളെ രോഷാകുലരാക്കി രംഗത്തിറക്കാനായിരുന്നു. അ തോടൊപ്പം വിദ്യാലയങ്ങളിലുള്ള തിരുരൂപങ്ങൾ നീക്കംചെയ്യാൻ ഗവൺ മെന്റ് നീങ്ങുന്നു എന്നും പ്രചരിപ്പിച്ചു. പള്ളി മാനേജ്മെന്റിലുള്ള വിദ്യാ ലയങ്ങൾ പഞ്ചായത്തിന് കൈമാറാനുള്ള നിയമഭേദഗതി ഗവൺമെന്റ് കൊണ്ടുവന്നിരിക്കുന്നു എന്നും പറഞ്ഞു.

തെറ്റിദ്ധാരണയുടെ ഭാഗമായി ഉന്നയിച്ചതല്ല ഇതിൽ ഏതെങ്കിലും കാര്യം. തീർത്തും വസ്തുതാവിരുദ്ധമായ കാര്യം ബോധപൂർവം ഉന്നയി ക്കുകയായിരുന്നു. യുഡിഎഫ് രാഷ്ട്രീയ താൽപ്പര്യാർഥം ഈ കള്ളപ്രചാ രവേലയ്ക്ക് നേതൃത്വംവഹിക്കാൻ കമ്യൂണിസ്റ്റ് വിരുദ്ധരായ ചില കത്തോ ലിക്കാ പുരോഹിതരും തയ്യാറായി. ന്യൂനപക്ഷ സംരക്ഷണറാലി എന്ന പേരിൽ സംഘടിപ്പിച്ച പരിപാടിയിൽ കമ്യൂണിസ്റ്റ് വിരുദ്ധജ്വരം ബാധിച്ച ചിലർ തിമിർത്താടുകയയായിരുന്നു. ഏതെങ്കിലും ഒരു പാഠപുസ്തകത്തി ലെ ഒരു വരിയെങ്കിലും നിരീശ്വരവാദത്തിന്റെ ഉദാഹരണമായി ചൂണ്ടിക്കാ ണിക്കാൻ ഇവർക്കായില്ല. ഏതെങ്കിലും ഒരു വിദ്യാലയത്തിൽ തിരുരൂപം നീക്കംചെയ്തതായോ, നീക്കംചെയ്യാൻ ശ്രമിച്ചതായോ ഉദാഹരണമായി പറയാൻ പറ്റിയില്ല. സ്കൂൾ മാനേജ്മെന്റുകൾ അതത് മാനേജ്മെന്റിൽത

ന്നെ നിക്ഷിപ്തമാണെന്നും സ്കൂളിലെ അധ്യയനകാര്യങ്ങളിലോ മാനേ
ജ്മെന്റിലോ തദ്ദേശ സ്വയംഭരണ സ്ഥാപനങ്ങൾക്ക് ഒരധികാരവും എൽ
ഡിഎഫ് ഗവൺമെന്റ് കൈമാറിയിട്ടില്ലെന്നും ഇക്കൂട്ടർക്ക് പൂർണബോ
ധ്യമുള്ളതുമാണ്. ഇത്തരമൊരു സാഹചര്യത്തിൽ എന്തിന് ഒരു ഗവൺ
മെന്റ് വിരുദ്ധനീക്കത്തിന് ചില കത്തോലിക്കാപുരോഹിതർ കൂട്ടുനിന്നു
എന്നത് അവർതന്നെ വ്യക്തമാക്കേണ്ടതാണ്.

കമ്യൂണിസ്റ്റ് വിരുദ്ധ നിലപാട് കടുത്ത രീതിയിൽ സ്വീകരിച്ച ഘട്ട
ത്തിൽ കമ്യൂണിസ്റ്റ് പ്രസ്ഥാനത്തിന്റെ വളർച്ച തടയുന്നതിന് ആകാവുന്ന
തെല്ലാം സഭ ചെയ്തിരുന്നു എന്നത് പഴയ ചരിത്രം. കമ്യൂണിസ്റ്റുകാർ മര
ണപ്പെട്ടാൽ തെമ്മാടിക്കുഴിയിലേക്ക് എടുപ്പിച്ചത് അതിന്റെ ഭാഗമായിരു
ന്നു. ക്രൈസ്തവ വിഭാഗത്തിൽനിന്ന് കമ്മ്യൂണിസ്റ്റായവർക്ക് പല രീതി
യിലുള്ള എതിർപ്പുകളും നേരിടേണ്ടിവന്നിരുന്നു. അതെല്ലാം നേരിട്ടാണ്
അന്ത്യനിമിഷംവരെ കമ്മ്യൂണിസ്റ്റായി ആദ്യകാല കമ്മ്യൂണിസ്റ്റുകാർ ജീവി
ച്ചത്. അവർ സഭയുടെയടക്കം ബഹുമാനംനേടിയത് കറകളഞ്ഞ പൊ
തുപ്രവർത്തനത്തിന്റെ ഫലമായാണ്. അതുകൊണ്ടുതന്നെയാണ് കമ്യൂണി
സ്റ്റ് വിരുദ്ധമുന്നണിയുടെ നേതാവായ ഫാദർ വടക്കൻ കമ്മ്യൂണിസ്റ്റ് നേ
താവ് എ കെ ജിയോടൊപ്പം ചേരാൻ തയ്യാറായത്. പീഡനമനുഭവിക്കുന്ന
ക്രൈസ്തവരുടെ രക്ഷയ്ക്ക് കമ്യൂണിസ്റ്റ് പാർടിയാണ് എത്തുന്നത് എ
ന്ന തിരിച്ചറിവാണ് ഇവിടെ കമ്യൂണിസ്റ്റ് വിരുദ്ധ മുന്നണിക്ക് ബലംകിട്ടാ
തെ പോയതിന്റെ കാരണങ്ങളിലൊന്ന്.

മത്തായി ചാക്കോ അന്ത്യനിമിഷംവരെ ധന്യമായ കമ്യൂണിസ്റ്റ് ജീ
വിതമാണ് നയിച്ചിരുന്നത്. മത്തായി ചാക്കോയുടെ ശവസംസ്കാരം തി
രുവമ്പാടി പാർടി ഓഫീസിനോടു ചേർന്ന സ്ഥലത്താണ് നടത്തിയത്. ഇ
ത് ഉപതെരഞ്ഞെടുപ്പിൽ യുഡിഎഫ് വിശ്വാസികളുടെ വോട്ട് സമ്പാദി
ക്കാൻ വലിയൊരു പ്രചാരണായുധമായി ഉപയോഗിച്ചു. പൊതുസ്ഥലത്ത്
ശവസംസ്കാരം നടത്തിയ ആദ്യത്തെ കമ്യൂണിസ്റ്റല്ല മത്തായി ചാക്കോ.
ടി വി തോമസ്, കെ സി ജോർജ്, പി പി എസ്തോസ്, എ പി വർക്കി തു
ടങ്ങിയ കമ്യൂണിസ്റ്റ് നേതാക്കളെയെല്ലാം പൊതുസ്ഥലത്താണ് അടക്കി
യിരുന്നത്. എ പി വർക്കിയുടെ ശവസംസ്കാരച്ചടങ്ങിൽ നിരവധി മതപു
രോഹിതർ പങ്കെടുക്കുകയുംചെയ്തിരുന്നു. മത്തായി ചാക്കോയെ പൊ
തുസ്ഥലത്ത് അടക്കിയത് തിരുവമ്പാടിയിലെ ജനങ്ങൾ അംഗീകരിച്ചതി
ന്റെ ഭാഗമായാണ് കഴിഞ്ഞ ഉപതെരഞ്ഞെടുപ്പിൽ യുഡിഎഫിന്റെ വാദഗ
തി സ്വീകരിക്കാതെ എൽഡിഎഫ് സ്ഥാനാർഥിയായ ജോർജ് എം തോ
മസിന് മത്തായി ചാക്കോയ്ക്കു കിട്ടയതിനേക്കാൾ മൂവായിരത്തിൽപ്പരം
വോട്ട് കൂടുതൽ ലഭിച്ചത്. യുഡിഎഫിന്റെ പഴകിപ്പുളിച്ച ആ വാദഗതി തി
രുവമ്പാടിയിലെ ജനങ്ങളിൽ ബഹുമാന്യമായ സ്ഥാനമുള്ള മെത്രാൻ സെ
പ്തംബർ എട്ടിന് ന്യൂനപക്ഷ സംരക്ഷണറാലിയിൽ ആവർത്തിക്കുകയാ
യിരുന്നു. വിശ്വാസികള ഹരംകൊള്ളിക്കാൻ വസ്തുതാവിരുദ്ധമായ കാ
ര്യങ്ങൾ ആവേശത്തോടെ അദ്ദേഹം വിളിച്ചുപറയുകയുണ്ടായി. അതിലൊ

ന്നാണ് മത്തായി ചാക്കോ സ്വബോധത്തോടെ അന്ത്യകൂദാശ സ്വീകരിച്ചു എന്ന കള്ളം. ഇക്കാര്യം സെപ്തംബർ ഒമ്പതിന്റെ മലയാള മനോരമ റിപ്പോർട്ട് ചെയ്തു. അത് വിവാദമായപ്പോൾ പറഞ്ഞ കള്ളം ന്യായീകരിക്കാൻ പല നുണകൾ അവതരിപ്പിക്കുകയാണ്. അനേകം ആളുകളെ സാക്ഷിനിർത്തി പൊതുസ്ഥലത്തുവച്ച് നടന്ന മത്തായി ചാക്കോയുടെ വിവാഹം പള്ളിയിൽവച്ചാണ് നടന്നതെന്ന് പ്രചരിപ്പിച്ചു. ആ പ്രചാരണം ജനങ്ങൾ സ്വീകരിക്കുന്നില്ലെന്ന് വന്നപ്പോൾ അതിന് തെളിവുണ്ടാക്കാൻ മത്തായി ചാക്കോയുടെ വ്യാജ ഒപ്പോടെ ഒരു രേഖ ഹാജരാക്കുന്നു. നിരവധി ഔദ്യോഗിക അനൗദ്യോഗിക രേഖകളിൽ മത്തായി ചാക്കോയുടെ ഒപ്പുണ്ടെന്നത് ഇക്കൂട്ടർ അപ്പോൾ ഓർത്തില്ല.

ഏറ്റവും ഒടുവിൽ അതിഗംഭീരമായ രണ്ട് പ്രഖ്യാപനങ്ങൾ വന്നിരിക്കുന്നു. വിശ്വാസികൾക്ക് കമ്യൂണിസ്റ്റ് പാർടിയുമായി ഒത്തുപോകാനാകില്ലെന്നതാണ് ഒന്നാമത്തേത്. വിശ്വാസത്തിന്റെ കാര്യത്തിൽ സഭയ്ക്കും കമ്യൂണിസ്റ്റ് പാർടിക്കും വ്യത്യസ്ത നിലപാടുകളുണ്ട്. അത് പരിഹരിക്കാവുന്ന ഭിന്നതയല്ല. എന്നാൽ, ആ ഭിന്നത നിലനിർത്തിക്കൊണ്ടുതന്നെ പാർടിക്കും സഭയ്ക്കും നിരവധി കാര്യങ്ങളിൽ ഒന്നിച്ചു പ്രവർത്തിക്കാനാകും. അങ്ങനെ ഒന്നിച്ചു പ്രവർത്തിക്കണം എന്നാണ് പാർടി കാണുന്നത്.

സിപിഐ എമ്മിന് അന്ത്യകൂദാശ നൽകാൻ ആഗ്രഹിക്കുന്നു എന്ന പ്രഖ്യാപനമാണ് മറ്റൊന്ന്. വിവേകരഹിതമായ ഒരു ജൽപ്പനമാണെങ്കിലും പഴയ കമ്യൂണിസ്റ്റ് വിരുദ്ധ മനോഭാവം ചിലരിൽ എത്രമാത്രം രൂഢമൂലമായി കിടക്കുന്നു എന്നതിന്റെ തെളിവാണിത്. നിരവധി മതവിശ്വാസികളുടെ പിന്തുണയുള്ള പാർടിയാണ് സിപിഐ എം. ഭൂരിപക്ഷ-ന്യൂനപക്ഷ മതങ്ങളിൽപ്പെട്ട വിശ്വാസികളിൽ ഏറിയകൂറും സിപിഐ എമ്മിനോടൊപ്പമാണ് അണിനിരന്നിട്ടുള്ളത്. സമീപകാല കേരള സാഹചര്യം പരിശോധിക്കുന്ന ആർക്കും സിപിഐ എമ്മിന്റെ വളർച്ചയിൽ സംശയമുണ്ടാകില്ല. സിപിഐ എം കേരളത്തിൽ ശക്തിപ്പെടുന്നത് ഒരു മതവിശ്വാസത്തിനും ഭീഷണിയല്ല എന്ന് ബോധ്യപ്പെട്ടതിന്റെ ഭാഗമായാണ് സിപിഐ എമ്മിനെ അകറ്റിനിർത്തിയിരുന്ന ഒരു വിഭാഗം വിശ്വാസികളടക്കം പാർടിയുമായി സഹകരിക്കാൻ തയ്യാറായിട്ടുള്ളത്. ആ സിപിഐ എമ്മിന് അന്ത്യകൂദാശ നൽകാനുള്ള മോഹം ദുർമോഹമാണെന്ന് അത്തരക്കാർ തിരിച്ചറിഞ്ഞാൽ നല്ലത്.

മാധ്യമങ്ങൾ

മാധ്യമങ്ങളുടെ രാഷ്ട്രീയ ഇടപെടൽ

മാധ്യമങ്ങളുടെ രാഷ്ട്രീയ ഇടപെടൽ കേരളത്തിൽ ഏറ്റവുമധികം ചർച്ചചെയ്യപ്പെടുന്ന വിഷയമാണ്. ദേശീയതലത്തിലായും സാർവദേശീ യതലത്തിലായും ഇതുമായി ബന്ധപ്പെട്ട ധാരാളം പ്രശ്നങ്ങളുണ്ട്. അ ന്താരാഷ്ട്രതലത്തിൽ വാർത്താ ഏജൻസികളെ പരിശോധിച്ചാൽ മിക്കവാ റും സാമ്രാജ്യത്വത്തെ ന്യായീകരിക്കുന്നവയെയാണ് കാണാനാവുക. അ തുകൊണ്ടാണ് അമേരിക്കൻ സാമ്രാജ്യത്വം ലോക പൊതുജനാഭിപ്രായ ത്തിന് എതിരായ നിലപാട് സ്വീകരിച്ച് ആക്രമണങ്ങൾ നടത്തുമ്പോൾ– ഇറാഖിനുനേരെയുള്ള ആക്രമണമടക്കം നിരവധി സംഭവങ്ങളുണ്ട്–അവ യെ ന്യായീകരിച്ചുകൊണ്ടുള്ള റിപ്പോർട്ടുകൾ അന്താരാഷ്ട്രതലത്തിൽ വ രാനിടയായത്. അന്താരാഷ്ട്രതലത്തിൽ അമേരിക്കൻ സാമ്രാജ്യത്വത്തെ ന്യാ യീകരിക്കാനായിരുന്നു ഏറിയകൂറും മാധ്യമങ്ങൾക്ക് താൽപ്പര്യം. വൻകി ട കോർപറേറ്റ് സ്ഥാപനങ്ങളാണ് ഈ മാധ്യമസ്ഥാപനങ്ങൾക്ക് നേതൃ ത്വംകൊടുക്കുന്നത്.

ദേശീയതലത്തിൽ മാധ്യമരംഗത്തുള്ള ഏറ്റവും വലിയ ആപത്താ യി വരാൻപോകുന്നത് വിദേശപത്രങ്ങളുടെ കടന്നുവരവാണ്. അൻപതു കളിൽ നെഹ്റു ഗവൺമെന്റ് സ്വീകരിച്ചിരുന്ന നിലപാട് പ്രിന്റ്മീഡിയ യിൽ വിദേശനിക്ഷേപം വേണ്ടെന്നായിരുന്നു. നമുക്കറിയാം ആ നയം മാറുന്നു. ദേശീയതലത്തിൽ ഇവിടെയുള്ള മാധ്യമങ്ങളുടെ മാത്രമല്ല, വി ദേശ മാധ്യമങ്ങളുടെ ഇടപെടലും ഉണ്ടാകാൻപോകുന്നു. അത് നമ്മുടെ രാജ്യത്തിന് അങ്ങേയറ്റം ആപത്താണുണ്ടാക്കിവയ്ക്കുക.

കമ്മ്യൂണിസ്റ്റ് പ്രസ്ഥാനത്തോട് അന്താരാഷ്ട്രതലത്തിൽ മാധ്യമങ്ങൾ സ്വീകരിക്കുന്നത് പൊതുവെ ശത്രുതാമനോഭാവമാണ്. കേരളത്തിലെ പ്ര ശ്നങ്ങൾ പരിശോധിക്കുമ്പോൾ അതുമായി ചെറിയതോതിൽ ഒന്നു ബ

ഡപ്പെടുത്തണം. കേരളം കമ്മ്യൂണിസ്റ്റ് പ്രസ്ഥാനത്തിന് ശക്തിയുള്ള സം സ്ഥാനമാണ്. 1957 മുതലുള്ള അനുഭവം നമുക്കുണ്ട്. ആ കാലഘട്ടത്തിൽ വിമോചനസമരം നടന്നപ്പോൾ, അമേരിക്കൻ ആഭ്യന്തരവകുപ്പ് ഇപ്പോൾ പുറത്തുവിട്ടിട്ടുള്ള വസ്തുതകൾ അനുസരിച്ചാണെങ്കിൽ ഇവിടെയുള്ള പത്രങ്ങൾക്കുവരെ പണംകിട്ടിയിട്ടുണ്ട്. നമ്മുടെ നാട്ടിൽ പണംകൊടുത്ത് സ്വാധീനിക്കുന്ന അവസ്ഥ 57ലെ ഇ എം എസ് ഗവൺമെന്റിന്റെ കാലംമു തൽക്ക് അമേരിക്കൻ സാമ്രാജ്യത്വം സ്വീകരിച്ചിട്ടുണ്ട്. അന്നു തുടങ്ങിയ ആ കമ്മ്യൂണിസ്റ്റ് വിരുദ്ധ മാധ്യമപ്രവർത്തനം അത് പിന്നീടൊരു ഘട്ട ത്തിലും അവസാനിച്ചിട്ടില്ല. അതിന്റെ അലയൊലികൾ ഇപ്പോഴും കാണാ ൻ നമുക്കു സാധിക്കും. .

കമ്മ്യൂണിസ്റ്റ് പ്രസ്ഥാനത്തെ എതിർക്കുന്ന പ്രശ്നം വരുമ്പോൾ സാ ധാരണ മാധ്യമങ്ങൾ ഉയർത്തിപ്പിടിക്കേണ്ട ധാർമികത ഉപേക്ഷിക്കുന്ന തായി കാണാം. അടുത്തകാലത്തെ അനുഭവമെടുത്താൽ ഇത് വലിയ തോതിൽ ശക്തിപ്പെട്ടിരിക്കയാണ്.

കമ്മ്യൂണിസ്റ്റ് പാർടിയെ ജനങ്ങളിൽനിന്ന് അകറ്റാൻ മാധ്യമങ്ങൾ പല രീതികൾ സ്വീകരിക്കുകയാണ്. ചില ഒറ്റപ്പെട്ട സംഭവങ്ങൾക്ക് അമി തപ്രാധാന്യം നൽകുക, സാധാരണനിലയിൽ കമ്മ്യൂണിസ്റ്റ് പാർടിയെക്കു റിച്ച് പറഞ്ഞാലോ, ചിത്രീകരിച്ചാലോ ജനങ്ങൾ വിശ്വസിക്കാത്ത കാര്യ ങ്ങൾ പ്രസിദ്ധീകരിക്കുക. ന്യൂനപക്ഷത്തിനെതിരാണ്, ദളിതർക്കെതിരാ ണ്, കർഷകർക്കെതിരാണ്, കർഷകത്തൊഴിലാളികൾക്കെതിരാണ്, തൊ ഴിലാളികൾക്കെതിരാണ്, സ്ത്രീകൾക്കെതിരാണ്, ദുർബലവിഭാഗങ്ങൾക്കെ തിരാണ്–ഈ തരത്തിൽ ചിത്രീകരണം വരാൻ കൊണ്ടുപിടിച്ച് ചിലഘട്ട ങ്ങളിൽ ശ്രമിച്ചതായി കാണാൻ കഴിയും.

കമ്മ്യൂണിസ്റ്റ് പാർടിക്കെതിരെ പുതിയ രീതികൾ പ്രയോഗിച്ചു കൊണ്ടിരിക്കുകയാണ്. പാർടി നേതാക്കൾക്കുനേരെയുള്ള ബോധപൂർ വമായ ആക്രമണം. പഴയനേതാക്കളൊക്കെ മഹാന്മാർ. പുതിയവർ മഹാമോശം. ഇത്തരത്തിലുള്ള പുതിയ രീതികളിലൂടെ പാർടിയെ ത കർക്കാനാകുമോ എന്നാണ് ഒരുകൂട്ടം മാധ്യമങ്ങൾ നോക്കുന്നത്. ഇ തിൽ ഒരു വസ്തുത മറക്കേണ്ടതില്ല. പാർടി എപ്പോഴൊക്കെ ശക്തി പ്പെടുന്നോ, ആ ഘട്ടത്തിൽ ഇത്തരം മാധ്യമങ്ങളുടെ പ്രചാരണവും ശക്തിപ്പെടും. 57ന് തൊട്ടുമുമ്പുള്ള വർഷങ്ങളിൽ പാർടിക്കെതിരെയു ള്ള വലിയ പ്രചാരണം വന്നിരുന്നു. പക്ഷേ, ഗവൺമെന്റ് രൂപീകരി ക്കപ്പെട്ടതോടെ ആ പ്രചാരണത്തിന് നല്ലതുപോലെ ആക്കംകൂടി. ഇ പ്പോൾ കേരളത്തിൽ ഒരവസ്ഥയുണ്ട്. എൽഡിഎഫ് 2004ലെ ലോക്സ ഭാതെരഞ്ഞെടുപ്പിൽ നേടിയ വിജയം. കോൺഗ്രസിനേറ്റ കനത്ത പ രാജയം. സംസ്ഥാനത്തുനടന്ന ഉപതെരഞ്ഞെടുപ്പുകളിലാകെ എൽഡി എഫിനുണ്ടായ വിജയം, തദ്ദേശ സ്വയംഭരണ സ്ഥാപനങ്ങൾ, നിയമ സഭ-യുഡിഎഫിന്റെ കോട്ടകൊത്തളങ്ങൾ തകരുന്ന അവസ്ഥയാണ് വന്നത്. അതിന്റെ ഫലമായി എൽഡിഎഫിനെ തകർക്കാൻ ആഗ്രഹി

ക്കുകയാണ്. എൽഡിഎഫിനെ തകർക്കുന്നതിന് ആദ്യം തകർക്കേണ്ട ത് എൽഡിഎഫിൽ ഏറ്റവുമധികം ബഹുജനപിന്തുണയുള്ള സിപി ഐ എമ്മിനെയാണ്. അതുവച്ചുകൊണ്ട് സിപിഐ എമ്മിനുനേരെയു ള്ള ആക്രമണം ശക്തിപ്പെടുത്തുകയാണ്. അതിൻെറ ഭാഗമായാണ് പാർ ടിക്കുനേരെ പൊതുവിലും പാർടി നേതാക്കൾക്കുനേരെയുമുള്ള ആ ക്രമണങ്ങൾ വരുന്നത്.

മാധ്യമ രംഗത്തു സ്ഥാപിതതാൽപ്പര്യങ്ങളുടെ ഇടപെടലുണ്ടാവുന്നു ണ്ടോ? ഇല്ല എന്നു പറയാനാവും മാധ്യമരംഗത്തുള്ളവർക്കെല്ലാം താൽപ്പര്യം. പക്ഷേ, ഒരുകാര്യം നാമാലോചിക്കണം. മാധ്യമങ്ങളിലെ വാർത്തകൾക്കു മുമ്പുണ്ടായിരുന്ന വിശ്വാസ്യത ഇപ്പോഴുണ്ടോ? ഇല്ലാതാകുന്നതെന്തുകൊ ണ്ട്? മുമ്പ് മാധ്യമങ്ങളിൽ വാർത്തവന്നാൽ സത്യമായി അംഗീകരിക്കുന്ന വരുണ്ടായിരുന്നു. ഇപ്പോൾ ചില മാധ്യമങ്ങളിൽ വാർത്ത വന്നാൽ– ഓ, അതിൽ അങ്ങനെ വന്നില്ലെങ്കിലേ അത്ഭുതമുള്ളൂ എന്നു പറയുന്നിടത്ത് ആളുകൾ എത്തി. നേരത്തെ മുൻവിധിയില്ലാതെ വാർത്തകളെ സമീപിച്ചി രുന്നു എങ്കിൽ ഇന്ന് വായനക്കാർ ചില മാധ്യമങ്ങളെ മുൻവിധിയോടെതെ ന്നെ സമീപിക്കുകയാണ്. വാർത്തകളിൽ സ്ഥാപിതതാൽപ്പര്യങ്ങൾ കലർ ന്നത് വായനക്കാർ തിരിച്ചറിഞ്ഞിരിക്കുന്നു. വാർത്തേതരമായ താൽപ്പര്യങ്ങൾ കടന്നുവരുന്നു. ഒറ്റപ്പെട്ടല്ല, സംഘടിതമായി വരുന്നു. അത് കണ്ടില്ലെന്നു നടിച്ചിട്ടു കാര്യമില്ല. ഇല്ല എന്നു തർക്കിച്ചിട്ടും കാര്യമില്ല. അതിനെ മാധ്യമ സിൻഡിക്കറ്റ് എന്നുവിളിച്ചാലോ വാർത്താമാഫിയ എന്നുവിളിച്ചാലോ ഒക്കെ അസ്വാരസ്യമുണ്ടാകും; ചില അഭിപ്രായവ്യത്യാസങ്ങളൊക്കെ ചിലർക്ക് ഉണ്ടാകും. പക്ഷേ, സ്ഥാപിതതാൽപ്പര്യങ്ങളുടെ സംഘടിത ഇടപെടൽ മാധ്യമരംഗത്തുണ്ടാവുന്നു എന്നത് നിഷേധിക്കാനാവാത്ത സത്യമാണ്.

പൊതുസമൂഹത്തിൽ മാധ്യമങ്ങളുടെ വിശ്വാസ്യത തകർന്നത് സമൂ ഹത്തിൻെറ കുഴപ്പംകൊണ്ടല്ല. മാധ്യമരംഗത്ത് ചില സ്ഥാപിതതാൽപ്പര്യ ക്കാരുണ്ട്. അവരുടെ കുഴപ്പംകൊണ്ടാണ്. ഇതു മാധ്യമരംഗത്തുള്ളവർ മ നസ്സിലാക്കണം. മാധ്യമരംഗത്തുള്ള മുഴുവനാളുകളും സ്ഥാപിതതാൽപ്പ ര്യക്കാരല്ല. മഹാഭൂരിപക്ഷം അർപ്പണബോധത്തോടെ മാധ്യമപ്രവർത്തനം നടത്തുന്നവരാണ്. അങ്ങനെയല്ലാത്ത ചിലരുണ്ട്. അവർക്ക് താൽപ്പര്യങ്ങ ളുണ്ട്. അവരുടേതായ അജൻഡകളുണ്ട്. അത് ഇല്ലെന്നു പറയാനാവില്ല. അങ്ങനെ പറഞ്ഞാൽ അത് സത്യവുമാവില്ല.

ജനാധിപത്യത്തിൽ രാഷ്ട്രീയം ഭരണവുമായി ബന്ധപ്പെട്ട കാര്യം കൂ ടിയാണല്ലോ. സ്ഥാപിതതാൽപ്പര്യക്കാർക്ക് തങ്ങളുടെ താൽപ്പര്യം സംര ക്ഷിക്കപ്പെടുന്ന സാഹചര്യം ഉണ്ടാവണമെന്ന ആഗ്രഹമുണ്ടാകും. അവർ അതിനുവേണ്ടി നല്ലതുപോലെ ഇടപെടും.

ആ ഇടപെടൽ തങ്ങളുടെ താൽപ്പര്യം സംരക്ഷിക്കുന്ന രാഷ്ട്രീയ കക്ഷികളും അവർക്ക് സഹായം ചെയ്യുന്നവരും പ്രബലരാവണം എന്ന നിലയ്ക്കാവും. അതിന് സ്വാഭാവികമായും ഒരു മറുവശമുണ്ടാകും. ആ മറുവശം അങ്ങനെയല്ലാത്ത പ്രസ്ഥാനങ്ങളെയും നേതാക്കളെയും താ

റടിച്ച് അപകീർത്തിപ്പെടുത്തി ജനങ്ങളിൽനിന്ന് ഒറ്റപ്പെടുത്താൻ ശ്രമി ക്കുകയാണ്.   മാധ്യമരംഗത്തെ സ്ഥാപിതതാൽപ്പര്യക്കാർ കുറെക്കാലമാ യി ഈ പ്രവർത്തനം ശക്തിപ്പെടുത്തിയിരിക്കയാണ്. ഇത് എല്ലാകാല ത്തും ഉണ്ടായിരുന്നു. ഇപ്പോഴിത് വളരെ കൂടുതൽ ശക്തിപ്പെട്ടിരിക്കുന്നു എന്നുകാണാം.

മാധ്യമ സിൻഡിക്കറ്റ്

ഒരുപാട് അഭ്യൂഹങ്ങൾ, ഒരുപാട് സംശയം പടർത്തുന്ന കഥകൾ, ഒ രുപാട് കള്ളക്കഥകൾ തുടർച്ചയായി ചില പ്രസ്ഥാനങ്ങൾക്കും നേതാക്കൾ ക്കും എതിരെ പ്രസിദ്ധീകരിക്കുന്നു. കള്ളക്കഥകളുടെ ഒരു മലവെള്ളപ്പാ ച്ചിൽ. സംഘടിത ആക്രമണം നേരിടാത്ത ചിലർ ഇടയ്ക്ക് നിയമനടപടി കളിലേക്ക് നീങ്ങും. അടുത്തിടെ ഒരു സംഭവമുണ്ടായല്ലോ. ഒരു വാരിക – ഒരിടതുപക്ഷ നേതാവിനെതിരെ കവർസ്റ്റോറി തന്നെ പല പേജുകളിൽ നല്ല പ്രാധാന്യത്തോടെ പ്രസിദ്ധീകരിച്ചു. കേസ് വരുന്നു എന്നുകണ്ടപ്പോൾ 'ഖേദപൂർവം' എന്ന തലക്കെട്ടോടെ ഒരു ചെറുകുറിപ്പുകൊടുത്തു പിൻവാ ങ്ങി. പറഞ്ഞതെല്ലാം അപ്പാടെ വിഴുങ്ങി. ഇത്, ഒട്ടേറെ പ്രസിദ്ധീകരണ ങ്ങളിൽനിന്നു നിരന്തരം ആക്രമണം നേരിടുന്ന ആളാണെങ്കിലോ?കേസി നുപോകാനേ നേരമുണ്ടാകൂ. മറ്റൊരു പണിക്കും നേരമുണ്ടാകില്ല. ഇത്ത രം മാധ്യമങ്ങൾ സ്വീകരിക്കുന്ന നിലപാടെന്താണ്? മാപ്പുപറയേണ്ടിവന്നാൽ പറയാം. അല്ലെങ്കിൽ ഈ കള്ളക്കഥ നിലനിൽക്കട്ടെ എന്നതാണ് മനോ ഭാവം. കള്ളക്കഥയാണെന്നറിഞ്ഞുതന്നെ കൊടുക്കുകയാണ്.

എന്നാൽ, മറ്റൊരു കാര്യം തിരിച്ചറിയണം. ഖേദപ്രകടനം വരുന്നതോ ടെ വായനക്കാർ ഒരുകാര്യം മനസ്സിലാക്കുന്നുണ്ട്. കഴിഞ്ഞ ലക്കത്തിൽ ത ങ്ങൾ വായിച്ചത് തെറ്റായിരുന്നു എന്നവർ തിരിച്ചറിയുകയാണ്. ഇത് മാധ്യമ വിശ്വാസ്യത ചോരുന്ന വഴിയാണ്. കള്ളവാർത്ത കൊടുക്കലും കേസുവന്നാൽ മാപ്പുപറയലും പതിവു രീതിയാവുകയാണ്. എറണാകുളത്ത് ഒരു കെട്ടിട ത്തിന്റെ ഉടമസ്ഥാവകാശം ഒരു പത്രം ഒരു സിപിഐ എം നേതാവിനു നൽ കി. പിന്നീട് ഖേദം പ്രകടിപ്പിച്ചു. പേരിയ മരംമുറി കേസ്. ഒരു പത്രം ഒരു ഇട തുപക്ഷനേതാവിനെ പ്രതിയാക്കി. പിന്നീട് ഖേദം പ്രകടിപ്പിച്ചു. ആലോചിക്ക ണം. വിശ്വാസ്യത തകർത്തത് മാധ്യമപ്രവർത്തകർതന്നെയല്ലേ?

സിപിഐ എം മലപ്പുറം സമ്മേളനഘട്ടം. എന്തായിരുന്നു സ്ഥിതി? വാർത്തകൾ, തലക്കെട്ടുകൾ –എങ്ങനെയായിരുന്നു? ഒരു വിഭാഗം പാർട്ടി പിടിച്ചെടുക്കും. പാർട്ടി പിളരുമെന്നുറപ്പായി. ഭൂരിപക്ഷം ജില്ലാകമ്മിറ്റിക ളും സമ്മേളന പ്രതിനിധികളും നേതൃത്വത്തിനെതിർ. ഇതിൽ എന്തായി രുന്നു ശരി? ഇതിൽ ഏതെങ്കിലും ഒന്നുസംഭവിച്ചോ? ഒന്നുമുണ്ടായില്ല. സിപിഐ എമ്മിനെക്കുറിച്ച് ചില മാധ്യമങ്ങൾ എഴുതുന്നതു വിശ്വസി ക്കേണ്ടതില്ല എന്ന നിലപാടിൽ വായനക്കാർ ഇതിന്റെയെല്ലാം ഫലമായി എത്തുകയാണ്.

അടുത്ത സമ്മേളനം കോട്ടയത്ത് തീരുമാനിച്ചു ഞങ്ങൾ. ഉടനെ വാർ ത്തകൾ വരവുതുടങ്ങിയല്ലോ. എല്ലാവാർത്തകളിലേക്കൊന്നും ഞാനി പ്പോൾ പോകുന്നില്ല. ഒരുവാർത്ത-പാർടി സംസ്ഥാനകമ്മിറ്റി പിരിച്ചുവിട്ട് അഡ്ഹോക്ക് കമ്മിറ്റി രൂപം കൊള്ളാൻ പോകുന്നു. സമ്മേളനം കേന്ദ്രനി രീക്ഷകസംഘമാണ് നടത്തുക-ഏതു സംഭവത്തെയും ദുരുദ്ദേശ്യം ക ലർത്തി അവതരിപ്പിക്കുന്ന രീതി. ഇതിൽ എന്തെങ്കിലും വസ്തുതയുണ്ടോ? ഞങ്ങളുടെ പാർടി സംസ്ഥാനകമ്മിറ്റി ഇപ്പോഴും നിലനിൽക്കുകയല്ലേ? നിങ്ങൾ ഈ കാര്യങ്ങൾ അറിയാതെ എഴുതരുത് എന്നു പറഞ്ഞുപോ യാൽ പിന്നെ ആ എഴുതിയ ആളുകൾക്കുള്ള വിരോധം കാണേണ്ടതു തന്നെയാണ്. 'ഞങ്ങൾക്കൊരുചുക്കും അറിയില്ല എന്നുപറഞ്ഞുകളഞ്ഞു.' 'അറിയുമെങ്കിൽ ഇമ്മാതിരി എഴുതുമോ? ഇമ്മാതിരി എഴുതാൻ തരപ്പെടു മോ?' ദുരുദ്ദേശ്യം കലർത്തി അവതരിപ്പിക്കുന്ന രീതി.

ദേശാഭിമാനിയിലെ ഒരുദ്യോഗസ്ഥൻ പാർടിക്ക് അപകീർത്തികരമാ യ സാമ്പത്തിക ഇടപാടിലേർപ്പെട്ടു. അയാളെ പുറത്താക്കി. പാർടി പരി ശോധിച്ച് പുറത്താക്കി. പക്ഷേ, ചില മാധ്യമങ്ങൾ ആ വാർത്ത കൈകാ ര്യംചെയ്ത രീതി എങ്ങനെയാണ്? തുടർച്ചയായി കൈകാര്യംചെയ്ത രീ തി– കള്ളനെ പിടിച്ചവനെ പ്രതിയാക്കലായിരുന്നു. കള്ളനെ പിടിച്ചവനെ കള്ളനാക്കാനാണ് ശ്രമം നടന്നത്. ഇതുചെയ്ത വേണുഗോപാലിനെ മഹത്വവൽക്കരിക്കാൻ ശ്രമിക്കുക; അതുകണ്ടുപിടിച്ച് അയാളുടെപേരിൽ നടപടിയെടുത്ത പാർടിയെ പ്രതിസ്ഥാനത്തുനിർത്തിക്കൊണ്ട് ആക്രമിക്കു ക. അതാണ് ഏതിലും ദുരുദ്ദേശ്യം കലർത്തൽ.

ദേശാഭിമാനി ഒരു ഡെപ്പോസിറ്റ് സ്കീം ആവിഷ്കരിച്ചു. അതുസം ബന്ധിച്ച് വാർത്തകൾ വന്ന രീതി. "ദേശാഭിമാനി-രണ്ടുകോടി അഴിമതി". അതിലെന്താണുണ്ടായത്? ദേശാഭിമാനിയുടെ ചില ബാധ്യതകൾ തീർക്കു ന്നതിനും വികസനത്തിനുമായി നിക്ഷേപം സ്വീകരിക്കാൻ തീരുമാനിച്ചു. ആ നിക്ഷേപത്തിൽ, അതിലെ പരസ്യവിഭാഗം, പരസ്യക്കാരുമായി ബന്ധപ്പെട്ടു കൂടി നിക്ഷേപം വാങ്ങാൻ ശ്രമിച്ചിട്ടുണ്ട്. അതിന്റെ ഭാഗമായി ഒരു തുക വന്നു. അതാണ് ഈ പറഞ്ഞ രണ്ടുകോടി. മാർട്ടിന്റെ സ്ഥാപനം. വളരെ സംശയാ സ്പദമായ സാഹചര്യത്തിൽ നിൽക്കുന്ന ഒരു സ്ഥാപനമാണത്. ഞങ്ങൾ ആലോചിച്ചപ്പോൾ, ദേശാഭിമാനിക്ക് അങ്ങനെ സംശയാസ്പദമായ സാ ഹചര്യത്തിൽ നിൽക്കുന്ന ഒരു സ്ഥാപനത്തിന്റെ പണം വേണ്ട എന്നുകണ്ടു. അത് തിരിച്ചുകൊടുക്കാൻ തീരുമാനിച്ചു. അതിൽ ഏതുതരത്തിലുള്ള സാ മ്പത്തിക അപഹരണമാണുള്ളത്? എന്തു കോഴയാണുള്ളത്? ഏതെങ്കിലും തരത്തിലുള്ള ഒരു സാമ്പത്തിക ക്രമക്കേട് അതിലുണ്ടായിട്ടുണ്ടോ? ഒരു തരത്തിലുള്ള അഴിമതിയുടെ പ്രശ്നവും അതിലില്ല. പക്ഷേ, ചിത്രീകരിക്കാൻ നോക്കിയത് എങ്ങനെയാണ്? രണ്ടുകോടി കോഴ എന്നുപറഞ്ഞുകൊണ്ട്.

നായനാർ ട്രോഫിയുമായി ബന്ധപ്പെട്ട് ഉയർന്നുവന്ന വാർത്ത. ഇന്ന ത്തെക്കാലത്ത് ഏത് ടൂർണമെന്റ് നടത്തുമ്പോഴും അതിനെല്ലാം-ഇത് ഒരു ന്താരാഷ്ട്ര ടൂർണമെന്റായിരുന്നു-സാധാരണനിലയിൽ അതിനുവേണ്ടിവരു

ന്ന പണം സ്പോൺസർഷിപ്പിലൂടെ സമാഹരിക്കും. അതിലൊരാൾ കുറ
ച്ചു കൂടുതൽ തുക സ്പോൺസർഷിപ്പായി തന്നു. അതുസംബന്ധിച്ചു വാർ
ത്ത–അറുപതുലക്ഷം മൂന്നുചെക്കുകളിലായി വന്നിരിക്കുന്നു, ഇതിൽ ദുരൂ
ഹത എന്നൊക്കെയാണ് വന്നത്. പിന്നെ കാര്യങ്ങൾ അന്വേഷിച്ചുനോക്കു
മ്പോൾ, പിന്നീടുവന്ന വാർത്തകളിലൂടെയാണ് വ്യക്തമാകുന്നത്, പി ടി ഉ
ഷയുടെ ഉഷാ സ്കൂളിന് ഇതേ സ്ഥാപനം ഒരുകോടി അറുപതുലക്ഷം രൂ
പ കൊടുത്തിരിക്കുന്നു. ഫുട്ബോളിനോട് താൽപ്പര്യമുള്ള, നായനാരോട്
താൽപ്പര്യമുള്ള ഇതിന്റെ ഭാരവാഹി ഈ തുക നൽകിയിട്ടുണ്ട്. ഞങ്ങൾ
വിശദമായി അത് പരിശോധിച്ചുനോക്കി. ആ ഫുട്ബോൾ ടൂർണമെന്റ് നട
ത്തിയതിലോ അതുമായി ബന്ധപ്പെട്ട് വിഭവം സമാഹരിച്ചതിലോ ഏതെങ്കി
ലും തരത്തിൽ ക്രമക്കേടുണ്ടായതായി ഞങ്ങൾ കാണുന്നില്ല. പക്ഷേ, എ
ത്ര ഹീനമായ ആക്രമണമാണ് കുറച്ചുദിവസം അഴിച്ചുവിട്ടിരുന്നത്.

ഗവൺമെന്റുമായി ബന്ധപ്പെട്ട കാര്യങ്ങളിൽ ഏതോ ഒരു ഫയൽ,വൈ
ദ്യുതിബോർഡിന്റെ ഫയൽ കാണാനില്ല എന്നു വാർത്ത വന്നു. ഉടനെ ഒരു
പത്രം വാർത്തകൊടുത്തതെന്തെന്നോ–ആ ഫയൽ എ കെ ജി സെന്ററിലേക്ക്
വരുത്തി അത് കത്തിച്ചുകളഞ്ഞു എന്ന്. ഇപ്പോൾ ആ ഫയൽ സെക്രട്ടറിയ
റ്റിൽനിന്നുതന്നെ കണ്ടെടുത്തതായി വാർത്ത വന്നു. നമ്മളെല്ലാം വായിച്ചതാ
ണല്ലോ.

സിപിഐഎ എം പിബിയുടെയും സിസിയുടെയും യോഗം ഡൽഹി
യിൽ. ചിലപ്പോൾ അതിന്റെ വാർത്തകൾ വരുന്നത് തൊടുപുഴയിൽനിന്നാ
ണ്. അല്ലെങ്കിൽ കൊച്ചിയിൽനിന്ന്. എന്താണതിനുകാരണം? ഡൽഹിയിലെ
ലേഖകന്റെ പേരിൽ കൊടുക്കാൻ മടിക്കുന്നു എന്നർഥം. അതല്ലേ വസ്തു
ത? അതല്ലെങ്കിൽ സാധാരണഗതിയിൽ അവിടത്തെ വാർത്ത അവിടത്തെ
ലേഖകനല്ലേ കൊടുക്കുക. വാർത്തകൾ വരുത്തുന്നതിനുപിന്നിൽ സംഘടി
തമായ ശ്രമമുണ്ട്. അങ്ങനെയുള്ളവർക്ക് അതിൽ ചിട്ടയായ രീതികളുമുണ്ട്.
അതു തിരിച്ചറിഞ്ഞതുകൊണ്ടാണ് 'മാധ്യമ സിൻഡിക്കറ്റ്' എന്നു പറഞ്ഞത്.
ആവർത്തിച്ച് ഞാൻ പറഞ്ഞിട്ടുണ്ട്, മാധ്യമ സിൻഡിക്കറ്റിൽ എല്ലാ മാധ്യ
മപ്രവർത്തകരും ഇല്ല എന്ന്. ഇവിടെയുള്ള, ഈ തിരുവനന്തപുരത്തുള്ള കു
റച്ചാളുകളുണ്ട്. എന്നാൽ, തിരുവനന്തപുരത്തുള്ളവർ മാത്രമല്ല. കേരളത്തി
ന്റെ പലഭാഗങ്ങളിലായി അവർക്ക് കണ്ണികളുണ്ട്. ഇതെല്ലാം കൂടിയാലും വളരെ
കൂടുതലുമല്ല. അതൊരു സിൻഡിക്കറ്റായി പ്രവർത്തിക്കുന്നു എന്നുതന്നെയാ
ണ്. അതു ശരിയാണെന്നു തെളിയിക്കുന്ന ഒരുപാടനുഭവങ്ങളാണ് ഇവിടെയു
ണ്ടായിട്ടുള്ളത്. ഇപ്പോൾ അത് പൊതുജനങ്ങൾ തിരിച്ചറിയാൻ തുടങ്ങിയിരി
ക്കുന്നു. പൊതുജനങ്ങൾ മാത്രമല്ല, സാംസ്കാരിക നായകരും തിരിച്ചറിഞ്ഞു
തുടങ്ങിയല്ലോ. രാഷ്ട്രീയക്കാർ മാത്രമല്ലല്ലോ. താൻ പറയാത്ത വാക്കുകൾ ത
ന്റെ വായിൽ കുത്തിത്തിരുകിയെന്ന് സുകുമാർ അഴീക്കോടിനുപോലും പറ
യേണ്ടിവന്നല്ലോ. ആ കുത്തിത്തിരുകൽ യാദൃച്ഛികമായുണ്ടായതല്ല. അതിനു
പിന്നിൽ രാഷ്ട്രീയ ഉദ്ദേശ്യവും പ്രത്യേക അജൻഡയുമുണ്ട്. അതു നടപ്പാക്കാ
നിറങ്ങുന്നവരുടെ ലോബിയാണ് മാധ്യമ സിൻഡിക്കറ്റ്.

പുതിയ മാധ്യമ സംസ്കാരമുണ്ടാകണം

മൂന്നാർ നടപടിയെക്കുറിച്ച് സിപിഐ എമ്മിൽ ഭിന്നത എന്ന് ചില മാ ധ്യമങ്ങൾ വാർത്തകൊടുത്തു. അത് ഒരു അജണ്ടയുടെ ഭാഗമാണ്. സിപി ഐ എമ്മിൽ മഹാഭൂരിപക്ഷവും കൊള്ളരുതാത്തവരാണ്– ആ തരത്തിൽ സിപിഐ എമ്മിനെ അപകീർത്തിപ്പെടുത്തുക എന്ന ഉദ്ദേശ്യത്തോടെ കുറെ മാധ്യമങ്ങൾ വാർത്ത കൊടുക്കുന്നതായാണ് കാണുന്നത്.

എൽഡിഎഫ് ഗവൺമെന്റ് ചെയ്യുന്ന നല്ല കാര്യങ്ങൾ പലതും തമ സ്കരിക്കുന്നതായി കാണാൻ കഴിയുമല്ലോ. അതിന് അർഹമായ പ്രാധാ ന്യം കൊടുക്കുന്നില്ല. ഈ ഓണക്കാലം. കർഷകത്തൊഴിലാളി, കയർത്തൊ ഴിലാളി– അങ്ങനെ നമ്മുടെ നാട്ടിൽ പെൻഷൻ കിട്ടുന്ന വിഭാഗങ്ങളുടെ പെ ൻഷൻ കുടിശ്ശികയാകെ തീർത്തു. ആർക്കെങ്കിലും അതൊരു പ്രാധാന്യമു ള്ള സംഭവമായി തോന്നിയോ? കടാശ്വാസനിയമം എൽഡിഎഫ് കൊണ്ടു വന്നു.

തലവരിസമ്പ്രദായം നമ്മുടെ നാട്ടിൽ നിലനിൽക്കുന്നതിനെതിരെ മു ഖപ്രസംഗമെഴുതിയ ഒട്ടേറെ മാധ്യമങ്ങളുണ്ട്. എന്നാൽ, ആ തലവരിസമ്പ്ര ദായത്തിനെതിരെ എൽഡിഎഫ് ഗവൺമെന്റ് നിയമം കൊണ്ടുവന്നു. അ പ്പോൾ നാം കണ്ടത് തലവരിക്കാരുടെ ഭാഗത്തുനിന്ന് എൽഡിഎഫ് ഗവൺ മെന്റിനെ എതിർക്കുന്ന കാഴ്ചയാണ്.

യഥാർഥ വസ്തുത ജനങ്ങളെ അറിയിക്കാൻ തയ്യാറാകുന്നുണ്ടോ. ആ ധർമം നിറവേറ്റേണ്ടേ? വിദ്യാലയങ്ങളിൽ നിരീശ്വരവാദം പഠിപ്പിക്കു ന്നു– ഒരു വാദം വന്നു. അങ്ങനെ ഇല്ലെന്നറിയാവുന്ന എത്ര മാധ്യമങ്ങൾ അങ്ങനെ വാർത്തകൊടുത്തു? ലൈംഗികവിദ്യാഭ്യാസത്തിന്റെ ഭാഗമായി അശ്ലീലം പഠിപ്പിക്കുന്നു– യഥാർഥ വസ്തുത പുറത്തുകൊണ്ടുവരാൻ എത്ര മാധ്യമങ്ങൾ തയ്യാറായി? അക്കാദമിക് കാര്യങ്ങളിൽ പഞ്ചായത്തുവഴി ഇ ടപെടുന്നു– തെറ്റായ കാര്യമാണല്ലോ. അതു തെറ്റാണെന്നുപറയാൻ എ ത്ര മാധ്യമങ്ങൾ തയ്യാറായി?

ഇത്തരം പച്ചക്കള്ളങ്ങൾ പച്ചക്കള്ളമാണെന്നറിഞ്ഞ് പ്രചരിപ്പിക്കു ന്നത് മാധ്യമധർമമാണോ? അതാണ് ആലോചിക്കേണ്ട കാര്യം. സത്യം അവിടെ മറഞ്ഞുതന്നെ നിൽക്കട്ടെ എന്നതാണ്. അതാണോ സ്വീകരി ക്കേണ്ട നിലപാട്?

സ. ഇ കെ നായനാർ ഇവിടെ മുഖ്യമന്ത്രിയായിരുന്ന ഘട്ടത്തിൽ ന ടന്ന ഒരു വിവാദം ആലോചിച്ചുനോക്കൂ. അദ്ദേഹം കയ്യൂർക്കേസിൽ പ്രതി യല്ലെന്നവാദം എത്ര ശക്തമായി ഉയർത്തി? ഇന്നത് ഉയർത്തില്ല ആരും. അഴീക്കോടനെക്കുറിച്ച് അദ്ദേഹം ജീവിച്ചിരുന്ന കാലത്ത് എത്ര ഹീനമാ യ പ്രചാരണം അഴിച്ചുവിട്ടു.

മണിച്ചനെ ജയിലിലടച്ചത് എൽഡിഎഫ് ഗവൺമെന്റാണല്ലോ. ആ ജയിലിലടച്ചവരെ മണിച്ചന്റെ രക്ഷകരാണെന്ന് ആക്ഷേപിക്കാൻ തയ്യാറാ യില്ലേ. എൽഡിഎഫ് ഗവൺമെന്റിനെതിരെ ഉന്നയിച്ച ആക്ഷേപത്തിനു

മേലെ കേസു വന്നിട്ടാണ് മണിച്ചന്റെ സഹോദരിയെ കോടതി ശിക്ഷിക്കു
ന്ന നിലയുണ്ടായത് എന്നുകൂടി ഓർക്കണം. ഇങ്ങനെ തുടർച്ചയായ സം
ഭവങ്ങൾ പിന്നീട് തെറ്റാണെന്നു ബോധ്യമായി. ഏതെങ്കിലും ഒരു ഘട്ട
ത്തിൽ തങ്ങൾക്ക് തെറ്റിപ്പോയി എന്നു മാധ്യമങ്ങൾ ഏറ്റുപറഞ്ഞോ?

കേരളത്തിലെ മാധ്യമ ഉടമകളും മാധ്യമപ്രവർത്തകരും അവരുടെ
നേതാക്കളും തിരിച്ചറിയേണ്ട ഒരു കാര്യമുണ്ട്. മാധ്യമങ്ങൾ ജനങ്ങളുടെ
അറിയാനുള്ള അവകാശം നിറവേറ്റാനുള്ള സാമൂഹ്യ ഉപാധിയാണ്.ആ
ധർമം സുസ്ഥിരമായും നിഷ്പക്ഷമായും മുന്നോട്ടുകൊണ്ടുപോകാൻ ക
ഴിയുന്നുണ്ടോ? പലപ്പോഴും മാധ്യമങ്ങൾക്കു കഴിയുന്നില്ല എന്നതാണ് വ
സ്തുത. അങ്ങനെ സംഭവിക്കുന്നതിനു പിന്നിൽ ഉടമയുടെ താൽപ്പര്യമാ
കാം, രാഷ്ട്രീയമാകാം, സാമൂഹ്യകാരണമാകാം, കമ്പോളതാൽപ്പര്യമാകാം.
അപ്പോൾ അതിനെതിരെ ശബ്ദമുയർത്താൻ സമൂഹത്തിൽ ചിലരുണ്ടാകു
മെന്ന് തിരിച്ചറിയണം. ആ ശബ്ദം ചിലപ്പോൾ ചില മാധ്യമങ്ങൾക്കെതിരാ
കാം. പക്ഷേ, അത് ആ മാധ്യമത്തിനെതിരെയാണ്; മാധ്യമ ധർമത്തിനെ
തിരെയല്ല. ആ ശബ്ദമാണ് സത്യത്തിൽ മാധ്യമധർമത്തെ തൽക്കാലം നി
റവേറ്റുന്നത്. മാധ്യമസ്വാതന്ത്ര്യമെന്നത് മാധ്യമങ്ങളുടെ സ്വാതന്ത്ര്യം മാ
ത്രമല്ല മാധ്യമങ്ങളിലൂടെ യാഥാർഥ്യമറിയാനുള്ള വായനക്കാരന്റെ അവ
കാശംകൂടിയാണ്.

യാഥാർഥ്യം വായനക്കാരനെ അറിയിക്കാനുള്ള ഒരു ഇടപെടൽമാ
ത്രമാണ് ആ എതിർപ്പുകളിലൂടെ വരുന്നതെന്നു മനസ്സിലാക്കണം. മാധ്യമ
സിൻഡിക്കറ്റിനെക്കുറിച്ചു പറഞ്ഞത് ഈ കാഴ്ചപ്പാടിൽ കാണണം.

വാർത്തയുടെ ആത്യന്തികമായ ഉത്തരവാദിത്തം മാധ്യമങ്ങൾക്കാ
ണ്. പല തൽപ്പരകക്ഷികളും അവരുടെ താൽപ്പര്യങ്ങൾക്ക് ഇണങ്ങുന്ന മ
ട്ടിൽ അൽപ്പസത്യങ്ങളും അസത്യങ്ങളും മാധ്യമങ്ങൾക്കു തരും. അത്ത
രം വാർത്താ ആഭാസങ്ങൾക്കു കമ്പോളത്തിൽ നല്ല ചെലവുമുണ്ടാകും.
അതു മുറയ്ക്കു കിട്ടേണ്ടത് മാധ്യമങ്ങളുടെ ആവശ്യമായി ചിലർക്ക് തോ
ന്നുന്നുണ്ടാകാം. സ്തോഭജനകമായ അത്തരം വിവരങ്ങൾ വാങ്ങി നിറം
ചേർത്തു കൊടുക്കണമോ എന്നു മാധ്യമപ്രവർത്തകർക്കു തീരുമാനിക്കാം.
അങ്ങനെചെയ്താൽ അതു ചെയ്യുന്നവരെ മാധ്യമസിൻഡിക്കറ്റെന്നു വി
ളിക്കാൻ വിളിക്കുന്നവർക്കും സ്വാതന്ത്ര്യമുണ്ട്. എഴുതാൻ അവർക്കുള്ള
തുപോലെ ചില സന്ദർഭങ്ങളിൽ അവരെ വിമർശിക്കാനുള്ള സ്വാതന്ത്ര്യ
വും അംഗീകരിക്കണം.

സർക്കാരിനും പാർടിക്കും എതിരായ വാർത്തകൾ വരുമ്പോൾ സർ
ക്കാരിന്റെയും പാർടിയുടെയും ഉത്തമതാൽപ്പര്യം സംരക്ഷിക്കാൻ ചുമത
ലയുള്ളവർക്കു സ്വാഭാവികമായും പ്രതികരിക്കേണ്ടിവരും. ഞാനാവർത്തി
ച്ചുപറയുന്നു, അത് പത്രപ്രവർത്തകർക്കാകെ എതിരല്ല. ഇത്തരം പ്രവർ
ത്തനങ്ങൾ നടത്തുന്നവർ ആരാണോ അവർക്കുമാത്രം എതിരാണ്. അ
വർ കേരളത്തിൽ പ്രബുദ്ധമായ മാധ്യമസമൂഹത്തിനും അതിന്റെ പാരമ്പ
ര്യത്തിനും അപമാനമാണ്.

ഇതിലൊക്കെ ഒരു രാഷ്ട്രീയമുണ്ട്. ആ രാഷ്ട്രീയമാണ് മാധ്യമ സിൻഡി ക്കറ്റിന്റെ രാഷ്ട്രീയം. വിമോചനസമരഘട്ടത്തിൽ എവിടെനിന്നു പണം വ ന്നെന്നും എവിടെയൊക്കെ പോയി എന്നും ഇന്ന് എല്ലാവർക്കും അറിയാം. അതേപോലുള്ള ചില വിഭവസ്രോതസ്സുകളുമായും വിദേശകേന്ദ്രങ്ങളുമാ യും ബന്ധമുള്ള ചിലരുണ്ട്. അവർ ഈ സിൻഡിക്കറ്റിലുണ്ട്. അവരുടെ ഇ ടപെടലുകൾ വളരെ വ്യക്തമാണ്. എല്ലാ മാധ്യമപ്രവർത്തകരും ഇതു തിരി ച്ചറിയണമെന്നില്ല. തിരിച്ചറിയുന്നുമുണ്ടാകില്ല. പത്രധർമത്തിൽ വിശ്വസിക്കു ന്നവരും നേർവഴിക്കു ചിന്തിക്കുന്നവരുമാണ് സാധാരണ മാധ്യമപ്രവർത്ത കർ. അത്തരക്കാർ മാധ്യമസമൂഹത്തിൽ വളരെ കൂടുതലുണ്ട്. പക്ഷേ, ഒരു കാര്യം കാണണം. എണ്ണത്തിൽകുറഞ്ഞ ചിലർമതി പത്രപ്രവർത്തകസമൂ ഹത്തെയാകെ ദുഷിപ്പിക്കാൻ. അത്തരം ദുഷിപ്പിക്കലുകൾക്കെതിരെ പത്ര പ്രവർത്തകസമൂഹംതന്നെ ജാഗ്രത പാലിക്കണം.

അപവാദസ്വഭാവമുള്ള പൈങ്കിളിക്കഥകളിൽ മാധ്യമങ്ങൾ മുഴുകുന്ന ത്– മാധ്യമ പ്രവർത്തനത്തിനുണ്ടായ പൊതുവായ അപചയത്തിന്റെ ഭാഗ മാണ്. ജനങ്ങളെയും നാടിനെയും ബാധിക്കുന്ന ഗൗരവമേറിയ കാര്യങ്ങ ളെ സംബന്ധിച്ച ലേഖനങ്ങൾ, അതു സംബന്ധിച്ചുള്ള അപഗ്രഥനങ്ങൾ– ഇന്ന് നമ്മുടെ മാധ്യമങ്ങളിൽ കുറഞ്ഞുവരികയാണ്. മലയാളപത്രങ്ങളുടെ എഡിറ്റോറിയൽ പേജിന്റെ സ്വഭാവത്തിനു വന്നമാറ്റംതന്നെ കണ്ടാൽമതി. ഗൗരവമുള്ള ലേഖനങ്ങൾക്ക് സ്ഥാനമില്ലാതെ വരികയാണ്. മാധ്യമലോകം ആത്മപരിശോധന നടത്തേണ്ട ഘട്ടം വന്നിരിക്കുന്നു. സ്വാതന്ത്ര്യാനന്തര ഇന്ത്യ. സാങ്കേതിക കാര്യങ്ങളിൽ പുരോഗതിയുണ്ടായിട്ടുണ്ട്. എന്നാൽ, മ നോഭാവത്തിന്റെ കാര്യത്തിൽ എന്താണ് സ്ഥിതിയെന്ന് മാധ്യമലോകം തന്നെ വിലയിരുത്തിയാൽമതി.

ആദ്യപത്രമിറങ്ങിയിട്ട് 160 വർഷം തികയുന്നു. ആദ്യകാല പത്രപ്ര വർത്തകർ ഉയർത്തിപ്പിടിച്ചിരുന്നത് മൂല്യങ്ങളെയായിരുന്നു. അത് നഷ്ട മാകുന്നില്ലേ എന്നു ചിന്തിക്കണം. മാധ്യമപ്രവർത്തകർ ആത്മപരിശോധ ന നടത്തണം. സാമൂഹ്യമൂല്യങ്ങൾ ഉയർത്തിപ്പിടിക്കുന്നതാകണം. ബിസി നസ് താൽപ്പര്യത്തിനുമാത്രം അടിപ്പെടരുത്. മാധ്യമങ്ങൾ സ്ഥാപിതതാൽ പ്പര്യങ്ങളുടെ ആയുധങ്ങളാകില്ലെന്ന് ഉറപ്പുവരുത്താനാകണം. ജീർണത യുടെയും ദുഷിപ്പുകളുടെയും കളകൾ പിഴുതെറിയാൻ കഴിയണം.

സാമൂഹ്യപ്രതിബദ്ധതയിലും നാടിന്റെ വികസനത്തോടും ക്ഷേമ ത്തോടുമുള്ള താൽപ്പര്യത്തിലും ഉറച്ചുനിൽക്കുന്ന ഒരു പുതിയ മാധ്യമ സംസ്കാരം വളർത്തിയെടുക്കാൻ കഴിയണം. അതിനു കഴിയട്ടെ എന്ന് ആശംസിക്കുന്നു.

ജുഡീഷ്യറി

ഇന്ത്യൻ ജുഡീഷ്യറിയും ജനാധിപത്യവും

ഇന്ത്യൻ ഭരണഘടനയുടെ ആമുഖത്തിൽ ഇങ്ങനെ പറയുന്നു: ഭാര തത്തിലെ ജനങ്ങളായ നാം ഭാരതത്തെ (ഒരു പരമാധികാര സ്ഥിതിസ മത്വ മതേതര ജനാധിപത്യ റിപ്പബ്ലിക്കായി) സംവിധാനം ചെയ്യുവാനും അതിലെ പൗരന്മാർക്കെല്ലാം: സാമൂഹ്യവും സാമ്പത്തികവും രാഷ്ട്രീയ വും ആയ നീതിയും; ചിന്തയ്ക്കും ആശയപ്രകടനത്തിനും വിശ്വാസത്തി നും മതനിഷ്ഠയ്ക്കും ആരാധനയ്ക്കും ഉള്ള സ്വാതന്ത്ര്യവും; പദവിയി ലും അവസരത്തിലും സമത്വവും; സംപ്രാപ്തമാക്കുവാനും; അവർക്കെ ല്ലാമിടയിൽ വ്യക്തിയുടെ അന്തസ്സും (രാഷ്ട്രത്തിന്റെ ഐക്യവും അഖ ണ്ഡതയും) ഉറപ്പുവരുത്തിക്കൊണ്ട് സാഹോദര്യം പുലർത്തുവാനും; സ ഗൗരവം തീരുമാനിച്ചിരിക്കയാൽ; നമ്മുടെ ഭരണഘടനാ നിർമാണസഭ യിൽ ഈ 1949 നവംബർ ഇരുപത്താറാം ദിവസം ഇതിനാൽ ഈ ഭരണ ഘടനയെ സ്വീകരിക്കുകയും നിയമമാക്കുകയും നമുക്കുതന്നെ പ്രദാനം ചെയ്യുകയും ചെയ്യുന്നു. സാമൂഹ്യവും സാമ്പത്തികവും രാഷ്ട്രീയവുമാ യ നീതി ലഭിക്കുന്നതിന് ഭാരതത്തിലെ ജനങ്ങൾ തന്നെയാണ് ഭരണ ഘടന നിർമിച്ചതെന്നാണ് ആമുഖത്തിൽ സൂചിപ്പിക്കുന്നത്. ഇതിനർഥം ബഹുഭൂരിപക്ഷം വരുന്ന ജനതയുടെ താൽപര്യങ്ങൾ സംരക്ഷിക്കപ്പെടു ന്ന തരത്തിലായിരിക്കണം ഭരണഘടനയെ വ്യാഖ്യാനിക്കേണ്ടത് എന്നാണ്.

എന്നാൽ, ഭരണഘടന വിഭാവനംചെയ്യുന്ന തരത്തിൽ ജനങ്ങളു ടെ താൽപര്യം സംരക്ഷിക്കുന്നതിൽനിന്ന് നീതിപീഠങ്ങൾ പിന്നോട്ടുപോ കുന്ന പ്രശ്നം വർത്തമാന സാഹചര്യത്തിൽ ശക്തമായി ഉയർന്നുവന്നു. ഇതിന്റെ ഫലമായി ജുഡീഷ്യറിയുടെ പ്രവർത്തനങ്ങളെ സംബന്ധിച്ച് വലിയ ചർച്ച ഉയർന്നുവരികയുംചെയ്തു. ജനകീയ താൽപര്യങ്ങൾ സം രക്ഷിക്കണം എന്നതിന്റെ അടിസ്ഥാനത്തിൽ സിപിഐ എം ഈ പ്രശ്ന

ത്തിൽ നിലപാട് സ്വീകരിച്ചു. ഇത് വലിയ അപരാധമാണെന്നാണ് യുഡി എഫ് നേതാക്കൾ പറഞ്ഞുനടക്കുന്നത്. എന്നാൽ, അവരുടെ വാദങ്ങൾ വസ്തുതകളുമായി ഒരു ബന്ധവുമില്ലാത്തവയാണെന്നും രാഷ്ട്രീയ താൽ പര്യങ്ങളുടെ അടിസ്ഥാനത്തിൽ രൂപീകരിക്കപ്പെട്ടതാണെന്നും ഇപ്പോൾ വ്യക്തമായിരിക്കുകയാണ്.

ത്വരിത നീതിനിർവഹണത്തെക്കുറിച്ച് ന്യൂഡൽഹിയിൽ ചേർന്ന മുഖ്യ മന്ത്രിമാരുടെയും ഹൈക്കോടതി ചീഫ് ജസ്റ്റിസുമാരുടെയും സമ്മേളനം ഉ ദ്ഘാടനം ചെയ്തുകൊണ്ട് പ്രധാനമന്ത്രി മൻമോഹൻസിങ് നടത്തിയ പ്ര സംഗം ഈ വസ്തുത പൂർണമായും വെളിച്ചത്ത് കൊണ്ടുവന്നിരിക്കുകയാ ണ്. നീതിന്യായവ്യവസ്ഥ രാജ്യത്തിലെ ലജിസ്ലേറ്റീവിന്റെയും എക്സിക്യൂ ട്ടീവിന്റെയും അധികാരപരിധിയിലേക്ക് കടന്നുകയറുന്നതിനെതിരായിട്ടാ യിരുന്നു പ്രധാനമന്ത്രിയുടെ പ്രസംഗം. ഇവിടെ സിപിഐ എം നേതാക്കൾ ക്കെതിരായി കോടതിക്കെതിരെ സംസാരിച്ചതിന്റെ പേരിൽ നടപടി എടുക്കണ മെന്ന് വാദിക്കുന്ന യുഡിഎഫ് നേതാക്കൾ പ്രധാനമന്ത്രിയുടെ പേരിൽ എ ന്തു നടപടിയാണ് എടുക്കാനുദ്ദേശിക്കുന്നത് എന്ന് വ്യക്തമാക്കേണ്ടതുണ്ട്.

സിപിഐ എമ്മിനെ സംബന്ധിച്ചിടത്തോളം കോടതിയെക്കുറിച്ചു ള്ള അഭിപ്രായം ഏതെങ്കിലും ജഡ്ജിയോടോ വിധിയോടോ ഉള്ള കേവ ലമായ അഭിപ്രായഭിന്നതയല്ല. ആ സംവിധാനത്തിന്റെ ദൗർബല്യങ്ങളുമാ യി ബന്ധപ്പെട്ടുകൊണ്ടാണ് ഇത്തരത്തിലുള്ള വിധികൾ കടന്നുവരുന്നത് എന്നാണ് പാർടി എക്കാലവും പറഞ്ഞിട്ടുള്ളത്. സിപിഐ എം ഉയർത്തി യ ഈ വിമർശനങ്ങൾ ശരിയാണ് എന്ന് അംഗീകരിക്കുന്നിടത്തേക്കാണ് പ്രധാനമന്ത്രി ഉൾപ്പെടെ എത്തിച്ചേർന്നിരിക്കുന്നത് എന്നാണ് വ്യക്തമാ വുന്നത്. പാർടി പരിപാടിയിൽ സിപിഐ എം ഇങ്ങനെ പറയുന്നു:

തൊഴിലാളികൾക്കും കൃഷിക്കാർക്കും അധ്വാനിക്കുന്ന മറ്റ് ജന വിഭാഗങ്ങൾക്കും പ്രതികൂലമായാണ് നീതിന്യായവ്യവസ്ഥ നിലകൊള്ളു ന്നത്. ഔപചാരികമായി ധനികരും ദരിദ്രരും തത്ത്വത്തിൽ തുല്യരാണെങ്കി ലും, സാരാംശത്തിൽ നീതിന്യായവ്യവസ്ഥ ചൂഷകവർഗങ്ങളുടെ താൽ പര്യങ്ങൾ നിറവേറ്റുകയും അവരുടെ വർഗഭരണത്തെ ഉയർത്തിപ്പിടിക്കു കയും ചെയ്യുന്നു. നീതിന്യായവ്യവസ്ഥയെ ഭരണനിർവഹണ ഘടനയിൽ നിന്ന് വേർപെടുത്തണമെന്ന ബുർഷ്വാ ജനാധിപത്യത്വംപോലും പൂർണ മായി പാലിക്കപ്പെടാതെ നിർവഹണാധികാരികളുടെ സ്വാധീനത്തിനും നി യന്ത്രണത്തിനും നീതിന്യായവ്യവസ്ഥ വശംവദമാകുന്നു. ഭരണഘടനാപ്ര കാരം ജനാധിപത്യത്വങ്ങളും മൗലികാവകാശങ്ങളും ഉയർത്തിപ്പിടിക്കുന്ന വിധിന്യായങ്ങൾ ഭരണവർഗങ്ങൾ അട്ടിമറിച്ചതിന്റെ ഉദാഹരണങ്ങൾ കാ ണാം. മറുപടി പറയാൻ ജഡ്ജിമാർ ബാധ്യസ്ഥരാകുന്ന ഫലപ്രദമായ സംവിധാനങ്ങളുടെ അഭാവത്തിൽ നീതിന്യായവ്യവസ്ഥയിലെ ചില വി ഭാഗങ്ങൾക്കിടയിൽ അഴിമതിയുള്ളതായി റിപ്പോർട്ട് ചെയ്യപ്പെടുന്നു. അത് ഈ വ്യവസ്ഥയിലുള്ള ജനങ്ങളുടെ വിശ്വാസത്തെ തകർത്തുകളയുന്നു.
(പാർടി പരിപാടി, അധ്യായം 5, ഖണ്ഡിക 15)

പാർടി പരിപാടിയിൽ വിശദീകരിച്ച വസ്തുതകൾ ശരിയാണെന്ന് കോടതികളുടെ പ്രവർത്തനങ്ങളെ വിലയിരുത്തുന്ന ആർക്കും ഇന്ന് മനസ്സിലാകും. ജനാധിപത്യത്തിന്റെ മൂന്ന് സുപ്രധാന ഘടകങ്ങളാണ് ലെജിസ്ലേച്ചർ, ജുഡീഷ്യറി, എക്സിക്യൂട്ടീവ് എന്നിവ. ഈ മൂന്ന് ഘടകങ്ങളും ശരിയായ രീതിയിൽ പരസ്പര അധികാരങ്ങൾ അംഗീകരിച്ചുകൊണ്ട് പ്രവർത്തിക്കുകയാണ് വേണ്ടത്. നിയമങ്ങൾ നിർമിക്കാനുള്ള അധികാരം ലജിസ്ലേച്ചറിനും നിയമങ്ങളെ വ്യാഖ്യാനിക്കാനുള്ള അധികാരം ജുഡീഷ്യറിക്കുമാണ്. ജുഡീഷ്യറിയുടെ ഈ വ്യാഖ്യാനം ഭരണഘടനയുടെ അടിസ്ഥാന നിലപാടുകളായ ജനാധിപത്യം, സോഷ്യലിസം, മതേതരത്വം തുടങ്ങിയ കാഴ്ചപ്പാടുകളിൽ നിന്നുകൊണ്ട് അവയെ സംരക്ഷിക്കാൻ ഉതകുന്നതുമായിരിക്കണം. സമത്വത്തിനും സാമൂഹ്യനീതിക്കും മതേതരത്വത്തിനും വേണ്ടിയാണ് കോടതി ഭരണഘടനാ സംരക്ഷകർ എന്ന നിലയിൽ പ്രവർത്തിക്കേണ്ടത്. ഇത്തരം കാര്യങ്ങളെ നടപ്പിലാക്കാനുള്ള അധികാരമാണ് എക്സിക്യൂട്ടീവിനുള്ളത്. ഈ അതിർവരമ്പുകളെ ഉൾക്കൊണ്ടുകൊണ്ടും ഭരണഘടനാപരമായ ഉത്തരവാദിത്തങ്ങൾ നിർവഹിച്ചുകൊണ്ടും കോടതി ഇടപെടുമ്പോഴാണ് ജനാധിപത്യവ്യവസ്ഥയെ ശക്തിപ്പെടുത്തുന്ന സ്ഥാപനമായും ഭരണഘടനാ സംരക്ഷകരായും കോടതി മാറുന്നത്.

എന്നാൽ, അടുത്തകാലത്തായി ഈ സ്ഥിതിവിശേഷത്തിന് വലിയ മാറ്റം വന്നുകൊണ്ടിരിക്കുകയാണ്. ഇന്ത്യൻ നീതിന്യായവ്യവസ്ഥയുടെ സ്വഭാവം പരിശോധിച്ചാൽ ഈ കാര്യം വളരെ വ്യക്തമാകും. സ്വാതന്ത്ര്യസമ്പാദനം മുതൽ അടിയന്തരാവസ്ഥ വരെയുള്ള ആദ്യഘട്ടത്തിൽ സ്വത്തവകാശ സംരക്ഷണത്തിനായിരുന്നു കോടതി പ്രധാനമായും ഊന്നിയത്. ഇന്ത്യയുടെ ഭരണഘടന ഉറപ്പുനൽകുന്ന മൗലികാവകാശങ്ങളെയും അന്താരാഷ്ട്ര ഉടമ്പടികളിലെ വ്യവസ്ഥകളെയും ലംഘിച്ച് അടിയന്തരാവസ്ഥ ഭരണഘടനാവിധേയമാണെന്ന് പ്രഖ്യാപിക്കുന്നിടത്തുവരെ സുപ്രീം കോടതി എത്തിച്ചേർന്നു. പൗരന്റെ എല്ലാ മൗലികാവകാശങ്ങളെയും കശക്കി എറിയുന്നതിനായിരുന്നു ഈ കാലത്ത് കോടതികൾ കൂട്ടുനിന്നത്. ഭരണഘടന വിഭാവനംചെയ്യുന്ന പൗരാവകാശ സംരക്ഷണത്തിനല്ല അവയെ ഹനിക്കുന്നതിനായിരുന്നു ഈ കാലഘട്ടത്തിൽ കോടതി പരിശ്രമിച്ചത് എന്നർഥം.

അടിയന്തരാവസ്ഥയ്ക്കെതിരായുള്ള ജനവികാരം ശക്തിപ്രാപിക്കുകയും പൗരാവകാശങ്ങൾ സംരക്ഷിക്കുവാനുള്ള പോരാട്ടം സമൂഹത്തിൽ ശക്തിപ്രാപിക്കുകയും ചെയ്തപ്പോൾ അതിന്റെ സ്വാധീനം കോടതികളിലും പ്രതിഫലിച്ചു. കേസുകൾ സ്വീകരിക്കുന്ന രീതികൾക്കുവരെ മാറ്റങ്ങൾ ഈ കാലത്തുണ്ടായി. സുനിൽ ദ്രാ കേസിൽ പോസ്റ്റ് കാർഡിൽ വരുന്ന എഴുത്തുകൾ വരെ പരാതിയായി പരിഗണിക്കുന്ന നടപടിയും ഈ കാലത്തുണ്ടായി. പത്രപ്രവർത്തകരുടെയും സാമൂഹ്യപ്രവർത്തകരുടെയും റിപ്പോർട്ടുകൾ പരാതികളായി സ്വീകരിക്കുക എന്ന നിലയും ഇതിനെത്തുടർന്ന് വ

ന്നു. മോഹിനി ജയിൻ കേസിൽ വിദ്യാഭ്യാസം മൗലികമായ അവകാശമാ ണ് എന്ന തരത്തിലുള്ള വിധിയുമുണ്ടായി. തൊഴിലാളികളുടെ അവകാശ സംരക്ഷണവുമായി ബന്ധപ്പെട്ടുകൊണ്ട് ഫെർട്ടിലൈസേഷൻ കാംഗാർ യു ണിയന്റെ കേസിലും വിധിയുണ്ടായി. സ്റ്റേറ്റ് പൗരന്മാർക്കുനേരെ നടത്തുന്ന കടന്നാക്രമണങ്ങൾക്ക് നഷ്ടപരിഹാരംവരെ നൽകണമെന്ന വിധി രൂപൻ ഷാ കേസിൽ ഉണ്ടായി. ഇത്തരത്തിൽ ജുഡീഷ്യറി ജനങ്ങൾക്ക് അനുകൂല മായി നിൽക്കുന്നതിന്റെ നിരവധി വിധികൾ ഈ കാലഘട്ടത്തിൽ വന്നു. ജ സ്റ്റിസുമാരായ വി ആർ കൃഷ്ണയ്യർ, പി എൻ ഭഗവതി, പി സുബ്രഹ്മണ്യ ൻ പോറ്റി എന്നിവരിൽനിന്നുണ്ടായ വിധിന്യായങ്ങൾ ജുഡീഷ്യറിയുടെ ജ നപക്ഷ നിലപാടിന്റെ ഉജ്ജ്വലോദാഹരണമായിരുന്നു. സോഷ്യൽ ആക്ടി വിസമെന്ന് ചിലരാൽ വിശേഷിപ്പിക്കപ്പെട്ട അടിയന്തരാവസ്ഥ മുതൽ 1990 കളുടെ തുടക്കംവരെയുള്ള ഈ കാലം ഇന്ത്യൻ ജുഡീഷ്യറിയുടെ രണ്ടാം ഘട്ടമായിരുന്നു.

ആഗോളവൽക്കരണ നയം ഇന്ത്യയിൽ ശക്തിപ്രാപിച്ചപ്പോൾ കോ ടതിയുടെ നയസമീപനങ്ങൾ അതിന് അനുയോജ്യമായ വിധത്തിൽ രൂപ പ്പെടാൻ തുടങ്ങിയ വർത്തമാനകാലഘട്ടം ഇന്ത്യൻ നീതിന്യായവ്യവസ്ഥ യുടെ മൂന്നാം ഘട്ടമെന്ന് വിശേഷിപ്പിക്കാം. ഈ കാലഘട്ടത്തിലെ കോട തിയുടെ നിലപാട് വ്യക്തമാക്കുന്ന പ്രസംഗം 1996 ൽ അന്നത്തെ ചീഫ് ജ സ്റ്റിസ് നടത്തി. അതിൽ ഇങ്ങനെ പറഞ്ഞു. ഉദാരവൽക്കരണമെന്നത് സോഷ്യലിസവുമായി പൊരുത്തപ്പെടുന്നതാണ്. കാരണം നീതിപൂർവമാ യ വിതരണത്തിന് ആദ്യം ആവശ്യമായിട്ടുള്ളത് ഇന്ന് സ്വത്തിന്റെ സൃഷ് ടിയാണ്. സോഷ്യലിസം ലക്ഷ്യമായി അംഗീകരിച്ച ഭരണഘടനയിലെ ആ ശയത്തെ ആഗോളവൽക്കരണ നയവുമായി കൂട്ടിക്കെട്ടുന്ന വിചിത്രമായ രീതിയാണ് ഇതിൽ കാണുന്നത്. സാധാരണക്കാർക്ക് എതിരായി നിലപാ ടെടുക്കുന്ന ആഗോളവൽക്കരണ നയത്തിന്റെ ആശയങ്ങൾ കോടതിവി ധികളുടെ ഉള്ളടക്കമായി മാറുന്നത് ഈ കാഴ്ചപ്പാടിന്റെകൂടി ഭാഗമായാണ്.

കോടതികളുടെ ആഗോളവൽക്കരണത്തിനനുകൂലമായ ചുവടുമാ റ്റം ഏറ്റവും വ്യക്തമാകുന്നതിന് ഒരു ഉദാഹരണം വിദ്യാഭ്യാസമേഖലയി ലെ വിധിയുമായി ബന്ധപ്പെട്ട് ഉദ്ധരിക്കാം.

1993 ൽ സ്വകാര്യ സ്വാശ്രയകോളേജിലെ വിദ്യാർഥി പ്രവേശനവുമാ യി ബന്ധപ്പെട്ടുണ്ടായ ഉണ്ണിക്കൃഷ്ണൻകേസിൽ ജസ്റ്റിസ് ജീവൻ റെഡ്ഡി തന്റെ വിധിയിൽ ഒരു കാര്യം ഊന്നിപ്പറഞ്ഞു. ഉന്നതവിദ്യാഭ്യാസം നൽ കുന്നത് ഒരു വ്യാപാരമോ ബിസിനസോ അല്ല, വിദ്യാഭ്യാസത്തിന്റെ വാ ണിജ്യവൽക്കരണം അനുവദിക്കാൻ പാടില്ല. ഉദാരവൽക്കരണത്തിന്റെ തു ടക്കഘട്ടത്തിൽ ഇതായിരുന്നു കോടതിയുടെ സമീപനമെങ്കിൽ 2002 ഒക് ടോബറിൽ ടി എം എ പൈ ഫൗണ്ടേഷൻ കേസിന്റെ വിധിയിൽ ഇങ്ങനെ പറഞ്ഞു: വിദ്യാഭ്യാസസ്ഥാപനങ്ങൾ സ്ഥാപിച്ച് നടത്തുവാനുള്ള അവ കാശം, വ്യാപാരമോ ബിസിനസോ ജോലിയോ ചെയ്യാനുള്ള 19 (1) ജി യി ലെ അവകാശമാണ്. ഇതിലൂടെ വിദ്യാഭ്യാസം കച്ചവടമാണ് എന്ന ആ

ഗോളവൽക്കരണത്തിന്റെ നീതിശാസ്ത്രത്തിന് അംഗീകാരം നൽകുകയാ
യിരുന്നു. ടി എം എ പൈ ഫൗണ്ടേഷൻ കേസിന്റെ വിധിയിൽ ഇങ്ങനെ
യും രേഖപ്പെടുത്തുന്നുണ്ട്.   ഇന്നത്തെ സമ്പദ്‌വ്യവസ്ഥയുടെ ന്യായശാ
സ്ത്രവും സ്വകാര്യവൽക്കരണത്തിന്റെ പ്രത്യയശാസ്ത്രവും സ്വകാര്യമുന്ന
തവിദ്യാഭ്യാസരംഗത്ത് പുതിയൊരു ഉണർവുണ്ടാക്കി. തുടർന്ന് വീണ്ടും
ഇങ്ങനെ പറയുന്നു:   ലോകത്തെല്ലായിടത്തും വ്യവസ്ഥാപിതമായ ത
ത്വമാണ് പ്രൊഫഷണൽ വിദ്യാഭ്യാസം ആവശ്യമുള്ളവർ അതിന് വില
നൽകണമെന്നുള്ളത്. ലോകത്തെല്ലായിടത്തും അങ്ങനെ അല്ലെന്നിരിക്കെ
യാണ് ഇത്തരത്തിലുള്ള പരാമർശങ്ങൾ നടത്തിയത്. ഇതിലൂടെ ആഗോ
ളവൽക്കരണത്തിന്റെ പ്രത്യയശാസ്ത്രത്തെ പിന്തുണയ്ക്കുകയായിരുന്നു
കോടതി. അതുകൊണ്ട് സാധാരണ മനുഷ്യന് നീതി കിട്ടാനുള്ള സമര
ത്തിന്റെ ഭാഗമായി കോടതികളുടെ ഈ സമീപനത്തെയും തുറന്നുകാട്ടേ
ണ്ടതുണ്ട്.

കോടതിയുടെ ഇത്തരം നയങ്ങൾക്കെതിരായി പറയുന്നതും കോട
തിയുടെ വിധിന്യായങ്ങളെ വിമർശിക്കുന്നതും പാടില്ല എന്ന അഭിപ്രായം
ചില കോണുകളിൽനിന്ന് ഉയരുന്നുണ്ട്. അതിനെ സംബന്ധിച്ച് സുപ്രീം
കോടതി ജഡ്ജിയായ മാർക്കണ്ഡേയ ഖട്ജു ന്യൂഡൽഹിയിൽ   ഇന്ത്യ
ൻ സൊസൈറ്റി ഓഫ് ഇന്റർനാഷണൽ ലോയിൽ ജനുവരി 15-ാം തീയ
തി ചെയ്ത പ്രസംഗത്തിൽ ഇങ്ങനെ രേഖപ്പെടുത്തുന്നു:   ജനാധിപത്യ
ത്തിലെ ഒരു അടിസ്ഥാനതത്വം ജനങ്ങളാണ് യജമാനൻമാരെന്നതാണ്.
എല്ലാ അധികാരികളും (കോടതികൾ ഉൾപ്പെടെ) അവരുടെ സേവകന്മാ
രാണ്. സേവകന്മാരുടെ പ്രവർത്തനങ്ങളെ വിമർശിക്കാനുള്ള അധികാരം
യജമാനന്മാർക്കുണ്ട്. ഒരു ജനാധിപത്യത്തിൽ ജഡ്ജിമാരെ വിമർശിക്കാ
നുള്ള അധികാരം തീർച്ചയായും ജനങ്ങൾക്കുണ്ട്.

2005 സെപ്തംബറിൽ മധുരയിലെ ഹൈക്കോടതി ബെഞ്ച് സ്ഥാപി
ച്ചതിന്റെ വാർഷികത്തിൽ ഇതേ അഭിപ്രായം അദ്ദേഹം മറ്റൊരു രൂപത്തിൽ
പറയുകയുണ്ടായി.   അതുകൊണ്ട് ജനങ്ങൾ നമ്മെ വിമർശിക്കുമ്പോൾ
അതൊരു തെറ്റായി കാണരുത്. പൊതുജനങ്ങളുടെ വിശ്വാസത്തിലാണ് ന
മ്മുടെ അധികാരം അധിഷ്ഠിതമായിരിക്കുന്നത്. അല്ലാതെ കോടതി അല
ക്ഷ്യത്തിന്റെ ശക്തിയിലല്ല.   അതുകൊണ്ട് കോടതിയെ വിമർശിക്കാനുള്ള
അധികാരം പൗരന്മാർക്കുണ്ട് എന്നത് ന്യായാധിപന്മാർതന്നെ അംഗീകരി
ച്ചിട്ടുള്ള വസ്തുതയാണ്. എന്നിട്ടും രാഷ്ട്രീയ താൽപര്യങ്ങളുടെ പേരിൽ
കുഴലൂത്ത് നടത്തുന്നവർ തങ്ങളുടെ നിലപാട് ഭൂഷണമാണോ എന്ന് പരി
ശോധിക്കുന്നത് നല്ലതാണ്.

ദേശീയ സ്വാതന്ത്ര്യപ്രസ്ഥാനത്തിൽ പങ്കെടുത്തവരുടെ രാഷ്ട്രീയ
ഇച്ഛാശക്തിയാണ് ഭരണഘടനതന്നെ രൂപപ്പെടുത്തിയത്. ഭരണഘടന
തന്നെ ഒരു രാഷ്ട്രീയ രേഖയാണ്. രാജ്യത്ത് ജനജീവിതം മെച്ചപ്പെട്ടത്
കോടതി വിധികളുടെ ബലത്തിലല്ല. മറിച്ച് ജനങ്ങൾ നടത്തിയ സമരപോ
രാട്ടങ്ങളുടെ ഫലമായി നിയമനിർമാണ സഭകളുണ്ടാക്കിയ നിയമങ്ങളു

ടെ ബലത്തിലാണ്. ഈ യാഥാർഥ്യം ഉൾക്കൊണ്ടുകൊണ്ട് നിയമനിർമാ
ണങ്ങളെ മനസ്സിലാക്കാനുള്ള നിലപാട് സ്വീകരിക്കാൻ പൊതുവിൽ കഴി
യേണ്ടതുണ്ട്.

കോടതിവിധികളുടെ സമകാലീന സ്ഥിതി

വർത്തമാനകാലത്തെ കോടതിവിധികൾ പരിശോധിക്കുമ്പോൾ അ
വർ ആർക്കുവേണ്ടിയാണ് നിലകൊള്ളുന്നത് എന്ന് വ്യക്തമാകുന്നുണ്ട്.
ഏറെ ചർച്ച ചെയ്യപ്പെട്ടതായിരുന്നു ബാൽകോ അലുമിനിയം കമ്പനിയു
ടെ സ്വകാര്യവൽക്കരണം. ഈ കേസിന്റെ വിധിയിൽ സർക്കാരിന്റെ സ്വ
കാര്യവൽക്കരണ നയത്തിന് അംഗീകാരവും പ്രശംസയും നൽകുന്ന നി
ലപാടിനുമുമ്പിൽ വരുന്ന പ്രശ്നങ്ങൾ പരിശോധിക്കുന്നതിനു പകരം സ്വ
കാര്യവൽക്കരണ നയങ്ങളെത്തന്നെ പ്രോത്സാഹിപ്പിക്കുന്ന നിലപാടാണ്
കോടതി സ്വീകരിച്ചത്.

ജനാധിപത്യപരമായി സമരംചെയ്യാനുള്ള അവകാശം പൗരന്മാർക്ക്
ഭരണഘടനാപരമായിത്തന്നെ ലഭ്യമായതാണ്. ആഗോളവൽക്കരണനയ
ങ്ങൾ ജനങ്ങളുടെമേൽ ദുരിതങ്ങൾ അടിച്ചേൽപ്പിക്കുകയാണ്. ഇതിനെ
തിരായി വ്യാപകമായ പ്രക്ഷോഭങ്ങൾ സ്വാഭാവികമായും ഉയർന്നുവന്നു.
ഈ ജനകീയ ചെറുത്തുനിൽപ്പുകളെ ഇല്ലായ്മചെയ്യുക എന്ന നയത്തി
ന്റെ ഭാഗമായി ബന്ദ് നിരോധിച്ച് ഹൈക്കോടതിവിധി പാസാക്കി. ഇതി
ന്റെ തുടർച്ചയായാണ് വിദ്യാർഥിരാഷ്ട്രീയത്തിനെതിരായ കോടതിവിധി
യെയും കാണേണ്ടത്. 18 തികഞ്ഞവർക്ക് വോട്ടവകാശമുള്ള രാജ്യത്താ
ണ് അത്രയും പ്രായമുള്ള കോളേജ് വിദ്യാർഥികൾക്കുപോലും രാഷ്ട്രീ
യം പാടില്ലെന്ന നിലപാട് കോടതി സ്വീകരിച്ചത്. ജനാധിപത്യം അംഗീക
രിക്കപ്പെട്ട ഒരു രാജ്യത്ത് ജനാധിപത്യം ശക്തിപ്പെടണമെങ്കിൽ അത്തരം
സംവിധാനങ്ങളുമായി വിദ്യാർഥികളെ ബന്ധപ്പെടുത്തേണ്ടതുണ്ട് എന്ന
കോത്താരി കമീഷൻ ഉൾപ്പെടെയുള്ള വിദ്യാഭ്യാസ കമീഷനുകളുടെ കാ
ഴ്ചപ്പാടുകളാണ് ഇവിടെ തകിടംമറിക്കപ്പെട്ടത്. രാജ്യത്തിന്റെ നിയമം നിർ
മിക്കുന്നത് പാർലമെന്റും അസംബ്ലിയുമാണ്. ഈ മേഖലയിൽ മികച്ച ശേ
ഷിയുള്ളവർ കടന്നുവരിക എന്നത് രാജ്യത്തിന്റെതന്നെ ആവശ്യകതയാ
ണ്. വിദ്യാർഥികളെ രാഷ്ട്രീയപ്രക്രിയയിൽനിന്ന് മാറ്റിനിർത്തുമ്പോൾ നഷ്
ടമാകുന്നത് കാര്യശേഷിയുള്ള രാജ്യത്തിന്റെ ജനാധിപത്യനേതൃത്വമാണെ
ന്ന് മനസ്സിലാക്കാൻ കഴിയേണ്ടതുണ്ട്. ഒരു വിദ്യാർഥി പരീക്ഷ എഴുതുന്ന
തുമായി ബന്ധപ്പെട്ട് സമർപ്പിച്ച ഹർജിയിലാണ് വിദ്യാർഥിരാഷ്ട്രീയത്തി
നെതിരായ വിധിയുണ്ടായത്. പരിധിവിട്ടുള്ള ജുഡീഷ്യറിയുടെ ഇടപെട
ലിന്റെ മറ്റൊരു ഉദാഹരണമായിരുന്നു ഇത്.

സ്വകാര്യ സ്വാശ്രയ പ്രൊഫഷണൽ കോളേജുകളിൽ സാമൂഹ്യനീ
തി ഉറപ്പുവരുത്താൻ പാർലമെന്റുണ്ടാക്കിയതാണ് തൊണ്ണൂറ്റിമൂന്നാം ഭര
ണഘടനാ ഭേദഗതി. ഇതുപ്രകാരം സാമൂഹ്യമായി പിന്നോക്കം നിൽക്കു

ന്ന ജനവിഭാഗങ്ങൾക്ക് സംവരണം ഏർപ്പെടുത്താനുള്ള അധികാരം സർ ക്കാരുകൾക്ക് നൽകി. ഇതിന്റെ ചുവടുപിടിച്ച് കേരളസർക്കാർ തയ്യാറാ ക്കിയ സ്വാശ്രയബില്ലിലെ സുപ്രധാനമായ വ്യവസ്ഥകൾ കോടതി തള്ളി ക്കളയുകയാണുണ്ടായത്.

ഉന്നതവിദ്യാഭ്യാസസ്ഥാപനങ്ങളിൽ പിന്നോക്ക ജനവിഭാഗങ്ങൾക്ക് 27 ശതമാനം സംവരണം ഏർപ്പെടുത്താനുള്ള നിയമവും സാങ്കേതികത്വ ത്തിന്റെ പേരുപറഞ്ഞ് തള്ളി. ഒബിസിക്കാർക്ക് 27 ശതമാനം ജോലി സംവ രണം ശരിവച്ചത് സുപ്രീംകോടതി തന്നെയാണ്. സാമൂഹ്യമായും വിദ്യാ ഭ്യാസപരമായും പിന്നോക്കം നിൽക്കുന്ന വിഭാഗങ്ങൾക്ക് വിദ്യാഭ്യാസസ്ഥാ പനങ്ങളിൽ സംവരണം ഉറപ്പാക്കുന്ന ഭരണഘടനാ ഭേദഗതി നിലനിൽ ക്കവെയാണ് ഈ നടപടിയും ഉണ്ടായത്. കോടതികളുടെ തുടർച്ചയായ സാമൂഹ്യനീതിനിഷേധത്തിന്റെ മറ്റൊരുദാഹരണമാണ് ഈ കോടതിവി ധിയും.

ഒമ്പതാം പട്ടികയിലെ നിയമങ്ങൾ ഭരണഘടനയുടെ അടിസ്ഥാന ഘടനയുമായി യോജിച്ചുപോകുന്നതാണോ അല്ലയോ എന്നതിന്റെ അടി സ്ഥാനത്തിൽ ഈ നിയമങ്ങൾ പരിശോധനാവിധേയമാക്കാമെന്നാണ് ഇപ്പോൾ കോടതി പറയുന്നത്. ഭൂപരിഷ്കരണനിയമങ്ങൾക്കു നേരെയും സെമീന്ദാരീ സമ്പ്രദായം ഒഴിവാക്കുന്നതിനു നേരെയും വരുന്ന ജുഡീഷ്യൽ വെല്ലുവിളി ഒഴിവാക്കുകയായിരുന്നു ഒമ്പതാംപട്ടികയുടെ പ്രധാനലക്ഷ്യം. 1973 ഏപ്രിൽ 24 വരെയുള്ള നിയമങ്ങളെ ഇതിൽനിന്ന് ഒഴിവാക്കിയിട്ടു ണ്ടെങ്കിലും ഈ സമീപനം കാണിക്കുന്നത് മൗലികാവകാശങ്ങളിൽപെട്ട സ്വകാര്യസ്വത്തവകാശത്തെ പുനരുജ്ജീവിപ്പിക്കാനും അതിലൂടെ പുരോ ഗമന നിയമങ്ങൾ ഇല്ലാതാക്കാനുമായിരിക്കും കോടതികൾ ശ്രമിക്കാൻ പോവുന്നത് എന്നാണ്. സംവരണത്തിനുപോലും അപകടംവരാൻ പോ കുന്നു എന്നതിന്റെ സൂചനയാണ് ഇത് നൽകുന്നത്. ഡിവിഷൻ ബെഞ്ച് സ്റ്റേ ചെയ്തുവെങ്കിലും ഉത്തർപ്രദേശിലെ മുസ്ലിങ്ങൾ ന്യൂനപക്ഷമല്ലെ ന്ന് പറയാനുള്ള സമീപനം കോടതി സ്വീകരിച്ചു എന്നത് ഇവിടെ കൂട്ടി വായിക്കേണ്ടതാണ്.

മന്ത്രി എ കെ ബാലനെ രണ്ടുവർഷത്തെ തടവിന് ശിക്ഷിച്ച നടപടി യഥാർഥത്തിൽ ഒരു മന്ത്രിക്കും നിയമസഭാ സാമാജികനും ലഭിക്കേണ്ട അവകാശങ്ങൾ നിഷേധിക്കുന്ന തരത്തിലാണുണ്ടായത്. അംഗങ്ങൾക്ക് നിയമസഭാസമ്മേളനത്തിൽ പങ്കെടുക്കുന്നതിന് മറ്റെല്ലാ പരിപാടികളും ഒ ഴിവാക്കി സംവിധാനം ഒരുക്കുക സ്വാഭാവികപ്രക്രിയയാണ്. മാത്രമല്ല കോ ടതിയിൽ ഹാജരാവേണ്ട ദിവസം മന്ത്രിക്ക് നിയമസഭയിൽ ചോദ്യത്തിന് ഉത്തരം പറയേണ്ടതുണ്ടായിരുന്നു. അതുകൊണ്ട് മറ്റൊരു ദിവസം ഹാജ രാകാമെന്ന് കോടതിയെ അഭിഭാഷകർ മുഖേന അറിയിച്ചു. എന്നിട്ടും അറസ്റ്റ് വാറന്റ് പുറപ്പെടുവിച്ചു. നിയമസഭാ സാമാജികർക്കെതിരെ അറസ്റ്റ് വാറന്റ് പുറപ്പെടുവിക്കുമ്പോൾ ക്രിമിനൽ റൂൾസ് പ്രാക്ടീസ് പ്രകാരം സ്പീക്കറെ അറിയിക്കണമെന്ന വ്യവസ്ഥയും കാറ്റിൽ പറത്തി. ഏത് കേസിനും വിധി

പറയുന്നതിനുമുൻപ് പ്രതികൾക്ക് പറയാനുള്ളത് അവതരിപ്പിക്കാനുള്ള അവകാശം നൽകാറുണ്ട്. അത് പോലും അംഗീകരിക്കപ്പെട്ടില്ല. ഇത് നിയമനിർമാണസഭയോടുള്ള അനാദരവായിട്ടുതന്നെയാണ് വിലയിരുത്തപ്പെടേണ്ടത്.

ഭരണഘടനയുടെ 73-ാം ഭേദഗതിയുടെ ഭാഗമായാണ് പഞ്ചായത്തീരാജ് സംവിധാനം നിലവിൽ വന്നത്. ഇതിലെ മൂന്നാം പട്ടികയിൽ കുടിവെള്ളവും ആരോഗ്യവും നോക്കിനടത്തുവാനുള്ള അധികാരം തദ്ദേശസ്വയംഭരണസ്ഥാപനങ്ങൾക്ക് നൽകുന്നുണ്ട്. എന്നാൽ, കുടിവെള്ളം മുട്ടിച്ച് ജനങ്ങൾക്ക് ആരോഗ്യപ്രശ്നമുണ്ടാക്കുന്ന പെപ്സികമ്പനിക്കെതിരെ പഞ്ചായത്ത് എടുത്ത നടപടി ഹൈക്കോടതി റദ്ദുചെയ്തിരിക്കയാണ്. ജനങ്ങൾക്കൊപ്പമല്ല മറിച്ച് വൻ കമ്പനികളുടെ താൽപര്യങ്ങൾക്കൊപ്പമാണ് തങ്ങളുടെ നിലപാടെന്ന് ഒരിക്കൽക്കൂടി ഈ വിധി തെളിയിച്ചു.

2005 ജൂൺ 30ന് പത്രവാർത്തകളുടെ അടിസ്ഥാനത്തിൽ കോടതി സ്വമേധയാ പരിഗണിച്ച കേസാണ് പ്രൊഫഷണൽ കോളേജുകളിലേക്കുള്ള കേന്ദ്ര അലോട്ട്മെന്റ് തടയുന്നതുമായി ബന്ധപ്പെട്ട് ഉയർന്നുവന്നത്. പാവപ്പെട്ട വിദ്യാർഥികൾക്ക് പ്രവേശനം ആവശ്യപ്പെട്ടുള്ള സമരത്തെ കേരള ജനതതന്നെ നെഞ്ചേറ്റിയതാണ്. എന്നാൽ, ആ കേസിന്റെ വിധിയിൽ കോടതി പറഞ്ഞത് സംസ്കാരസമ്പന്നമായ ഒരു ജനതയ്ക്കും അംഗീകരിക്കാൻ പറ്റുന്നതായിരുന്നില്ല. വിധിയിൽ കോടതി ഇങ്ങനെ പറഞ്ഞു: ‘‘പ്രൊഫഷണൽ കോളേജുകൾക്കുള്ള കേന്ദ്ര അലോട്ട്മെന്റ് പ്രക്രിയ തടസ്സപ്പെടുത്താൻ മിസ്ക്രിയൻസിനെ സർക്കാർ അനുവദിക്കരുത്. സാഹചര്യങ്ങൾക്ക് വേണ്ടവിധം ഈ മിസ്ക്രിയൻസിനെ അനുയോജ്യമായ രീതിയിൽ കൈകാര്യംചെയ്യണം.’’ ഇതിൽ നീചർ, ദുർമാർഗികൾ എന്നിങ്ങനെ അർഥംവരുന്ന മിസ്ക്രിയൻസ് എന്ന പദംകൊണ്ട് ഉദ്ദേശിച്ചത് പാവപ്പെട്ടവർക്കുവേണ്ടി സമരംചെയ്യുന്ന വിദ്യാർഥികളെ ആയിരുന്നു. ഇത്തരം നിരീക്ഷണങ്ങൾ ജനാധിപത്യസമൂഹത്തിന് ഭൂഷണമാണോ എന്നും പരിശോധിക്കേണ്ടതുണ്ട്.

മേൽ സൂചിപ്പിച്ചതരത്തിൽ നയപരമായ വ്യതിയാനം മാത്രമല്ല മറ്റു പോരായ്മകളും ഇന്ത്യൻ ജുഡീഷ്യറിക്ക് ഉണ്ടായിട്ടുണ്ട് എന്നതാണ് വസ്തുത. ഇന്ത്യൻ ജുഡീഷ്യറി അഴിമതി വിമുക്തമല്ലെന്ന ജസ്റ്റിസ് എസ് പി ബറൂച്ചയുടെ നിരീക്ഷണം ഏറെ ചർച്ചചെയ്യപ്പെട്ടതാണ്. നീതിന്യായ വ്യവസ്ഥയിലെ 20 ശതമാനം അഴിമതിക്കാരാണ് എന്ന് പരസ്യമായി അദ്ദേഹം പറഞ്ഞു. ജസ്റ്റിസിന്റെ വാക്കുകൾ തന്നെ മറ്റാരെങ്കിലും പറഞ്ഞാൽ അത് കോടതി അലക്ഷ്യമാകുന്നത് എങ്ങനെ എന്ന് മനസ്സിലാക്കുവാൻ ഏറെ പ്രയാസമാണ്.

ഡൽഹി ഹൈക്കോടതിയിലെ ജഡ്ജിയായിരുന്ന ശമിത് മുഖർജി രാജിവയ്ക്കേണ്ടിവന്നത് അഴിമതിക്കേസിൽ സിബിഐ അറസ്റ്റു ചെയ്തപ്പോഴാണ്. ഹരിയാന-പഞ്ചാബ് ഹൈക്കോടതി ജഡ്ജിയായിരുന്ന ജസ്റ്റിസ് വി രാമസ്വാമി ഒരു ജഡ്ജി ചെയ്യാൻ പാടില്ലാത്ത 11 കുറ്റങ്ങൾ ചെയ്തു

വെന്ന് കണ്ടെത്തിയിട്ടും സാമ്പത്തിക ക്രമക്കേട് നടത്തി എന്നു തെളി ഞ്ഞിട്ടും സ്ഥാനംവിടാൻ തയ്യാറായില്ല. ബോംബെ ഹൈക്കോടതി ചീഫ് ജസ്റ്റിസ് ആയിരുന്ന ജസ്റ്റിസ് എഎം ഭട്ടാചാര്യ അനധികൃതമായി ഒരു പബ്ലിഷിങ് കമ്പനിയിൽ നിന്ന് 80,000 ഡോളർ പ്രതിഫലമായി വാങ്ങി എന്ന് തെളിഞ്ഞപ്പോൾ രാജിവയ്ക്കേണ്ടിവന്നു. സ്വജനപക്ഷപാതം സംബ ന്ധിച്ച് തുടരെ പരാതി വന്നപ്പോൾ എഴുപതിലേറെ ഹൈക്കോടതി ജഡ് ജിമാരെ സുപ്രീംകോടതി ചീഫ് ജസ്റ്റിസ് എം എൻ വെങ്കിടചെല്ലയ്യ രാജ്യ ത്തിന്റെ വിവിധ ഭാഗങ്ങളിലേക്ക് സ്ഥലംമാറ്റുകയുണ്ടായി. 1993 ൽ ജസ്റ്റിസ് വി രാമസ്വാമിക്കെതിരായ ഇംപീച്ച്മെന്റ് പ്രമേയം പാർലമെന്റിൽ പരാജ യപ്പെട്ടു. കോൺഗ്രസ് അംഗങ്ങൾ വിട്ടുനിന്നതുകൊണ്ട് സ്റ്റാറ്റ്യൂട്ടറി കമ്മി റ്റി അംഗങ്ങൾ കുറ്റം കണ്ടെത്തിയിട്ടും നടപടികളിൽനിന്ന് രക്ഷപ്പെട്ടു. 1991 മദിരാശി ഹൈക്കോടതിയിലെ ചീഫ് ജസ്റ്റിസായിരുന്ന ജസ്റ്റിസ് കെ വീര സ്വാമിയുടെ വീട്ടിൽനിന്ന് സിബിഐ വൻതോതിൽ കള്ളപ്പണം കണ്ടെടു ത്തു. എന്നാൽ, എഫ്ഐആർ രജിസ്റ്റർചെയ്യുന്നതിൽനിന്ന് സുപ്രീംകോ ടതി സിബിഐയെ തടഞ്ഞു. ജഡ്ജിക്കെതിരെ കേസ് രജിസ്റ്റർചെയ്യണ മെങ്കിൽ സുപ്രീം കോടതി ചീഫ് ജസ്റ്റിസിന്റെ അനുവാദം വാങ്ങണമെന്ന റൂളിങ്ങിന്റെ ബലത്തിലാണ് അദ്ദേഹം രക്ഷപ്പെട്ടത്. ഗുജറാത്തിൽ രണ്ടു ജഡ്ജിമാർ പരസ്പരം ഏറ്റുമുട്ടിയിട്ട് സ്ഥലം മാറ്റിയ അനുഭവവും ഉണ്ടാ യിട്ടുണ്ട്.

കേരളത്തിലെ ഒരു ജഡ്ജി അഴിമതിക്കേസിൽപ്പെട്ടിട്ട് മേൽക്കോട തി രക്ഷപ്പെടുത്തിയ സംഭവം ഉണ്ടായിട്ടുണ്ട്. കേരള ഹൈക്കോടതി ജസ്റ്റി സ് സ്വാശ്രയ കോളേജ് മാനേജ്മെന്റുകളുടെ സൽക്കാരം സ്വീകരിച്ച പ്രശ് നം സമകാലീന കേരളരാഷ്ട്രീയത്തിൽത്തന്നെ വലിയ വിവാദം ഉണ്ടാ ക്കിയതാണ്. കൊക്കകോളയുടെ കേസുമായി ബന്ധപ്പെട്ട് വിധിപറയുന്ന തിന് തലേദിവസം ലോഡുകണക്കിന് കൊക്കകോള കേരളത്തിൽ എത്തി യതും കൊക്കകോളയ്ക്കനുകൂലമായി വിധി പ്രസ്താവിച്ച ഉടനെ വിധി യിലെ വാചകങ്ങൾവച്ച് മാനേജ്മെന്റ് പ്രസ്താവന ഇറക്കിയതും ജുഡീ ഷ്യറിക്കെതിരായുള്ള സംശയം ജനങ്ങളിൽ ഉയർന്നുവരുന്നതിന് കാരണ മായിട്ടുണ്ട്.

അഴിമതിയുണ്ടെന്ന് വസ്തുതാപരമായി തെളിയിക്കപ്പെടുകയും നീ തിപീഠത്തിന്റെ ഭാഗമായുള്ളവർതന്നെ ആ യാഥാർഥ്യം അംഗീകരിക്കുക യുംചെയ്തിട്ടും ഇത് ആരും പറയരുത് എന്ന് പറയുന്നത് ശരിയല്ലെന്ന അഭിപ്രായം നിയമവിദഗ്ധർക്കുതന്നെയുണ്ട്. ഇന്ത്യയിലെ കോടതിയല ക്ഷ്യനിയമം സത്യത്തെ സംരക്ഷിക്കാനല്ല, സത്യം വിളിച്ചു പറയുന്നതിൽ നിന്ന് മാധ്യമങ്ങളെ വിലക്കാനുള്ളതാണ് എന്ന് അറ്റോർണി ജനറലായി രുന്ന സോളി സൊറാബ്ജി പറഞ്ഞകാര്യം ഇവിടെ പ്രസക്തമാണ്. കോട തിയലക്ഷ്യനിയമം ജുഡീഷ്യറിയിലെ അഴിമതി തുറന്നുകാട്ടുന്നത് തടയു ന്നതിനുള്ള ഉപാധിയാക്കുന്ന പ്രവണതയും കണ്ടുവരുന്നു. ഇതും തിരു ത്തപ്പെടേണ്ടതാണ്.

ജനാധിപത്യസംവിധാനത്തെ ശക്തിപ്പെടുത്തുന്നവിധം കോടതി മാറ
ണം എന്ന കാഴ്ചപ്പാടോടെയാണ് വിമർശനമുന്നയിക്കുന്നത്. അതിനായി
നീതിന്യായവ്യവസ്ഥയിൽ ആവശ്യമായ പരിഷ്കാരം വരുത്തേണ്ടതുണ്ട്.
വർഷങ്ങളായി കെട്ടിക്കിടക്കുന്ന കേസുകൾ പരിഹരിക്കുന്ന കാര്യത്തി
ലും ഏറെ ശ്രദ്ധ ഇന്ന് ആവശ്യമായിട്ടുണ്ട്. അതിനായി സർവീസിലുള്ള
ജഡ്ജിമാരും അല്ലാത്തവരുമടങ്ങുന്ന ഒരു ദേശീയ ജുഡീഷ്യൽ കമീഷൻ
രൂപീകരിച്ച് പ്രവർത്തനം ആരംഭിക്കണം. ഈ കമീഷൻ വഴിയായിരിക്ക
ണം ഉന്നത നീതിപീഠങ്ങളിലെ ജഡ്ജിമാരെ നിയമിക്കേണ്ടതും ജുഡീ
ഷ്യറിയുടെ ഉത്തരവാദിത്തം ഉറപ്പുവരുത്തേണ്ടതും. അത്തരം ദിശയിലേക്ക്
കാര്യങ്ങൾ മുന്നോട്ട് കൊണ്ടുപോയി ജനാധിപത്യത്തെ ശക്തിപ്പെടുത്താ
നുള്ള ഘടകമാക്കി ജുഡീഷ്യറിയെ മാറ്റാൻ കഴിയണം. ജുഡീഷ്യറിയുടെ
ഗുണപരമായ വളർച്ചയ്ക്കുവേണ്ടിയും അതുവഴി സാധാരണക്കാർക്ക് നീതി
ലഭിക്കാനുമാണ് വിമർശനങ്ങൾ ഉന്നയിക്കുന്നത് എന്ന് കാണാനാവണം.

കോടതിയലക്ഷ്യനടപടികൾ കമ്മ്യൂണിസ്റ്റ് പ്രസ്ഥാനത്തെ സംബന്ധി
ച്ചിടത്തോളം പുതിയകാര്യമല്ല. ഇന്ത്യൻ കോടതികളുടെ വർഗ സ്വഭാവ
ത്തെ സംബന്ധിച്ചും അത് സമ്പന്നർക്ക് അനുകൂലമായ നിലപാട് സ്വീക
രിക്കുന്നുവെന്ന് 1967 ൽ മുഖ്യമന്ത്രിയായിരുന്ന ഘട്ടത്തിൽ ഇ എം എസ്
പരസ്യമായി പറഞ്ഞു. ഇത് കോടതി അലക്ഷ്യമാണ് എന്ന് പറഞ്ഞ് ഒരു
ഹർജി കേരള ഹൈക്കോടതിയിൽ വന്നു. ഈ കേസിൽ ഇ എം എസിന്
പിഴ വിധിക്കുകയുണ്ടായി. സുപ്രീംകോടതിയിൽ ഇതിന്റെ അപ്പീൽ വന്നു.
ഹൈക്കോടതിയുടെ വിധി അംഗീകരിച്ചുള്ള വിധിന്യായത്തിൽ മാർക്
സിസത്തിൽ ജുഡീഷ്യറിയെ സംബന്ധിച്ച് വിമർശനമില്ലെന്നും ഇ എം എസ്
മാർക്സിസത്തിൽ ഇല്ലാത്ത കാര്യങ്ങളാണ് പറഞ്ഞതെന്നും വിശദീകരി
ച്ചു. ഈ പരാമർശം ഏറെ ചർച്ചയ്ക്ക് വിധേയമായി. ഇഎം എസ് ഇതിനെ
പ്പറ്റി വസ്തുതകൾ നിരത്തി എഴുതുകയുണ്ടായി. ''നീതിന്യായവ്യവസ്ഥ
യെക്കുറിച്ചുള്ള മാർക്സിസ്റ്റ് ലെനിനിസ്റ്റ് ചിന്തകൾ'' എന്ന ബി ടി ആറിന്റെ
ലേഖനം ജഡ്ജിമാർക്ക് മാർക്സിസം അറിയില്ലെന്ന നിലപാടിൽ നിന്നു
കൊണ്ടുള്ളതാണ്. അത്തരം അനുഭവങ്ങളിലൂടെ കടന്നുവന്നതാണ് കമ്മ്യൂ
ണിസ്റ്റ് പാർടി എന്നത് ഇപ്പോൾ കോടതിയലക്ഷ്യത്തിന്റെ പേരുപറഞ്ഞ് മു
റവിളികൂട്ടുന്ന യുഡിഎഫുകാരും മനസ്സിലാക്കുന്നത് നല്ലതാണ്.

ഐക്യകേരളം
കേരള രാഷ്ട്രീയം

ഐക്യകേരളവും കമ്യൂണിസ്റ്റുകാരും

ഒരേ ഭാഷയും സംസ്കാരവും നിലനിൽക്കുമ്പോൾ തന്നെ വ്യത്യസ്ത പ്രവിശ്യകളായി കിടക്കുകയായിരുന്നു കേരളം. ഈ നിലയ്ക്ക് മാറ്റം വന്ന് കേരളം ഭാഷാടിസ്ഥാനത്തിലുള്ള സംസ്ഥാനമായി മാറുന്നത് 1956 നവംബർ ഒന്നിനാണ്.

ഈ മാറ്റം സ്വാഭാവികമായ പ്രക്രിയയായി ഉയർന്നുവന്നതല്ല. നിര വധി ത്യാഗോജ്വലമായ പോരാട്ടങ്ങളും സാംസ്കാരികമായ യോജിപ്പും ഇത്തരം ഒരു പരിണാമത്തിന് ഇടയാക്കിയിട്ടുണ്ട്. ദേശീയതലത്തിൽ ഉണ്ടായ രാഷ്ട്രീയമാറ്റങ്ങളും ഇതിന് കാരണമായിത്തീർന്നുവെന്നതും വസ്തുതയാണ്.

ബ്രിട്ടീഷ് ആധിപത്യത്തിനെതിരായുള്ള പോരാട്ടത്തിൽനിന്നാണ് ഇന്ത്യൻ ദേശീയ രാഷ്ട്രസങ്കൽപം രൂപീകരിക്കപ്പെടുന്നത്. ഈ ദേശീയ പ്രസ്ഥാനത്തിന് പുരോഗമനപരവും ജനാധിപത്യപരവുമായ ഉള്ളടക്കം നൽകുന്നതിനാണ് കമ്യൂണിസ്റ്റ് പാർടി പരിശ്രമിച്ചത്. ഭാഷാടിസ്ഥാനത്തി ലുള്ള സംസ്ഥാനങ്ങൾ രൂപീകരിക്കണമെന്നും പുന:സംഘടിപ്പിക്കപ്പെടുന്ന സംസ്ഥാനങ്ങൾക്ക് ഭരണപരമായ സ്വാതന്ത്ര്യം വേണമെന്നുമുള്ള വിവിധ ജനവിഭാഗങ്ങളുടെ ആവശ്യത്തിന് ഒപ്പം നിൽക്കാൻ കമ്യൂണിസ്റ്റ് പാർടി തയാറായി. അതോടൊപ്പം സങ്കുചിതമായ ദേശീയവാദത്തിന് എതിരായ നിലപാട് സ്വീകരിക്കുകയും ചെയ്തു. ഇതിന്റെ അടിസ്ഥാനത്തിൽ വിവിധ സംസ്ഥാനങ്ങൾ തമ്മിലുള്ള അതിർത്തിത്തർക്കങ്ങളും മറ്റു തർക്കപ്രശ്ന ങ്ങളും നീതിയുടെയും ജനാധിപത്യത്തിന്റെയും അടിസ്ഥാനത്തിൽ പരി ഹരിക്കപ്പെടുന്നതിന് വേണ്ടി പാർടി നിലകൊണ്ടു. പാർടി സ്വീകരിച്ച സമീ പനങ്ങളും നയിച്ച ബഹുജനമുന്നേറ്റങ്ങളുമാണ് കേരളസംസ്ഥാനത്ത് പാർടിയെ ശക്തിപ്പെടുത്തിയത്.

ഭാഷാസംസ്ഥാനങ്ങൾ രൂപീകരിക്കുന്നതിന് തികച്ചും എതിരായ നില പാടാണ് കോൺഗ്രസ് സ്വീകരിച്ചത്. ഈ സമീപനങ്ങൾക്കെതിരായുള്ള സമരങ്ങൾ രാജ്യവ്യാപകമായി ഉയർന്നുവന്നു. ആന്ധ്രാപ്രദേശിൽ ഇതിന്റെ ഭാഗമായി പഴയ ഗാന്ധിയനായ ശ്രീരാമലു രക്തസാക്ഷിത്വം വരിച്ചു. ഈ പ്രക്ഷോഭങ്ങളും ഭാഷാസംസ്ഥാനരൂപീകരണം എന്ന ആവശ്യത്തിന് ശക്തിപകരുന്ന ഘടകമായിത്തീർന്നു. കേരളത്തിന്റെ സാംസ്കാരികമായ പ്രത്യേകതകളെയും സാമൂഹ്യരീതികളെയും സാമ്പത്തികഘടകങ്ങളെയും വിശകലനം ചെയ്തുകൊണ്ട് ഇ എം എസ് എഴുതിയ *'കേരളം മലയാളി കളുടെ മാതൃഭൂമി'* എന്ന പുസ്തകം സംസ്ഥാനരൂപീകരണത്തിന് വേണ്ടി യുള്ള ആശയമണ്ഡലം രൂപീകരിക്കുന്നതിന് വലിയ സംഭാവന നൽകി. പുന്നപ്ര-വയലാർ സമരത്തിനുണ്ടായിരുന്ന ഒരു സുപ്രധാന കാഴ്ചപ്പാട് സ്വതന്ത്രതിരുവിതാംകൂറിന് പകരം ഇന്ത്യൻ യൂണിയനിൽ ഐക്യകേരളം എന്നതായിരുന്നു. കേരളത്തിലുടനീളം ഐക്യകേരളത്തിനുവേണ്ടി ഗ്രന്ഥ ശാലകളും സാംസ്കാരികസംഘടനകളും രൂപീകരിച്ച് കമ്മ്യൂണിസ്റ്റുകാർ പ്രവർത്തിച്ചു. ഐക്യകേരളം എന്ന കാഴ്ചപ്പാടിൽനിന്നുകൊണ്ട് പിന്തി രിപ്പന്മാർ ഉയർത്തിപ്പിടിച്ച സമീപനങ്ങളെയും ശക്തമായി കമ്മ്യൂണിസ്റ്റ് പാർടി എതിർത്തു. കൊച്ചിരാജാവിന്റെ ഐക്യകേരളം എന്ന ആശയത്തെ എതിർത്തുകൊണ്ട് അന്ന് ഇ എം എസ് എഴുതിയ ലഘുലേഖ *'കൊച്ചി രാജാവിന്റെ ഐക്യകേരളം ബ്രിട്ടീഷ് കമ്മട്ടത്തിലടച്ച കള്ള നാണയം'* എന്നതായിരുന്നു. ഇതിൽ ജന്മിത്തവും രാജവാഴ്ചയും ബ്രിട്ടീഷ്മൂലധന ത്തിന്റെ സംരക്ഷണവും അംഗീകരിച്ചുകൊണ്ട് ജാതി-ജന്മി നാടുവാഴിത്ത അടിത്തറയിലൂന്നിയ കൊച്ചിരാജാവിന്റെ ഐക്യകേരള സങ്കൽപത്തെ ശക്തമായി ഇ എം എസ് എതിർത്തു. കേരളീയ സമൂഹത്തെ സംബന്ധിച്ച വ്യത്യസ്ത ധാരണകൾ തമ്മിലുള്ള സംഘട്ടനം ഇതിൽതന്നെ പുറത്തുവ രുന്നു. ഇടതുപക്ഷ രാഷ്ട്രീയപ്രസ്ഥാനങ്ങൾ ഇ എം എസ് ഊന്നിയ നില പാടുകളിൽ നിന്നുകൊണ്ട് മുന്നോട്ട് പോയപ്പോൾ കൊച്ചിരാജാവിന്റെ കാഴ്ചപ്പാടുകളെ പിൻപറ്റിയാണ് വലതുപക്ഷരാഷ്ട്രീയ ശക്തികൾ മുന്നോട്ട് പോയത്. അടിസ്ഥാനപരമായ ഈ വൈരുധ്യമാണ് രണ്ട് മുന്ന ണികൾ എന്ന രാഷ്ട്രീയനിലപാടിലേക്ക് പിന്നീട് എത്തിച്ചേരുന്നത്.

കമ്മ്യൂണിസ്റ്റ് പ്രസ്ഥാനങ്ങൾ വളരാൻ ഇടയാക്കിയ മറ്റുചില സാമൂ ഹ്യചലനങ്ങൾ കേരളത്തിൽ ഉണ്ടായിരുന്നു. സാമൂഹ്യപരിഷ്കരണ പ്രസ്ഥാനങ്ങൾ അന്ധവിശ്വാസങ്ങൾക്കും അനാചാരങ്ങൾക്കും എതിരായി നടത്തിയ പ്രവർത്തനങ്ങൾ ഇതിൽ പ്രധാനമാണ്. ശ്രീനാരായണഗുരുവും അയ്യങ്കാളിയും ഉൾപ്പെടെയുള്ള നിരവധി സാമൂഹ്യപരിഷ്ക്കർത്താക്കൾ നടത്തിയ പ്രവർത്തനം എടുത്തുപറയേണ്ടതാണ്. ഇവരുടെ എല്ലാം പ്രവർത്തനത്തിന്റെ പ്രധാന സവിശേഷത കേരളീയ ജനതയെ സാമൂഹ്യ മുന്നേറ്റത്തിന്റെ പാതയിലേക്ക് നയിക്കുക എന്നതായിരുന്നു. ജാതിക്കും മതത്തിനും അപ്പുറത്ത് മനുഷ്യനെ കണ്ടുകൊണ്ടുള്ള സമീപനങ്ങളാണ് ഇവർ സ്വീകരിച്ചത്.

നവോത്ഥാനപ്രസ്ഥാനങ്ങൾ ഉഴുതുമറിച്ചമണ്ണിൽ വർഗ്ഗബോധത്തിന്റെ നിലപാടുകൾ ഉയർത്തിപ്പിടിച്ചുകൊണ്ട് കമ്യൂണിസ്റ്റ് പ്രസ്ഥാനം പ്രവർത്തിച്ച് മുന്നോട്ടുപോയി. ഈ പ്രവർത്തനങ്ങളാണ് ആധുനിക കേര ളത്തിന്റെ രൂപീകരണത്തിൽ സുപ്രധാനമായ പങ്ക് വഹിച്ചത്. ഇങ്ങനെ നവോത്ഥാനമൂല്യങ്ങളെയും കേരളത്തിന്റെ സാംസ്കാരിക ബോധത്തെയും വർഗസമരത്തിന്റെ പാതയിലേക്ക് പരിവർത്തിപ്പിക്കാൻ കഴിഞ്ഞു എന്ന തുകൊണ്ടാണ് കേരളത്തിലെ അനിഷേധ്യപ്രസ്ഥാനമായി പാർടിക്ക് വള രാൻ കഴിഞ്ഞത്.

1957-ൽ അധികാരത്തിൽ വന്ന ഇ എം എസ് മന്ത്രിസഭ കാർഷിക– വിദ്യാഭ്യാസ–തൊഴിൽ മേഖലയിൽ കൊണ്ടുവന്ന അടിസ്ഥാനപരമായ മാറ്റ ങ്ങൾ കേരളത്തിലെ സാധാരണക്കാരന്റെ ജീവിതപ്രശ്നങ്ങളെ മുന്നിൽക ണ്ടുകൊണ്ടായിരുന്നു. ഈ അടിത്തറയിൽനിന്നുകൊണ്ട് ആരോഗ്യ–വിദ്യാ ഭ്യാസ–സാമൂഹ്യക്ഷേമ മേഖലകളിൽ സർക്കാർ ശക്തമായി ഇടപെട്ടു. ഇത് കേരളത്തിൽ പുതിയ വികസനമുന്നേറ്റം സാധ്യമാക്കി. ലോകത്തിൽ ഏറെ ചർച്ചചെയ്യപ്പെട്ട കേരളമോഡൽ കമ്യൂണിസ്റ്റ് പ്രസ്ഥാനത്തിന്റെ രാഷ്ട്രീയ ഇച്ഛാശക്തിയുടെ ഫലമായിരുന്നു. സംസ്ഥാന രൂപീകരണത്തിന് മുമ്പ് തന്നെ തൃശ്ശൂരിൽ ചേർന്ന പാർടിയുടെ സംസ്ഥാന സമ്മേളനം വികസ നത്തെ സംബന്ധിച്ചുള്ള കാഴ്ചപ്പാട് അംഗീകരിച്ചിരുന്നു. ഇതിന്റെ പ്രയോഗം കൂടിയായിരുന്നു ആദ്യകമ്യൂണിസ്റ്റ് മന്ത്രിസഭ നടപ്പിലാക്കിയ ഭരണപരിഷ്കാരങ്ങൾ. അധികാരത്തിലെത്തുന്ന ഘട്ടങ്ങളിൽ ഈ വഴി യിലൂടെയുള്ള നിയമനിർമ്മാണം നടത്തിയും അധികാരത്തിൽനിന്ന് മാറി നിൽക്കേണ്ട ഘട്ടത്തിൽ ഇത്തരം സമീപനങ്ങൾ തുടരുന്നതിനുള്ള പ്രക്ഷോഭങ്ങൾ സംഘടിപ്പിച്ചും അടിസ്ഥാന ജനവിഭാഗത്തിന് വേണ്ടിയുള്ള പോരാട്ടങ്ങൾ പാർടി തുടർന്നുവന്നു. ഇന്നും പുതിയ കാലഘട്ടത്തിന്റെ ആവശ്യങ്ങൾ കണക്കിലെടുത്ത് ഈ സമീപനം മുറുകെപ്പിടിച്ച് സി പി ഐ എം മുന്നോട്ട് പോവുകയാണ്.

ഇന്ത്യയിലെയും വികസ്വരരാജ്യങ്ങളിലെയും സമാന സാമ്പത്തിക വളർച്ചയുണ്ടാക്കിയ പ്രദേശങ്ങളെ അപേക്ഷിച്ച് ജനങ്ങളുടെ ജീവിതം മെച്ച പ്പെടുത്തിയെടുക്കാൻ കഴിഞ്ഞത് ഈ സമീപനങ്ങളുടെ ഫലമായിരുന്നു. സാർവത്രിക വിദ്യാഭ്യാസം, ആരോഗ്യസുരക്ഷ, ദാരിദ്ര്യനിർമാർജ്ജനം, സാമൂഹ്യസുരക്ഷാ പദ്ധതികൾ, മിനിമം കൂലി, സാമൂഹ്യമായ ഉച്ചനീച ത്വങ്ങളുടെ നിർമാർജ്ജനം തുടങ്ങിയവ കൈവരിച്ചതും ഈ നയങ്ങളുടെ ഫലമായാണ്.

കേരളത്തിന്റെ സാമൂഹ്യക്ഷേമ–വിദ്യാഭ്യാസ മേഖലകളിൽ നാം നട ത്തിയ നിക്ഷേപങ്ങൾ ഒരിക്കലും പാഴായിപ്പോവുകയല്ല ഉണ്ടായത്. മറിച്ച് അത് കേരളത്തിന്റെ വികസനത്തിന് വമ്പിച്ച സംഭാവന നൽകുകയാണു ണ്ടായത്. കേരളത്തിന്റെ സമ്പദ്ഘടനയ്ക്ക് വമ്പിച്ച നേട്ടം നൽകുന്ന പ്രവാസി സമ്പത്ത് കടന്നുവരുന്നത് ഈ മേഖലയിൽനടത്തിയ സർക്കാർ ഇടപെടലിന്റെ കൂടി ഫലമായാണ്. ഈ വരുമാനം സംസ്ഥാന വരുമാന

ത്തിന്റെ 20 ശതമാനത്തോളം വരുമെന്നാണ് കണക്ക്. 2004-ലെ കണക്ക് സൂചിപ്പിക്കുന്നത് ആ വർഷം കേന്ദ്രസർക്കാരിൽനിന്നും ലഭിച്ച ധനസ ഹായത്തിന്റെ ഏഴുമടങ്ങോളം ഈ സമ്പത്ത് വരുമെന്നാണ്. സാർവത്രിക മായ വിദ്യാഭ്യാസവും ഉയർന്ന ആരോഗ്യനിലവാരവുമാണ് ഇത്തരം ഒരു ശേഷിയിലേക്ക് മലയാളിയെ എത്തിച്ചത്. ഇത് മനസ്സിലാക്കുമ്പോഴാണ് കമ്യൂണിസ്റ്റ് പാർടിയുടെ നേതൃത്വത്തിലുള്ള സർക്കാരിന്റെ നയങ്ങളുടെ നേട്ടം ഏതൊക്കെ മേഖലയിൽ ഗുണം ചെയ്തു എന്ന് വ്യക്തമാകുന്നത്.

ഇത്തരം നിരവധി നേട്ടങ്ങൾ കൈവരിക്കാൻ പറ്റിയിട്ടുണ്ടെങ്കിലും പുതിയ പ്രശ്നങ്ങൾ ഉയർന്നുവന്നിട്ടുണ്ട്. പരിസ്ഥിതി വിനാശവുമായി ബന്ധപ്പെട്ട് ഉയർന്നുവരുന്ന ആരോഗ്യമേഖലയിലെ പുതിയ പ്രശ്നങ്ങൾ, ശാസ്ത്രസാങ്കേതിക മേഖലയിലെ വികാസവുമായി ബന്ധപ്പെട്ട് ഉന്നത വിദ്യാഭ്യാസ മേഖലയിൽ വരുത്തേണ്ട വൈവിധ്യവൽക്കരണം, ദുർബല മായിക്കിടക്കുന്ന കാർഷിക വ്യാവസായികമേഖലയെ ശക്തിപ്പെടുത്തൽ തുടങ്ങിയവ ഏറെശ്രദ്ധപതിയേണ്ട മേഖലകളാണ്.

ഇതോടൊപ്പം തന്നെ ആഗോളവൽക്കരണം ഉയർത്തുന്ന വെല്ലുവി ളികളും ഗൗരവകരമായ പ്രശ്നങ്ങൾ സൃഷ്ടിക്കുന്നു. അന്താരാഷ്ട്രവിപ ണിയിൽ ഉണ്ടാകുന്ന വിലകളുടെ ഏറ്റക്കുറച്ചിലുകൾ തോട്ടം മേഖലയെ പാപ്പരാക്കിയിരിക്കുകയാണ്. സബ്സിഡികൾ വെട്ടിക്കുറക്കുന്ന നയം, ഈ മേഖലയിലെ പൊതുനിക്ഷേപത്തിന്റെ കുറവ് തുടങ്ങിയവ എടുത്തുപറ യേണ്ടതാണ്.

ആഗോളവൽക്കരണത്തിന്റെ വികസനനയങ്ങൾ സംഘടിതമേഖല യിൽ തൊഴിൽസാധ്യതകൾ ഇല്ലാതാക്കുകയാണ്. ഇതിന്റെ ഫലമായി ഉണ്ടാകുന്ന തൊഴിൽ രഹിത വളർച്ചാനിരക്ക് തൊഴിലില്ലായ്മ രൂക്ഷമാ ക്കുന്നു. കേന്ദ്രത്തിൽനിന്ന് ആവശ്യമായ വിഹിതം സംസ്ഥാനസർക്കാരു കൾക്ക് ലഭിക്കാത്തതും, സംസ്ഥാനസർക്കാരുകൾക്ക് വിഭവസമാഹരണ ത്തിന് ഏർപ്പെടുത്തുന്ന നിയന്ത്രണങ്ങളും പ്രതിസന്ധിരൂക്ഷമാക്കുകയാ ണ്.

ആഗോളവൽക്കരണത്തിന്റെ അജണ്ടകൾ അതേപോലെ നടപ്പിലാ ക്കാൻ ശ്രമിച്ച യു ഡി എഫ് സർക്കാരിനെതിരെ ശക്തമായ ജനവികാര മാണ് കേരളത്തിലുയർന്നുവന്നത്. ഇതിനെതിരെയുള്ള പോരാട്ടത്തിന് കേര ളത്തിൽ ഇടതുപക്ഷ ജനാധിപത്യ പ്രസ്ഥാനങ്ങൾ നേതൃത്വം നൽകുകയും ചെയ്തിട്ടുണ്ട്. ആ നയങ്ങൾക്കെതിരായുള്ള പോരാട്ടം തുടരുമ്പോൾതന്നെ പരിമിതികൾക്കകത്തുനിന്നുകൊണ്ട് ജനക്ഷേമകരമായ പ്രവർത്തനം സംഘടിപ്പിക്കുക എന്ന ഉത്തരവാദിത്തമാണ് ഇടതുപക്ഷജനാധിപത്യമു ന്നണി സർക്കാരിനുള്ളത്. എങ്കിലേ നേടിയ നേട്ടങ്ങൾ സംരക്ഷിക്കാനും പുതിയവ നേടിയെടുക്കാനും സാധിക്കുകയുള്ളൂ. ആഗോളവൽക്കരണ ത്തിന്റെ കാലത്ത് ഇത് ഏറെ ശ്രമകരമായ പ്രവർത്തനമാണ് എന്ന ബോധവും ഉണ്ടാകേണ്ടതുണ്ട്.

പ്രതിലോമകാരികളുടെ ഐക്യത്തിനെതിരെ

ഐക്യകേരളത്തിലെ ആദ്യത്തെ സർക്കാരിനെ അട്ടിമറിക്കാൻ കമ്യൂണിസ്റ്റ് വിരുദ്ധരാകെ ചേർന്ന് രൂപംകൊടുത്ത കമ്യൂണിസ്റ്റ് വിരുദ്ധകൂട്ടായ്മയും അതിന്റെ തുടർച്ചയായി വന്ന യുഡിഎഫും കേരളത്തിന്റെ വളർച്ചയെ എക്കാലത്തും പുറകോട്ടു നയിക്കുകയാണ് ചെയ്തത്. കമ്യൂണിസ്റ്റ് പാർടിയുടെ നേതൃത്വത്തിലുള്ള സർക്കാരുകൾക്ക് തുടർച്ചയില്ലാതെപോയതാണ് കേരളത്തിന്റെ വികസനത്തിനു തടസ്സമായതും.

സാമൂഹികവും സാമ്പത്തികവുമായി വൻതോതിൽ പിന്നണിയിൽ നിൽക്കുന്ന സംസ്ഥാനമായിരുന്നു 1957ലെ കേരളം. കമ്യൂണിസ്റ്റ് പാർടിയുടെ നേതൃത്വത്തിൽ ഇ എം എസ് മുഖ്യമന്ത്രിയായി സർക്കാർ അധികാരമേറുന്നത് പാവങ്ങൾ വലിയ പ്രതീക്ഷയോടെയാണ് കണ്ടത്. ആ പ്രതീക്ഷ നിറവേറ്റുന്ന പ്രവർത്തനമാണ് സർക്കാർ കാഴ്ചവച്ചത്. അധികാരമേറി ഒരാഴ്ച തികയുംമുമ്പ് കുടിയൊഴിപ്പിക്കൽ നിരോധിച്ച് ഓർഡിനൻസ് പുറപ്പെടുവിച്ചു. ഭൂവുടമകൾക്ക് കുടികിടപ്പുകാരെ എപ്പോൾ വേണമെങ്കിലും ഒഴിപ്പിക്കാമെന്ന അവസ്ഥയ്ക്ക് അവസാനം കുറിച്ചു. കൃഷിക്കാർക്ക് ഭൂമിയിൽ സ്ഥിരാവകാശം കിട്ടി. അതാണ് പാർടിയുടെ ഏറ്റവും വലിയ നേട്ടമായി സമൂഹം കണ്ടത്. തുടർന്ന് കാർഷികപരിഷ്കരണബിൽ കൊണ്ടുവന്നു. കാർഷികരംഗത്തെ വിപ്ലവകരമായ സംഭവമായി അത്. രാഷ്ട്രപതിയുടെ അനുമതി കിട്ടാത്തതിനാൽ ആ മന്ത്രിസഭയ്ക്ക് ബിൽ നിയമമാക്കാൻ കഴിഞ്ഞില്ല. വിദ്യാഭ്യാസരംഗത്ത് അധ്യാപകർക്ക് ജോലിസ്ഥിരതയും സ്ഥിരശമ്പളവും നേരിട്ട് ശമ്പളവും ഏർപ്പെടുത്തി. അത് നിയമംവഴി ഉറപ്പുവരുത്തി. പൊലീസ് ഉൾപ്പെടെ ഭരണസംവിധാനമാകെ സമ്പന്നവർഗത്തിനൊപ്പമായിരുന്ന കാലത്താണ് ഇ എം എസ് സർക്കാർ അധികാരമേറിയത്. പണിമുടക്ക് രാജ്യദ്രോഹമെന്നായി

രുന്നു നിയമം. ഇ എം എസ് സർക്കാർ അത് മാറ്റി. തൊഴിൽ സമരങ്ങ ളിൽ പൊലീസ് ഇടപെടരുതെന്ന് വ്യവസ്ഥചെയ്തു.

കേരളത്തിന്റെ എല്ലാ മേഖലകളെയും സ്പർശിച്ച സർക്കാരായിരു ന്നു അത്. ആധുനികകേരളത്തിന് ആ സർക്കാർ അടിത്തറയിട്ടു. പിന്നീട് വന്ന എല്ലാ ഇടതുപക്ഷസർക്കാരുകളും അന്നത്തെ സർക്കാരിന്റെ അനുഭ വംകൂടി സ്വായത്തമാക്കിയാണ് നയങ്ങൾ നടപ്പാക്കിയത്. കോൺഗ്രസ് നേ തൃത്വത്തിലുള്ള സർക്കാരുകൾ ഇ എം എസ് സർക്കാരിന്റെ ഉദ്ദേശ്യല ക്ഷ്യങ്ങൾക്ക് പൂർണമായി എതിരായിരുന്നെങ്കിലും ആ സർക്കാരിട്ട അടി ത്തറ അവർക്ക് തകർക്കാനായില്ല. പാർടി അംഗീകരിച്ച നയങ്ങൾക്കനു സൃതമായാണ് 57ലെ സർക്കാർ പ്രവർത്തിച്ചത്. 1956ൽത്തന്നെ കേരളത്തി ന്റെ വികസനമേഖലയിൽ ഇടപെടേണ്ടതെങ്ങനെയെന്ന് പാർടി തീരുമാ നിച്ചിരുന്നു. ആ കാഴ്ചപ്പാടാണ് തെരഞ്ഞെടുപ്പുവേളയിൽ പാർടി ഉയർ ത്തിയതും.

കേരളത്തിൽ കമ്മ്യൂണിസ്റ്റ് വിരുദ്ധരെല്ലാം ചേർന്ന ഒരു മുന്നണിക്ക് തുടക്കംകുറിച്ചത് വിമോചനസമരമാണ്. വർഗബോധം ഉയർത്തിപ്പിടിച്ച് ജാ തീയതയുടെ മതിൽക്കെട്ടുകൾ തകർത്തത് കമ്യൂണിസ്റ്റ് പാർടിയാണ്. അതുവഴി തൊഴിലാളികളുടെയും കൃഷിക്കാരുടെയും സംഘടനകൾ രൂ പംകൊള്ളുകയും ശക്തിപ്പെടുകയും ചെയ്തു. ഇ എം എസ് സർക്കാരി ന്റെ നടപടികൾമൂലം സംഘടനകൾക്ക് നല്ല വളർച്ച കൈവരിക്കാനായി. ഇത് തൊഴിലാളികളുടെയും മറ്റും വിലപേശൽശക്തി വർധിപ്പിച്ചു. സാമൂ ഹ്യബോധത്തിൽ വലിയ മാറ്റം വന്നു. ജീവിതനിലവാരവും വൻതോതിൽ ഉയർന്നു. ഈ മാറ്റം അതുവരെ സമൂഹത്തിൽ മേധാവിത്വം വഹിച്ചവർക്ക് സഹിച്ചില്ല. അങ്ങനെ ജാതിമത–പിന്തിരിപ്പൻ ശക്തികൾ ഒന്നിച്ചു. സർ ക്കാരിനെ അട്ടിമറിക്കാൻ ആലോചന തുടങ്ങി. ഇവർക്ക് രാജ്യത്തിന് അക ത്തും പുറത്തും നിന്ന് നിർബാധം സാമ്പത്തികസഹായം ഉൾപ്പെടെ കിട്ടി. അമേരിക്കൻ സാമ്രാജ്യത്വം ഇഷ്ടംപോലെ പണം നൽകി. പേരുകൾ മാ റിയെങ്കിലും കമ്യൂണിസ്റ്റ് വിരുദ്ധമുന്നണി പൊതുസ്വഭാവം നിലനിർത്തി പ്പോരുന്നു. 2001ൽ വന്ന് 2006ൽ ഇറങ്ങിപ്പോയ യുഡിഎഫ് സർക്കാരും ഈ പൊതുസ്വഭാവം പ്രാവർത്തികമാക്കി.

ഓരോ ഘട്ടത്തിലും കമ്മ്യൂണിസ്റ്റ് പ്രസ്ഥാനം സംസ്ഥാനത്തിന്റെ വികസനത്തിന് നിലകൊള്ളുകയും യുഡിഎഫ് ആ വികസനത്തെ പു റകോട്ട് നയിക്കുകയുമാണ് ചെയ്തതെന്നു കാണാം. ഓരോ എൽഡിഎ ഫ് സർക്കാരും നടപ്പാക്കിയ പുരോഗമന നടപടികൾ പിന്നീട് വന്ന പി ന്തിരിപ്പൻ സർക്കാരുകൾ തുടർന്നില്ല. പല മേഖലകളിലും നേട്ടങ്ങളെ അവർ പാടേ വിപരീതദിശയിലേക്ക് നയിച്ചു. യുഡിഎഫിനുശേഷം വരു ന്ന ഇടതുപക്ഷ സർക്കാരുകൾക്ക് ആദ്യകാലം മുഴുവൻ മുൻസർക്കാരി ന്റെ പിന്തിരിപ്പൻ നടപടികൾകൊണ്ടുണ്ടായ കുറവുകളും പ്രതിസന്ധി യും പരിഹരിക്കാൻ ചെലവഴിക്കേണ്ടിവരുന്നു. യുഡിഎഫ് സർക്കാരു കൾ നാടിന്റെ വികസനത്തെ വൻതോതിലാണ് അട്ടിമറിച്ചതെന്ന് അനു

ഭവങ്ങൾ വ്യക്തമാക്കുന്നു.

ഭൂപരിഷ്കരണം നാട്ടിൻപുറങ്ങളിൽ വലിയ ചലനമാണുണ്ടാക്കി യത്. അനേകായിരങ്ങൾ പത്ത് സെന്റ് ഭൂമിക്ക് ഉടമകളായി മാറി. ഇത് സമൂഹത്തിൽ അതിശയകരമായ മാറ്റമുണ്ടാക്കി. ഇതോടൊപ്പം വ്യവസാ യരംഗത്തും അഭിവൃദ്ധി നേടണമെന്ന കാഴ്ചപ്പാട് പാർടി ഉയർത്തിപ്പിടി ച്ചു. പാർടിക്ക് പങ്കാളിത്തമുള്ള എല്ലാ സർക്കാരുകൾക്കും ഈ കാഴ്ച പ്പാടാണുള്ളത്. നാടിന്റെ അഭിവൃദ്ധിക്ക് പാർടിയുടെ സർക്കാരുകൾ മു ൻഗണന നൽകി. 57 ലെ സർക്കാരിന് ചരിത്രത്തിൽനിന്നൊരു മാതൃക സ്വീകരിക്കാനുണ്ടായിരുന്നില്ല. പല രാജ്യങ്ങളിലും കമ്യൂണിസ്റ്റ് പാർടി സർക്കാരുകൾ ഉണ്ടായിരുന്നു. എന്നാൽ, അവയൊക്കെ നിലവിലുള്ള ഭ രണകൂടത്തെ തകർത്ത് വിപ്ലവാനന്തരം രൂപീകരിക്കപ്പെട്ടവയായിരുന്നു. ബൂർഷ്വാ-ഭൂപ്രഭു വർഗങ്ങളുടെ നേതൃത്വത്തിലുള്ള ഇന്ത്യൻ ഭരണകൂട ത്തിന്റെ നാലതിരുകൾക്കുള്ളിൽനിന്നു വേണ്ടിയിരുന്നു കമ്യൂണിസ്റ്റ് പാർടി സർക്കാരിന് പ്രവർത്തിക്കാൻ. ഇന്നും അങ്ങനെതന്നെ. മുതലാളി ത്തത്തിനും വൻകിട ഭൂവുടമകൾക്കുമെതിരായ സമരം തുടരുകയും രൂ പീകരിക്കപ്പെട്ട സർക്കാരിന്റെ നേതൃത്വത്തിൽ ജനങ്ങൾക്ക് പരമാവധി ആശ്വാസം നൽകുകയുമാണ് പാർടി ചെയ്തത്. ഇത് നല്ല മാറ്റങ്ങൾ സൃഷ്ടിച്ചു. കൂടുതൽ വിഭാഗങ്ങൾ പാർടിക്കുപിന്നിൽ അണിനിരന്നു. വി മോചനസമരത്തിനുശേഷം തെരഞ്ഞെടുപ്പ് നടന്നപ്പോൾ പാർടിയുടെ ജ നസ്വാധീനം വർധിച്ചു.

കമ്യൂണിസ്റ്റ് പാർടിയുടെ ചരിത്രത്തിൽ മാധ്യമങ്ങളുടെയും പി ന്തിരിപ്പൻശക്തികളുടെയും ഏറ്റവും കടുത്ത വിമർശനത്തിന് വിധേയ നായത് 1957ൽ മുഖ്യമന്ത്രിസ്ഥാനമേറ്റ ഇ എം എസ് ആണ്. മുഖ്യമന്ത്രി യെയും മന്ത്രിമാരെയും അവഹേളിക്കുന്നതിനുവേണ്ടി വാർത്തകൾ പട ച്ചുവിടുന്ന ഒരുകൂട്ടം മാധ്യമങ്ങൾ. ഭക്ഷ്യക്ഷാമം കൊടുമ്പിരിക്കൊണ്ട് കേ രളീയർ വലയുമ്പോൾ രാഷ്ട്രീയപകപോക്കലിന്റെ ഭാഗമായി കേന്ദ്ര സർക്കാർ സഹായത്തിനെത്താത്ത സാഹചര്യത്തിലാണ് 57 ലെ സർ ക്കാർ ആന്ധ്രയിൽനിന്ന് ഭക്ഷ്യധാന്യം നേരിട്ട് വാങ്ങാൻ തീരുമാനിച്ചത്. എന്നാൽ, ആന്ധ്ര കുംഭകോണം എന്ന പേരിൽ പാർടിയെയും സർക്കാ രിനെയും മാധ്യമങ്ങൾ വൻതോതിൽ ആക്രമിച്ചു. തൊഴിൽസമരങ്ങളിൽ പൊലീസ് ഇടപെടില്ലെന്നു വ്യക്തമാക്കിയപ്പോൾ അത് സഹിക്കാൻ പ റ്റാത്തവരൊക്കെ കമ്യൂണിസ്റ്റ് പാർടിയെയും സർക്കാരിനെയും ആക്ഷേ പിക്കാൻ മുന്നിട്ടിറങ്ങി.

പിന്നീടുവന്ന എല്ലാ ഇടതുപക്ഷ സർക്കാരുകൾക്കും ഇത്തരം അ നുഭവമുണ്ടായിട്ടുണ്ട്. പാർടിക്കുനേരെയും പാർടി നേതൃതലത്തിൽ പ്ര വർത്തിക്കുന്ന സഖാക്കൾക്കുനേരെയും വൻതോതിൽ ആരോപണങ്ങ ളുയർത്തി പുകമറ സൃഷ്ടിക്കാനാണ് ഇന്നും ചില മാധ്യമങ്ങൾ ശ്രമി ക്കുന്നത്. ആ കാലവും വർത്തമാനകാലവും താരതമ്യപ്പെടുത്തിയാൽ പാർടിക്കെതിരെയുള്ള ആക്രമണസ്വഭാവത്തിൽ മാറ്റമില്ലെന്നു കാണാം.

എന്നാൽ, അത് നടപ്പാക്കുന്ന രീതിയിൽ മാറ്റമുണ്ട്. ഇപ്പോൾ കേരളത്തിൽ ഫലപ്രദമായി പ്രവർത്തിക്കുന്ന ഒരു മാധ്യമസിൻഡിക്കറ്റുണ്ട്. മാധ്യമ ധർമം നിർവഹിക്കുന്ന ആയിരക്കണക്കിനുള്ള മാധ്യമപ്രവർത്തകർക്ക് ഈ സിൻഡിക്കറ്റുമായി ഒരു ബന്ധവുമില്ല. ഏതാനും ചില മുതിർന്ന പ ത്രപ്രവർത്തകരടക്കം വിരലിലെണ്ണാവുന്നവരാണ് സിൻഡിക്കറ്റിലുള്ളത്. സിൻഡിക്കറ്റ് പടച്ചുവിടുന്ന വാർത്തകൾക്ക് അമിതപ്രാധാന്യം നൽകാൻ മാർക്സിസ്റ്റ് വിരോധം കൈമുതലായുള്ള ചില പത്രമാനേജ്മെന്റുക ളും തയ്യാറാണ്.

സിൻഡിക്കറ്റിനെ പ്രോത്സാഹിപ്പിച്ച് പത്രത്തിന്റെ പ്രധാന ചുമത ല വഹിക്കുന്ന വ്യക്തിക്ക് എത്രകണ്ട് സ്ഥലജലവിഭ്രാന്തി പിടിപെടും എന്നതാണ് അടുത്തദിവസം മാതൃഭൂമിയിൽ വാര്യരുടെ മറവിൽ വന്ന ഗോപാലകൃഷ്ണന്റെ ലേഖനം വെളിവാക്കുന്നത്. ഇപ്പോൾ അധികാര ത്തിലുള്ള വി എസ് മുഖ്യമന്ത്രിയായ സർക്കാരിന് പാർടിനേതൃത്വത്തി ന്റെ തടസ്സങ്ങൾ കാരണം പ്രവർത്തനം ശരിക്ക് മുന്നോട്ടു നീക്കാനാകു ന്നില്ല എന്നാണ് ഉയർത്തുന്ന ആക്ഷേപം. അസംബന്ധപൂർണമായ ജൽ പ്പനമാണിത്. ഗോപാലകൃഷ്ണൻ ഉദ്ദേശിക്കുന്ന പാർടി നേതൃത്വത്തിന്റെ ഭാഗമാണ് മുഖ്യമന്ത്രിസ്ഥാനത്തിരിക്കുന്ന പാർടിയുടെ പിബി അംഗംകൂ ടിയായ സഖാവ് വി എസ്. സർക്കാരിന്റെ പ്രവർത്തനം ശരിക്ക് നടക്കു ന്നില്ലെന്ന ആക്ഷേപം ഉയർത്തലാണ് ഇത്തരം ആരോപണങ്ങളുടെ യ ഥാർഥ ഉദ്ദേശ്യം. എൽഡിഎഫ് സർക്കാർ കാര്യങ്ങൾ ശരിയായ രീതി യിൽ മുന്നോട്ടു കൊണ്ടുപോവുകയാണ്. ജനങ്ങൾക്ക് നൽകിയ വാഗ്ദാ നങ്ങൾ ഓരോന്നായി നടപ്പാക്കുകയുമാണ്. തൊഴിലാളികളിലും കൃഷി ക്കാരിലും മറ്റ് ജനവിഭാഗങ്ങളിലും നല്ല പ്രതികരണം സൃഷ്ടിച്ചാണ് സർ ക്കാരിന്റെ പ്രവർത്തനം മുന്നോട്ടുപോകുന്നത്. സർക്കാരിനെ ജനങ്ങളാകെ വിലയിരുത്തുന്നുണ്ട്. ആ വിലയിരുത്തലിന്റെ ഭാഗമാണ് തിരുവമ്പാടി ഉപ തെരഞ്ഞെടുപ്പിലെ വിജയവും അനേകം തദ്ദേശസ്വയംഭരണസ്ഥാപനങ്ങ ളിലേക്കു നടന്ന ഉപതെരഞ്ഞെടുപ്പുകളിലെ വിജയവും. ജനങ്ങളെ തെറ്റി ദ്ധരിപ്പിച്ചും ആശയക്കുഴപ്പം സൃഷ്ടിച്ചും പാർടിയിൽനിന്ന് അകറ്റാനുള്ള മാധ്യമങ്ങളുടെ ശ്രമം ഫലിക്കുന്നില്ല എന്നാണ് ഇത് കാണിക്കുന്നത്.

നന്ദിഗ്രാം സംഭവത്തിലും മാധ്യമങ്ങളുടെ ഈ സമീപനം കാണാം. കാൽനൂറ്റാണ്ടിലധികമായി പശ്ചിമബംഗാളിൽ അധികാരത്തിൽ തുടരു ന്ന ഇടതുപക്ഷ സർക്കാർ നാട്ടിൽ വൻ മാറ്റങ്ങളാണ് സൃഷ്ടിച്ചതെന്ന് ആരും സമ്മതിക്കും. കാർഷികരംഗത്താണ് സർക്കാർ ആദ്യം ശ്രദ്ധിച്ച ത്. ബംഗാളിന്റെ അഭിവൃദ്ധിക്ക് വ്യവസായവികസനം ഒഴിച്ചുകൂടാത്തതാ ണെന്ന് പാർടി കണ്ടു. കേന്ദ്രസർക്കാരിന്റെ ചിറ്റമ്മനയംമൂലം ബംഗാളി ന് അർഹമായ വ്യവസായനിക്ഷേപം ലഭിച്ചിരുന്നില്ല. പുതിയ വ്യവസാ യങ്ങൾ തുടങ്ങാൻ പശ്ചിമബംഗാൾ സർക്കാർ മുന്നിട്ടിറങ്ങി. കേന്ദ്രസർ ക്കാരിന്റെ പ്രത്യേക സാമ്പത്തികമേഖലയുടെ ഭാഗമായി വ്യവസായങ്ങൾ കൊണ്ടുവരാനും ശ്രമം നടത്തി. ഇതിന് ഭൂമി ആവശ്യമാണ്. നന്ദിഗ്രാ

മിൽ ഭൂമി ഏറ്റെടുക്കുന്നു എന്ന് പ്രചരിപ്പിച്ച് പ്രക്ഷോഭം തുടങ്ങിയത് ഈ ഘട്ടത്തിലാണ്. ഭൂമി ഏറ്റെടുക്കുന്നില്ലെന്ന് മുഖ്യമന്ത്രിയും സർക്കാരും വ്യക്തമാക്കി. അതോടെ അവിടെ പ്രക്ഷോഭം അവസാനിക്കണം. എന്നാൽ, പ്രക്ഷോഭം തുടർന്നു. റോഡും പാലവും തകർത്തു. പ്രക്ഷോഭത്തെ അനുകൂലിക്കാത്തവരെ കുടുംബാംഗങ്ങളുടെ മുന്നിലിട്ട് വെട്ടിനുറുക്കി കൊന്നു. കൊച്ചുപെൺകുട്ടിയെ ബലാൽസംഗം ചെയ്ത് കെട്ടിത്തൂക്കി. നിയമവാഴ്ചയുള്ള ഒരിടത്തും സംഭവിക്കാൻ പാടില്ലാത്ത കാര്യങ്ങൾ നടന്നു. കോൺഗ്രസും ബിജെപിയും പ്രക്ഷോഭത്തെ പിന്തുണച്ചു. തൃണമൂൽ കോൺഗ്രസ്, മാവോയിസ്റ്റുകൾ, എസ്‌യുസിഐ തുടങ്ങിയ വിഭാഗങ്ങളാണ് അക്രമത്തിന് മുന്നിട്ടിറങ്ങിയത്. പ്രക്ഷോഭം രണ്ടര മാസമെത്തിയപ്പോൾ അധികൃതർ വിളിച്ച സർവകക്ഷിയോഗം സമാധാനം പുനഃസ്ഥാപിക്കാനും പൊലീസിനെ വിന്യസിക്കാനും തീരുമാനിച്ചു. എന്നാൽ, പ്രക്ഷോഭക്കാർ പൊലീസിനെ തോക്കും ബോംബുമൊക്കെയായി നേരിട്ടു. രാജ്യത്തിന്റെ ചരിത്രത്തിലെ അപൂർവമായ ഈ അക്രമത്തെ സിപിഐ എമ്മിനോടുള്ള വിരോധംവച്ച് പ്രോത്സാഹിപ്പിക്കുന്ന നിലപാടാണ് ഒരുകൂട്ടം മാധ്യമങ്ങൾ സ്വീകരിച്ചത്. ഇടതുപക്ഷസർക്കാർ ഭരിക്കുമ്പോൾ വെടിവയ്പിൽ ആളുകൾ മരിക്കാനിടയായതിനെപ്പറ്റിയുള്ള മാധ്യമങ്ങളുടെ വിമർശനം ശരിയായ നിലയിൽ എടുക്കാൻ കഴിയണമെങ്കിൽ പ്രക്ഷോഭത്തിന്റെ പേരിൽ നടന്ന കിരാതമായ ആക്രമണങ്ങളെ അവർ അപലപിക്കുകകൂടി വേണമായിരുന്നു. അതില്ലാതെയുള്ള ഏകപക്ഷീയമായ നിലപാട് ഇടതുപക്ഷസർക്കാരിനെയും സിപിഐ എമ്മിനെയും ആക്രമിക്കാനുള്ള ശ്രമമായി മാത്രമേ കണക്കാക്കാനാകൂ.

വിമോചനസമരകാലത്ത് ജാതിമതശക്തികളെ ഇളക്കിവിടാനുള്ള ശ്രമമാണ് പിന്തിരിപ്പൻ ശക്തികൾ നടത്തിയത്. ആ പിന്തിരിപ്പൻ ശക്തികൾ ഇന്നും സജീവമാണ്. എന്നാൽ, ജാതിമത സംഘടനകളെ അന്നത്തേതുപോലെ ഉപയോഗപ്പെടുത്താൻ അവർക്കാകുമെന്ന് കരുതാനാകില്ല. കാലം മാറിയിരിക്കുന്നു. കമ്യൂണിസ്റ്റ് പാർടിയിൽനിന്ന് വൻതോതിലുള്ള അകൽച്ച ആ കാലത്ത് സംഘടിത മതവിഭാഗങ്ങളിലെ മതന്യൂന പക്ഷങ്ങൾക്കുണ്ടായിരുന്നു. എന്നാൽ, മതന്യൂനപക്ഷങ്ങൾ പൊതുവെ സിപിഐ എമ്മിനെ വിശ്വാസത്തിലെടുക്കുന്ന ഒട്ടേറെ അനുഭവങ്ങളാണ് അടുത്തകാലത്ത് കാണാൻ കഴിയുന്നത്. ചില മതമേധാവികൾ ആഗ്രഹിക്കുന്ന തരത്തിൽ കമ്യൂണിസ്റ്റ് വിരുദ്ധതയിലേക്ക് അണികളെ നീക്കാൻ കഴിയില്ല. എന്നാൽ, ഈ സാഹചര്യങ്ങളെല്ലാം മറികടന്ന് പൂർണ തോതിലുള്ള പ്രതിലോമ ഐക്യത്തിന് പിന്തിരിപ്പൻ ശക്തികൾ ശ്രമിക്കും എന്നു കണ്ടുകൊണ്ടുള്ള ജാഗ്രത എൽഡിഎഫും പാർടിയും പുലർത്തേണ്ടതുണ്ട്.

ആദ്യ കമ്യൂണിസ്റ്റ് മന്ത്രിസഭ :
പ്രചോദനവും വഴികാട്ടിയും

സ: ഇ എം എസിന്റെ നേതൃത്വത്തിൽ കമ്യൂണിസ്റ്റ് പാർടിയുടെ നേതൃത്വത്തിലുള്ള മന്ത്രിസഭ 1957–ൽ കേരളത്തിൽ അധികാരത്തിൽ വന്നത് ലോകശ്രദ്ധ ആകർഷിച്ച സംഭവമായിരുന്നു. രാഷ്ട്രീയ രംഗത്ത് ഏറെ ചർച്ച ചെയ്യപ്പെട്ട ഈ സംഭവം സ്വയംഭൂവായി ഉയർന്നുവന്നതായിരുന്നില്ല. വർഗ പോരാട്ടങ്ങളെയും ദേശീയ ബോധത്തെയും സമന്വയിപ്പിച്ച ചരിത്രത്തിന്റെ പശ്ചാത്തലത്തിൽ വേണം ഈ ജനകീയ അംഗീകാരത്തെ കാണാൻ.

സാമൂഹ്യപരിഷ്കരണ പ്രസ്ഥാനങ്ങൾ മുന്നോട്ടുവച്ച ആധുനിക മനു ഷ്യനെക്കുറിച്ചുള്ള കാഴ്ചപ്പാടുകളെ വർഗബോധത്തിന്റെ തലത്തിലേക്ക് വളർത്തിയെടുത്തത് കമ്യൂണിസ്റ്റ് പ്രസ്ഥാനമായിരുന്നു. ഈ ഇടപെടലാണ് ആധുനിക കേരളത്തിന്റെ രൂപീകരണത്തിൽ സുപ്രധാനമായ പങ്കുവഹിച്ചത്. ജാതിവിരുദ്ധ പ്രസ്ഥാനങ്ങൾ കേരളത്തിലേതിനെക്കാൾ ശക്തിപ്രാപിച്ച തമിഴ്നാട്, മഹാരാഷ്ട്ര തുടങ്ങിയ സംസ്ഥാനങ്ങളിൽ ഇപ്പോഴും ജാതി വിവേചനം ശക്തമായി തുടരുന്നത് അവിടെ ഇത്തരത്തിലുള്ള ഒരു ഇടപെട ലുണ്ടായില്ല എന്നതുകൊണ്ടാണ്. ജാതീയതയുടെ അടിത്തറയായ ജന്മിത്ത ഘടനയെ തകർക്കാനുള്ള ഭൂപരിഷ്കരണം അത്തരം മേഖലകളിൽ നടക്കാതെ പോയതാണ് ഈ പ്രതിസന്ധി അവിടെ സൃഷ്ടിച്ചത്. ഭൂപരിഷ്കരണ പരി പാടികൾ ആരംഭിച്ച് ജന്മിത്തത്തിന്റെ കടയ്ക്കൽ കത്തിവച്ചു എന്നതാണ് 1957–ലെ സർക്കാരിന്റെ ഏറ്റവും ഉജ്ജ്വല സംഭാവനയെന്ന് നിസ്സംശയം പറ യാം. ഇത്തരമൊരു നിയമം കൊണ്ടുവരാനുള്ള ജനകീയ അടിത്തറ കമ്യൂ ണിസ്റ്റ് പ്രസ്ഥാനത്തിന് ഉണ്ടാകുന്നതിന് നിരവധി കാരണങ്ങളുണ്ട്.

കേരളത്തിന്റെ സാംസ്കാരികമായ സവിശേഷതകളെയും സാമൂഹ്യ അവസ്ഥകളേയും സാമ്പത്തിക ഘടനയെയും വിശകലനം ചെയ്തു കൊണ്ട് ഇ എം എസ് എഴുതിയ *'കേരളം മലയാളികളുടെ മാതൃഭൂമി'* എന്ന പുസ്തകം സംസ്ഥാന രൂപീകരണത്തിന് അനുയോജ്യമായ ആശ

യതലം സൃഷ്ടിച്ചു. പുന്നപ്ര-വയലാർ സമരത്തിന്റെ സുപ്രധാനമായ മുദ്രാ വാക്യം തന്നെ 'സ്വതന്ത്ര തിരുവിതാംകൂറിനു പകരം ഇന്ത്യൻ യൂണിയ നിൽ ഐക്യകേരളം' എന്നതായിരുന്നു. ഐക്യകേരളത്തിന്റെ കാഴ്ചപ്പാ ടിനനുസൃതമായി ഗ്രന്ഥശാലാസംഘങ്ങളും സാംസ്കാരിക സംഘടന കളും രൂപീകരിച്ച് കമ്മ്യൂണിസ്റ്റുകാർ പ്രവർത്തിച്ചു. കേരളസംസ്ഥാനമെന്ന സങ്കൽപ്പം പ്രായോഗികമാക്കാൻ കമ്മ്യൂണിസ്റ്റുകാർ നടത്തിയ പോരാട്ടം ജനങ്ങളുടെ മനസ്സിൽ വലിയ അംഗീകാരം നേടുന്നതിനിടയാക്കി.

ജന്മിത്വവും രാജവാഴ്ചയും ബ്രിട്ടീഷ് മൂലധനത്തിന്റെ സംരക്ഷ ണവും അംഗീകരിച്ചുകൊണ്ടുള്ള കേരളമെന്ന ആശയമായിരുന്നു ഇക്കാ ലത്ത് വലതുപക്ഷ ശക്തികൾ ഉയർത്തിക്കൊണ്ടുവന്നത്. എന്നാൽ ഭാവി കേരളമെന്നത് ഇവിടത്തെ അധ്വാനിക്കുന്ന ജനവിഭാഗങ്ങളുടെയും സാധാ രണക്കാരുടെയും താൽപ്പര്യങ്ങളെ സംരക്ഷിക്കുന്നതായിരിക്കണം എന്ന നിലപാടായിരുന്നു കമ്മ്യൂണിസ്റ്റ് പാർടി സ്വീകരിച്ചത്. അന്ന് പാർടി എടുത്ത രാഷ്ട്രീയ നിലപാടിന്റെ ഉജ്ജ്വലമായ തെളിവാണ് ഇ എം എസ് എഴു തിയ *'കൊച്ചി രാജാവിന്റെ ഐക്യകേരളം ബ്രിട്ടീഷ് കമ്മട്ടത്തിലടിച്ച കള്ള നാണയം'* എന്ന ലഘുലേഖ.

ഇത്തരത്തിൽ ഐക്യകേരളം രൂപീകരിക്കാനുള്ള സമരം മാത്രമല്ല രൂപീകരിക്കപ്പെടുന്ന കേരളം എങ്ങനെ ആയിരിക്കണം എന്നതിനെ സംബ ന്ധിച്ചും കൃത്യമായ നിലപാട് പാർടി സ്വീകരിച്ചു. അടിസ്ഥാന ജനവിഭാ ഗങ്ങൾക്ക് അനുയോജ്യമായിരിക്കുന്ന നിലപാടുകൾ എങ്ങനെ പ്രായോഗി കമാക്കാമെന്ന പ്രശ്നവും കൈകാര്യം ചെയ്യുവാൻ ദീർഘവീക്ഷണത്തോ ടെയുള്ള നിലപാട് പാർടി സ്വീകരിച്ചു. കേരളസംസ്ഥാനം എന്ന യാഥാർഥ്യം നിലവിൽവരുന്നതിനുമുമ്പുതന്നെ 1956 ജൂൺ 22, 23, 24 തീയതികളിൽ തൃശ്ശൂരിൽ ചേർന്ന പാർടിയുടെ സംസ്ഥാന സമ്മേളനം ഇതുസംബന്ധിച്ച രേഖ അംഗീകരിക്കുകയും ചെയ്തു. ഈ പ്രമേയം ഭാവികേരളത്തിലെ സാധാരണക്കാരന്റെ ജീവിതം മെച്ചപ്പെടുത്തിയെടുക്കാൻ ഏതു തരത്തിൽ ഇടപെടണം എന്നത് അക്കമിട്ട് നിരത്തി. അവയെ ഇങ്ങനെ സംഗ്രഹിക്കാം.

1. കേരളത്തിലെ ജന്മിത്വത്തെ തകർത്താലേ സാധാരണക്കാരന്റെ ജീവിതം മെച്ചമാവുകയുള്ളൂ.

2. അടിസ്ഥാന വ്യവസായങ്ങൾ പൊതു ഉടമയിൽ കൊണ്ടുവരേണ്ടതുണ്ട്.

3. വികസനപ്രവർത്തനത്തിന് ജനങ്ങളുടെ പങ്കാളിത്തം അനിവാര്യമാണ്.

4. നികുതിഭാരങ്ങൾ സാധാരണക്കാരന്റെ മുകളിൽ അടിച്ചേൽപ്പിക്കരുത്.

5. അടിസ്ഥാന മേഖലകൾ, വിദ്യാഭ്യാസ മേഖല, ആരോഗ്യമേഖല, അധികാര വികേന്ദ്രീകരണം, കാർഷിക പരിഷ്കരണം, തൊഴിലാളിക ളുടെ അവകാശങ്ങൾ എന്നിവ സംരക്ഷിക്കുന്നതിന് ഊന്നൽ നൽകേ ണ്ടതുണ്ട്.

6. പിന്നോക്ക പ്രദേശമായ മലബാറിന്റെ വികസനത്തിന് പ്രത്യേകമായ ശ്രദ്ധ പതിയേണ്ടതുണ്ട് എന്നും ഇതിൽ അഭിപ്രായമുണ്ട്.

ഈ രേഖ കാണിക്കുന്നത് നിലവിലുള്ള വ്യവസ്ഥയെ വിപ്ലവകര

മായി മാറ്റിമറിക്കാൻ ഇടപെടുമ്പോൾ തന്നെ ചുറ്റുമുള്ള ലേകത്ത് ഇടപെ ട്ടുകൊണ്ട് ജനങ്ങൾക്ക് ആശ്വാസംപകരുക എന്ന നയം പാർടി ആശയ വ്യക്തതയോടെ രൂപീകരിച്ചിരുന്നു എന്നതാണ്.

വികസന പ്രശ്നങ്ങളെ എങ്ങനെ കൈകാര്യം ചെയ്യണം എന്നത് സംബന്ധിച്ച ചർച്ചചെയ്യുന്ന അക്കാലത്ത് മുൻകാല അനുഭവങ്ങളോ മാതൃ കകളോ ഉണ്ടായിരുന്നില്ല. ഈ പശ്ചാത്തലത്തിലാണ് 1957-ൽ കേരള ത്തിലെ കമ്യൂണിസ്റ്റ് പാർടി അധികാരത്തിലേക്ക് പ്രവേശിക്കുന്നത്. ഈ അവസരത്തിൽ എന്താവണം പാർടിയുടെ പ്രായോഗികനയമെന്നത് ഗൗര വതരമായിത്തന്നെ ചർച്ച ചെയ്യപ്പെട്ടു. 1957 ജൂലൈ 12-ാം തീയതി കമ്മ്യൂ ണിസ്റ്റ് പാർടിയുടെ കേരള സംസ്ഥാന കമ്മിറ്റി അംഗീകരിച്ച പ്രമേയത്തിൽ ഇങ്ങനെ പറയുന്നു: "കമ്മ്യൂണിസ്റ്റ് പാർടി നേതൃത്വത്തിലുള്ളതോ അവർക്ക് പങ്കുള്ളതോ ആയ ഗവൺമെന്റ് ബൂർഷ്വാ ജനാധിപത്യ സമ്പ്രദായമനു സരിച്ച് വിജയകരമായി ഭരണം നടത്തിയ ഒരനുഭവം നമ്മുടെ മുമ്പിലില്ല. പരമാധികാരമില്ലാതെ പരിമിതമായ അധികാരങ്ങൾ വച്ചുകൊണ്ട് ഭരണം നടത്തിയിട്ടുള്ള അനുഭവങ്ങളും നമ്മുടെ പ്രസ്ഥാനത്തിന് ഇതിനുമുമ്പ് ഉണ്ടായിട്ടില്ല.... ഈ സാഹചര്യത്തിൽ മാർക്സിസം-ലെനിനിസത്തിൽ ഉറ ച്ചുനിന്നുകൊണ്ട് നമ്മുടെ ലക്ഷ്യത്തിലേക്കുള്ള പാതയിൽ ഓരോ ചുവടും നാം തന്നെ നമ്മുടെ അനുഭവങ്ങളുടെയും മാർക്സിസം-ലെനിനിസത്തി ന്റെയും വെളിച്ചത്തിൽ പുതുതായി വെട്ടിത്തുറക്കേണ്ടതായിട്ടുണ്ട്."

പ്രമേയത്തിൽ പ്രധാനമായും പുതിയ പരിത:സ്ഥിതികൾ, മറ്റു പാർടി കളോടുള്ള സമീപനം, ഭരണവും സമരവും തുടങ്ങിയ കാര്യങ്ങൾ വ്യക്ത മായി പ്രതിപാദിക്കുന്നുണ്ട്. ഭരണവും സമരവും കൊണ്ടുപോകുന്നതുമായി ബന്ധപ്പെട്ട കാഴ്ചപ്പാട് ഇങ്ങനെ വ്യക്തമാക്കുന്നു. "ഇന്നത്തെ സാമൂഹ്യ ബന്ധത്തിന്റെ അടിസ്ഥാനത്തിൽ അവശതയനുഭവിക്കുന്ന ജനവിഭാഗങ്ങ ളുടെ അവകാശങ്ങൾ അംഗീകരിക്കുന്നതിന് സ്ഥാപിതാൽപ്പര്യങ്ങൾ കൂട്ടാക്കിയില്ലെന്നു വരും. അതുകൊണ്ട് അവകാശങ്ങൾക്കുവേണ്ടിയുള്ള പ്രക്ഷോഭം അനിവാര്യമാണ്. എന്നാൽ ഇന്നത്തെ സ്ഥിതിഗതികളിലുള്ള വെള്ളിരേഖ ഗവൺമെന്റ് ഇത്തരം സന്ദർഭങ്ങളിൽ അവശതയനുഭവിക്കു ന്നവരുടെ ഭാഗത്തായിരിക്കുമെന്നുള്ളതാണ്; അവർക്കെതിരായിരിക്കുകയി ല്ലെന്നുള്ളതാണ്. അതുകൊണ്ട് നമ്മുടെ സമരങ്ങളുടെ കുന്തമുന ഗവൺമെന്റിനെതിരായിട്ടല്ല സ്ഥാപിതാൽപ്പര്യങ്ങൾക്ക് എതിരായിട്ടാണ്."

പാർടി ചെയ്യേണ്ട കാര്യങ്ങളെക്കുറിച്ച് വ്യക്തമായി പറഞ്ഞശേഷം ചെയ്യാൻ പാടില്ലാത്ത കാര്യങ്ങളെക്കുറിച്ചും സൂചിപ്പിക്കുന്നുണ്ട്. പാർടി പ്രമേയം ഇങ്ങനെ പറയുന്നു. "ഭരണകക്ഷിയായതോടുകൂടി ഈ രാജ്യത്തുള്ള എല്ലാ വരുടെയും ന്യായമായ താൽപ്പര്യങ്ങൾ സംരക്ഷിക്കുവാനുള്ള ചുമതല പാർടിക്കുണ്ട്. ഈ ഉത്തരവാദിത്വത്തിൽ അഹങ്കരിക്കുകയോ ഈ തകം മറ്റുള്ളവരോട് പ്രതികാരം ചെയ്യുവാൻ ഉപയോഗിക്കുകയോ ചെയ്യരുത്. നമ്മുടെ ചുമതലയുടെ ഭാരം കൊണ്ട് തല കുനിയുകയാണ് വേണ്ടത്." ഇങ്ങനെ ഭരണത്തെയും സംഘടനയേയും കൂട്ടിയോജിപ്പിച്ചുകൊണ്ടുള്ള നയസമീ

പനം സ്വീകരിച്ച് മുന്നോട്ടുപോകുന്നതിന് സാധ്യമായി എന്നത് അക്കാ ലത്തെ സർക്കാരിന്റെ ഭരണനേട്ടങ്ങൾക്ക് പ്രധാന കാരണമായി തീർന്നിട്ടുണ്ട്. അനുഭവങ്ങളുടെ കുറവുണ്ടായിട്ടും വിജയകരമായി ജനപക്ഷത്തുനിന്നു കൊണ്ട് ഭരണനേതൃത്വം വഹിക്കാൻ കഴിഞ്ഞത് ഇ എം എസ് ഉൾപ്പെടെയുള്ള നേതാക്കന്മാരുടെ ഇത്തരമൊരു സമീപനമായിരുന്നു എന്ന് വ്യക്തമാണ്.

സർക്കാർ അധികാരമേൽക്കുന്ന സാഹചര്യം ഏറെ സങ്കീർണ്ണമാ യിരുന്നു. ഈ കാലത്തെ സംബന്ധിച്ച് ഇ എം എസ് ഇങ്ങനെ എഴുതുന്നു:

"മന്ത്രിസഭ രൂപീകരിച്ച് ഒരുമാസം തികയുന്നതിനു മുമ്പുനടന്ന നിയ മസഭയുടെ ഒന്നാം സമ്മേളനത്തിൽ തന്നെ കോൺഗ്രസ്സിന്റെ നേതൃത്വ ത്തിലുള്ള പ്രതിപക്ഷത്തിന്റെ ഐക്യം പ്രകടമായി. നിയമസഭയ്ക്കകത്തെ ഈ ഗവണ്മെന്റ് വിരുദ്ധ ഐക്യത്തിന് അനുപൂരകമായ ഐക്യം പുറത്തു ണ്ടായിരുന്നു. പാർടികൾ എന്ന നിലയിൽ ഈ പാർടികൾ തമ്മിൽ മാത്ര മല്ല പത്രപംക്തികളിലും അത് ദൃശ്യമായിരുന്നു. മുപ്പതിൽപ്പരം വരുന്ന ഭാഷാപത്രങ്ങളിൽ ഭൂരിപക്ഷവും മന്ത്രിസഭയെ മൊത്തത്തിലും അതുപോ ലെതന്നെ മന്ത്രിമാരെ വ്യക്തിപരമായും അവഹേളിക്കുകയും അപകീർത്തി പ്പെടുത്തുകയും ചെയ്യുക എന്ന ഉദ്ദേശ്യത്തോടുകൂടി വസ്തുതകൾ വള ച്ചൊടിക്കുകയും നുണകൾ എഴുതിപ്പിടിപ്പിക്കുകയും ചെയ്യുക എന്ന നയത്തി ലേക്കു നീങ്ങി. "കൈയിൽ വരുന്ന ഓരോ അവസരവും ഓരോ പ്രത്യേക പ്രശ്നവും അവരെ ചെളിവാരി എറിയുന്നതിനുവേണ്ടി ഉപയോഗിക്കുക, അവസരങ്ങളും പ്രശ്നങ്ങളും ഒന്നും കിട്ടുന്നില്ലെങ്കിൽ അവ സൃഷ്ടിച്ചെടുക്കുക" കമ്മ്യൂണിസ്റ്റ് വിരുദ്ധ പത്രങ്ങളുടെയും പ്രക്ഷോഭകരുടെയും കേന്ദ്രലക്ഷ്യം ഇതായിത്തീർന്നു." (*കേരളചരിത്രം മാർക്സിസ്റ്റ് വീക്ഷണത്തിൽ, പേജ് 299*)

സർക്കാരിന് എതിരായ ഇടപെടലിന് പത്രങ്ങളും വലതുപക്ഷ ശക്തി കളും തയ്യാറായിരിക്കെ പ്രധാനപ്പെട്ട ചില പ്രശ്നങ്ങൾ ഉയർന്നുവരിക യുണ്ടായി. ഇതിലൊന്നാണ് ഭക്ഷ്യസ്ഥിതിയുമായി ബന്ധപ്പെട്ട പ്രശ്നം. കേരളത്തിന്റെ സമ്പദ്ഘടനയെക്കുറിച്ച് അറിയാവുന്ന ആർക്കും മനസ്സി ലാക്കാവുന്ന ഒരു കാര്യമുണ്ട്. കേന്ദ്രസർക്കാർ സഹായിച്ചില്ലെങ്കിൽ സംസ്ഥാന സർക്കാരിന് ഇത്തരം സ്ഥിതിവിശേഷം കൈകാര്യം ചെയ്യാ നാവില്ല. ഇതു മനസ്സിലാക്കിയിട്ടും ഭക്ഷ്യധാന്യം ആവശ്യപ്പെട്ടുകൊണ്ട് സംസ്ഥാനത്താകെ കരിങ്കൊടി പ്രകടനങ്ങളും മറ്റും നടന്നു. ഈ സ്ഥിതി വിശേഷത്തെ കൈകാര്യം ചെയ്യാൻ ആന്ധ്രയിൽ പോയി അടിയന്തരമായി ഭക്ഷ്യധാന്യങ്ങൾ വാങ്ങി എത്തിച്ചു. ഇങ്ങനെ ഭക്ഷ്യക്ഷാമം പരിഹരിക്കാൻ ശ്രമിച്ചപ്പോൾ അഴിമതിയുണ്ട് എന്നു പറഞ്ഞ് പ്രതിപക്ഷം ബഹളമുണ്ടാക്കി.

ഗവൺമെന്റ് കൊണ്ടുവന്ന പോലീസ് നയം തൊഴിൽ തർക്കങ്ങളിൽ സമ്പന്നർക്കുവേണ്ടി ഇടപെടുന്ന രീതി ഇല്ലാതെയാക്കി. ഇതുകൊണ്ട് സ്ഥാപി തതാൽപ്പര്യക്കാരും ജന്മിമാരും രാജ്യത്ത് അരാജകത്വം സൃഷ്ടിക്കാൻ വേണ്ടി കമ്മ്യൂണിസ്റ്റുകാർ പോലീസിനെ നിർവീര്യമാക്കാനും ശിഥിലമാ ക്കാനും പുറപ്പെട്ടിരിക്കുകയാണ് എന്ന പ്രചാരവേല സംഘടിപ്പിച്ചു. അതു വരെ ജന്മിമാരുടെയും സമ്പന്നന്മാരുടെയും കേന്ദ്രമായിരുന്ന പോലീസ്

സ്റ്റേഷനുകളിൽ പാവപ്പെട്ട തൊഴിലാളികൾ വരുന്നതും അവരുടെ പ്രശ്ന ങ്ങൾ കൈകാര്യം ചെയ്യുന്ന നിലയും വന്നു. ഇത് കമ്യൂണിസ്റ്റ് ഏകാധിപ ത്യമല്ലാതെ മറ്റൊന്നുമല്ല എന്നതായിരുന്നു പ്രചാരവേല. ഭരണത്തുറകളെ കമ്യൂണിസ്റ്റ് പാർടി ചൊൽപ്പടിയിലാക്കിയിരിക്കുന്നു എന്നായിരുന്നു അവർ ഉദ്ഘോഷിച്ചത്.

സർക്കാർ സർവ്വീസിലെ തൊഴിലുകളിൽ കമ്യൂണിസ്റ്റ് പാർടിയുമായി ബന്ധമുള്ളവരെ നിയമിക്കാൻ പാടില്ല എന്ന കേന്ദ്രസർക്കാരിന്റെ നിർദ്ദേശം നടപ്പിലാക്കേണ്ടതില്ലെന്ന് സർക്കാർ തീരുമാനിച്ചു. കമ്യൂണിസ്റ്റുകാർക്ക് സാധാരണ ജനങ്ങൾക്കുള്ള എല്ലാ ആനുകൂല്യങ്ങൾക്കും ലഭിക്കാവുന്ന നയം സർക്കാർ അംഗീകരിച്ചു. അപ്പോൾ കമ്യൂണിസ്റ്റുകാരെ സർക്കാർ സർവ്വീസിൽ കുത്തി നിറയ്ക്കാനുള്ള ശ്രമമാണിതെന്ന് പറഞ്ഞുകൊണ്ടായിരുന്നു പൊല്ലാപ്പ്

കപടമുദ്രാവാക്യങ്ങൾ ഉയർത്തിക്കൊണ്ട് നടത്തിയ പ്രചാരവേലകൾ ജനങ്ങൾക്കിടയിൽ സ്വാധീനം ഉണ്ടാക്കിയില്ലെന്ന് പിന്നീട് നടന്ന ഉപതിര ഞ്ഞെടുപ്പ് ഫലം വ്യക്തമാക്കി. ദേവികുളത്ത് പൊതുതിരഞ്ഞെടുപ്പിൽ വിജ യിച്ച സ്ഥാനാർത്ഥിയുടെ വിജയം അസാധുവായതിനെത്തുടർന്ന് ഉപതി രഞ്ഞെടുപ്പ് നടന്നു. പാർടിയെ പരാജയപ്പെടുത്താൻ അഖിലേന്ത്യാതലത്തി ലുള്ള ഇടപെടൽ നടന്നിട്ടും കമ്യൂണിസ്റ്റ് പാർടിസ്ഥാനാർത്ഥി തന്നെ വിജ യിച്ചു. എം എൽ എമാരെ ചാക്കിട്ടുപിടിക്കാൻ പ്രമാണിമാർ അങ്ങേയ റ്റത്തെ പരിശ്രമം നടത്തിനോക്കിയിട്ടും അതും നടന്നില്ല. അവരുടെ സമ്മർദ്ദ ത്തിനിരയായവർ തന്നെ ഇത്തരം കഥകൾ മുഴുവനും പുറത്തുകൊണ്ടുവന്നു.

ഭരണഘടനാപരമായ തരത്തിൽ സർക്കാരിനെ അട്ടിമറിക്കാൻ കഴി യില്ലെന്ന് ബോധ്യം വന്ന കോൺഗ്രസ്സുകാർ മറ്റു രീതികളിലൂടെ സർക്കാ രിനെ അട്ടിമറിക്കാൻ പരിശ്രമിച്ചു. ഇതിന് അടിയന്തരമായി വന്ന കാരണം കാർഷികബന്ധബില്ല് കൊണ്ടുവരാൻ സർക്കാർ എടുത്ത തീരുമാനമാ ണ്. ഈ നിയമം പ്രാബല്യത്തിലായാൽ അത് കേരളത്തിലെ കമ്യൂണിസ്റ്റ് പാർടിയെ ശക്തിപ്പെടുത്തുവാൻ സഹായിക്കുമെന്നു മാത്രമല്ല, കാർഷിക പരിഷ്കരണങ്ങൾക്കുവേണ്ടിയുള്ള പ്രക്ഷോഭങ്ങൾക്ക് കരുത്ത് പകരു മെന്നും കോൺഗ്രസ് ഭയപ്പെട്ടു. അതുകൊണ്ട് എങ്ങനെയെങ്കിലും സർക്കാ രിനെ തകിടംമറിക്കുക എന്നത് ഇവരുടെ അടിയന്തര അജണ്ടയായി ത്തീർന്നു. അതിന്റെ അടിസ്ഥാനത്തിൽ 'ഭരണഘടനാപരമായ ഭരണയ ന്ത്രത്തിന്റെ സാധാരണ നിലയിലുള്ള പ്രവർത്തനം നിലച്ചിരിക്കുന്നു' എന്ന പേര് പറഞ്ഞുകൊണ്ടാണ് സർക്കാരിനെ പിരിച്ചുവിടാൻ നെഹ്രു തീരുമാ നിച്ചത്. ഇങ്ങനെയൊരവസ്ഥ ഉണ്ടാക്കാൻ അക്രമാസക്തമായ സമരം കേര ളത്തിൽ അരങ്ങേറുകയായിരുന്നു.

കേരളത്തിലെ ആദ്യത്തെ കമ്യൂണിസ്റ്റ് മന്ത്രിസഭയ്ക്ക് ജനപിന്തുണ വർദ്ധിക്കുകയായിരുന്നു എന്ന് പിന്നീട് നടന്ന തിരഞ്ഞെടുപ്പ് ഫലം വ്യക്ത മാക്കി. പാർടിയും അതിന്റെ കൂടെ നിന്നവരും 1957-ൽ നേടിയതിനേക്കാൾ 12 ലക്ഷം വോട്ടുകൾ അടുത്ത തിരഞ്ഞെടുപ്പിൽ നേടിയെടുക്കാനും കഴി ഞ്ഞു. വോട്ടിന്റെ ശതമാനത്തിലും ഇതേ തരത്തിലുള്ള വർദ്ധനവുണ്ടാ

യി. 40 ശതമാനം വോട്ട് ഉണ്ടായിരുന്നിടത്ത് അത് 44 ശതമാനമായി വർദ്ധി ച്ചു. പ്രതിപക്ഷം മുഴുവൻ കൂട്ടായി നിന്ന് നടത്തിയ പ്രചരണങ്ങൾ കമ്മ്യൂ ണിസ്റ്റ് പാർടിയുടെ അടിത്തറ തകർത്തില്ലെന്നു മാത്രമല്ല കൂടുതൽ ജന പിന്തുണ ആർജിക്കുകയുമായിരുന്നു.

കേരളത്തിലെ ആദ്യത്തെ കമ്യൂണിസ്റ്റ് മന്ത്രിസഭ നടപ്പിലാക്കിയ പരി ഷ്കാരങ്ങളാണ് കേരളത്തിന്റെ വികസനത്തിന് സംഭാവന നൽകിയതെന്ന് ആരും സമ്മതിക്കുന്നതാണ്. കാർഷിക പരിഷ്കരണ ബിൽ, വിദ്യാഭ്യാ സബിൽ, പോലീസ് നയം, ക്ഷേമപരിപാടികൾ, ആരോഗ്യമേഖലയിലെ ഇടപെടൽ, പിന്നോക്ക പ്രദേശങ്ങളെ വികസിപ്പിക്കാനുള്ള പദ്ധതികൾ തുട ങ്ങിയ പരിപാടികളാണ് യഥാർത്ഥത്തിൽ കേരളാമോഡൽ എന്ന് പിൽക്കാ ലത്ത് പ്രസിദ്ധമായ കേരള വികസന മാതൃകയ്ക്ക് അസ്ഥിവാരമിട്ടത്. ഈ സർക്കാരിന്റെ നയസമീപനങ്ങളുടെ ഫലമായി വലിയ മാറ്റം കേരളീയ സമൂഹത്തിലുണ്ടായി. സാർവത്രിക വിദ്യാഭ്യാസ പ്രാഥമികാരോഗ്യ പരി രക്ഷ, സാമൂഹ്യ സുരക്ഷാപദ്ധതികൾ, മിനിമം കൂലി, ജന്മിത്വത്തിന്റെ ജന വിരുദ്ധ സാംസ്കാരികരൂപങ്ങൾ ഇല്ലായ്മചെയ്യൽ തുടങ്ങിയവയെല്ലാം ഈ സർക്കാരിന്റെ വികസനപ്രവർത്തനങ്ങളുടെ അടിത്തറയിലാണ് ഉണ്ടായത്.

കേരളത്തിന്റെ വികസനത്തിന് അടിത്തറ പാകിയ സർക്കാരിന്റെ ഭര ണനേട്ടങ്ങൾ സംരക്ഷിച്ചും പുതിയ കാലത്ത് നാം നേടിയെടുക്കേണ്ട വിക സന നേട്ടങ്ങൾക്കായി പ്രവർത്തിച്ചുകൊണ്ടും മുന്നോട്ടുപോവാൻ കഴിയ ണം. കാർഷിക-വ്യാവസായിക മേഖലകളിലെ ഉൽപ്പാദനവും ഉൽപ്പാദന ക്ഷമതയും വർദ്ധിപ്പിക്കേണ്ടതുണ്ട്. ആരോഗ്യ-വിദ്യാഭ്യാസ മേഖലകളിലെ ഗുണനിലവാര വർദ്ധനവിലും ശ്രദ്ധപതിയണം. അധികാരം ജനങ്ങളിൽ എത്തിക്കാൻ പര്യാപ്തമായ അധികാര വികേന്ദ്രീകരണ പ്രക്രിയ ശക്തി പ്പെടുത്തണം. ദളിതർ, ആദിവാസികൾ, സ്ത്രീകൾ, മത്സ്യത്തൊഴിലാളി കൾ എന്നിവരുടെ പ്രശ്നങ്ങൾ പരിഹരിക്കുന്നതിന് പ്രത്യേക ശ്രദ്ധ ചെലുത്തി മുന്നോട്ടുപോവാനാകണം. കേരളത്തിലെ ആദ്യ മന്ത്രിസഭയുടെ അമ്പതാം വാർഷികം ആചരിക്കുന്ന ഈ ഘട്ടത്തിൽ അത്തരമൊരു കാഴ്ച പ്പാട് പ്രായോഗികമാക്കാൻ നമുക്ക് കഴിയേണ്ടതുണ്ട്.

ചരിത്രത്തെ കമ്യൂണിസ്റ്റുകാർ പഠിക്കുന്നത് വർത്തമാനകാലത്തെ പ്രശ്നങ്ങളെ തരണം ചെയ്യുവാനും ശോഭനമായ ഭാവി കെട്ടിപ്പടുക്കാനും വേണ്ടിയാണ്. മാധ്യമങ്ങളും വലതുപക്ഷ രാഷ്ട്രീയശക്തികളും കള്ളക്ക ഥകളും പ്രചാരവേലകളും നടത്തിയിട്ടും ജനപിന്തുണ ആർജിക്കുവാൻ പാർടിക്ക് സാധിച്ചു എന്ന് 1957-ലെ മന്ത്രിസഭ പിരിച്ചുവിട്ടതിനുശേഷം നടന്ന തിരഞ്ഞെടുപ്പ് തന്നെ വ്യക്തമാക്കിയിട്ടുണ്ട്. വർത്തമാനകാലത്തും ഇത്ത രത്തിലുള്ള പ്രചാരവേലകളും പ്രവർത്തനങ്ങളും നടന്നുകൊണ്ടിരിക്കുക യാണ്. അതിനെയെല്ലാം മറികടന്ന് മുന്നോട്ടുപോകാനും സ്ഥാപിതാൽപ്പ ര്യക്കാർ ഉയർത്തുന്ന പ്രചാരവേലകളെ തിരിച്ചറിയുവാനും പ്രതിരോധി ക്കുവാനുമുള്ള ആർജ്ജവം അക്കാലത്തെ അനുഭവങ്ങൾ നമുക്ക് നൽകും. ജനങ്ങളാണ് ചരിത്രം രചിക്കുന്നത്. ഒരു സ്ഥാപിത താൽപ്പര്യത്തിനും

അധികകാലം യാഥാർഥ്യങ്ങളെ മൂടിവെക്കാനാവില്ലെന്നതും വസ്തുതയാ
ണ്. 1957-ലെ മന്ത്രിസഭയെക്കുറിച്ച് കള്ളക്കഥകൾ പ്രചരിപ്പിച്ചവർ തന്നെ
ഇപ്പോൾ അതിന്റെ മഹത്വം പറയുന്നിടത്തേക്ക് കാര്യങ്ങൾ മാറിയിരിക്കു
കയാണ്. പഴമയെ പുകഴ്ത്തി വർത്തമാനത്തെ ഇകഴ്ത്തിക്കാണിക്കാന
ല്ല, പഴയതിനെ പഠിച്ച് പുതിയ കാലത്ത് കരുത്താർജ്ജിക്കാനാണ് കമ്യൂ
ണിസ്റ്റുകാർ പരിശ്രമിക്കുന്നത്. ആദ്യമന്ത്രിസഭയുടെ വാർഷികാചരണത്തെ
ഇത്തരത്തിൽ സമീപിക്കുവാൻ പുതിയകാലത്തു നിന്നുകൊണ്ട് നമുക്ക്
കഴിയണം. അതുവഴി എൽ ഡി എഫ് മന്ത്രിസഭയ്ക്ക് കരുത്തായി മാറാനും
ഈ ഓർമ്മ പ്രചോദനം നൽകും.

1957 ന്റെ രാഷ്ട്രീയ പ്രസക്തി

1957-ൽ കേരളത്തിൽ അധികാരമേറ്റ ഇ എം എസ് മന്ത്രിസഭയുടെ അമ്പതാം വാർഷികം ആഘോഷിക്കുകയാണ് നമ്മൾ. ആ മന്ത്രസഭയുടെ പ്രാധാന്യം മലയാളികളോട് എടുത്തുപറയേണ്ടതില്ല. അത് മാർക്സിസ്റ്റ് ചരിത്രവിശകലനത്തിന്റെ കാഴ്ചപ്പാടിൽത്തന്നെ വിലയിരുത്തേണ്ടത് ഏതൊരു കമ്യൂണിസ്റ്റുകാരന്റെയും കടമയാണ്. മാർക്സിസം–ലെനിനിസം മുമ്പൊരുകാലത്തുമില്ലാത്ത വെല്ലുവിളി നേരിടുന്ന ഇക്കാലത്ത് അത്തര മൊരു വിശകലനം പരമപ്രധാനമാണ്. കേരളത്തിലെയും ഇന്ത്യയിലെയും മാത്രമല്ല, ലോകത്തെമ്പാടുമുള്ള കമ്യൂണിസ്റ്റുകാർക്കാകെത്തന്നെ അത്ത രമൊരു വിശകലനം പഠിച്ചുറപ്പിക്കേണ്ടത് അനിവാര്യമായി മാറിയിരിക്കുന്ന കാലഘട്ടത്തിലാണ് ആഗോളരാഷ്ട്രീയ സാഹചര്യം എത്തിപ്പെട്ടിരിക്കു ന്നത്.

നമുക്കെല്ലാവർക്കും അറിയാവുന്നതുപോലെ പലതുകൊണ്ടും ഒന്നാ മത്തേതായിരുന്നു ഇ എം എസ് മന്ത്രിസഭ. ഐക്യ കേരളത്തിലെ ഒന്നാ മത്തെ സർക്കാരാണത്. ഇന്ത്യാചരിത്രത്തിൽ കമ്യൂണിസ്റ്റ് പാർടി ഒറ്റക്ക് നയിച്ച ആദ്യ സർക്കാർ. കേരളത്തിൽ അത്തരത്തിൽ ഭരിച്ച ഏക സർക്കാരും ഇന്ത്യയിൽ ഭരണഘടന നിലവിൽ വന്നതിനുശേഷം ഫലപ്ര ദമായ ഒരു ബദൽ രാഷ്ട്രീയ ദർശനം മുൻനിർത്തി ആദ്യമായി അധികാ രമേറ്റ കോൺഗ്രസിതര സർക്കാരും അതുതന്നെ. അതിനൊക്കെയപ്പുറം മറ്റൊരു കാര്യമുണ്ട്. ലോകകമ്യൂണിസ്റ്റ് പ്രസ്ഥാന ചരിത്രത്തിലെ അത്ത രത്തിലുള്ള ആദ്യാനുഭവമായിരുന്നു അത്. ബൂർഷ്വാ പാർലമെന്ററി വ്യവ സ്ഥയിൽ ആദ്യമായി അധികാരമേറ്റ കമ്യൂണിസ്റ്റു മന്ത്രിസഭ. അതും ബൂർഷ്വാ ജനാധിപത്യ കാഴ്ചപ്പാടിൽ തയാറാക്കിയ ഭരണഘടനയനുസ രിച്ച് നിയന്ത്രിക്കപ്പെടുന്ന വിശാലമായ ഒരു രാജ്യത്തിന്റെ ചെറിയൊരു കോണിൽ മാത്രം കമ്യൂണിസ്റ്റുകാരുടെ ഭരണം, സംഭവസമ്പന്നമായ ലോക

കമ്യൂണിസ്റ്റ് ചരിത്രത്തിലാകമാനം പരതിയാൽ അങ്ങനെയൊരനുഭവം മുമ്പില്ല. 1871-ലെ പാരീസ് കമ്യൂണിനും 1917-ലെ സോവിയറ്റ് യൂണിയൻ രൂപീകരണത്തിനും ശേഷം കമ്യൂണിസ്റ്റ് പ്രസ്ഥാനം അഭിമുഖീകരിച്ച വേറിട്ട അധികാരാനുഭവമായി അത് ചരിത്രത്തിൽ നിലകൊള്ളുന്നു.

തൊഴിലാളിവർഗ നേതൃത്വത്തിലുള്ള വിപ്ലവത്തിന്റെ വിജയത്തിലൂടെ രാഷ്ട്രം അപ്പാടെ സോഷ്യലിസ്റ്റ് ഭരണക്രമത്തിലേക്ക് മാറിയ ചരിത്രമേ അതുവരെ ഉണ്ടായിരുന്നുള്ളൂ. ആ വിധത്തിലല്ലാതെ കമ്യൂണിസ്റ്റ് പാർടി അധികാരത്തിൽ വരിക; അതും ഒരു രാഷ്ട്രത്തിന്റെ ഒരു ഭാഗത്തുമാത്രം. ആ സ്ഥിതിവിശേഷം എങ്ങനെ നേരിടണമെന്നത് ഇന്ത്യയിലെ കമ്യൂണിസ്റ്റ് പ്രസ്ഥാനത്തിന് മുമ്പിൽ പുതിയ ചോദ്യമായി ഉയർന്നുവരികയായിരുന്നു. ആ ചോദ്യത്തിന് ഉത്തരം കണ്ടെത്തിയത് 1957-ലെ ഇ എം എസ് മന്ത്രി സഭയാണ്. അതാണ് അതിനെ ലോക കമ്യൂണിസ്റ്റ് പ്രസ്ഥാനത്തിനു മുമ്പിൽത്തന്നെ ഒരു പാഠപുസ്തകമാക്കി മാറ്റുന്നത്.

ലോക ജനതയാകെത്തന്നെ അന്ന് കേരളത്തെ സൂക്ഷ്മമായി ശ്രദ്ധി ച്ചു. ആ ഗവൺമെന്റിന്റെ സ്വഭാവം എന്താകുമെന്നും അതിന്റെ പ്രവർത്ത നരീതി എങ്ങനെയാകുമെന്നും അതിന്റെ അഭ്യുദയകാംക്ഷികൾ മുതൽ ശത്രുക്കൾ വരെ ഉറ്റുനോക്കി.

ഓരോ തലത്തിലും 57-ലെ സർക്കാർ എന്തുചെയ്തു എന്നാണ് അതിന്റെ സുവർണജുബിലി വേളയിൽ കമ്യൂണിസ്റ്റുകാർ വിശകലനം ചെയ്യേണ്ടത്. ആ സർക്കാരിന്റെ പ്രവർത്തനം കേരള ചരിത്രത്തിന്റെയും ഇന്ത്യാചരിത്രത്തിന്റെയും ലോകചരിത്രത്തിന്റെയും പശ്ചാത്തലത്തിൽ പഠി ക്കണം എന്നർഥം. ആ സർക്കാരിന്റെ സംഭാവനകൾ ഈ പറഞ്ഞ ഒരോ രംഗത്തും സാമൂഹികമായും ചരിത്രപരമായും എങ്ങനെ കാണണം എന്നു വേറെ വേറെ പഠിക്കണം. സർക്കാരിന്റെ അനുഭവങ്ങൾ ലോക കമ്യൂണിസ്റ്റ് പൈതൃകത്തിന് സൈദ്ധാന്തികമായും പ്രായോഗികമായും സംഘടനാപ രമായും എന്തെന്തു സംഭാവനകൾ നൽകിയെന്ന് പ്രത്യേകം പ്രത്യേകം പഠിക്കണം. ആ പഠനത്തിലെ നിഗമനങ്ങൾ പുതിയ സാഹചര്യങ്ങളിൽ കമ്യൂണിസ്റ്റുകാർക്ക് വഴിവിളക്കുകളാവണം. 1957-ലെ സർക്കാരിന്റെ 50-ാം വാർഷികത്തിന്റെ ആഘോഷങ്ങൾ അപ്പോൾ മാത്രമേ അർഥപൂർണമാകൂ.

അങ്ങനെയൊരു പഠനം ഒരു വ്യക്തിക്കോ എതാനും പേർക്കു തന്നെയോ നടത്താവുന്നതല്ല. അത് കമ്യൂണിസ്റ്റുകാർ മാത്രം ചേർന്ന് നട ത്തേണ്ടതുമല്ല. ചരിത്രത്തെ ജനപക്ഷത്തുനിന്ന് സമീപിക്കുന്ന എല്ലാവരും ചേർന്ന് നടത്തേണ്ടതാണ്. അതിൽ സാമൂഹ്യ ശാസ്ത്രജ്ഞരും ഗവേഷ കരും ചിന്തകരും മാനവികതാവാദികളുമൊക്കെ അവരുടേതായ സംഭാവ നകൾ നൽകേണ്ടതുണ്ട്. അങ്ങനെയൊരു ചർച്ചയ്ക്ക് ആമുഖമായി എനിക്ക് പറയാനുള്ളത് ചിലത് ഇവിടെ കുറിക്കട്ടെ.

1957-ലെ സർക്കാർ കേരളത്തിന് നൽകിയത് ചരിത്രം കുറിച്ച ഉജ്വ ലമായ സംഭാവനകളാണ്. ആ സർക്കാർ അധികാരത്തിൽ വരുമ്പോൾ കേരളം നാടുവാഴിത്തത്തിന്റെയും കൊളോണിയലിസത്തിന്റെയും

സാമൂഹ്യദുരന്തങ്ങൾ പേറുന്ന ഒരിടമായിരുന്നു. ജനാധിപത്യ വ്യവസ്ഥക്ക് കീഴിൽ എഴുതപ്പെട്ട ഒരു ഭരണഘടനയുണ്ടായിട്ടുപോലും അതിന്റെ പരിമിതമായ ആനുകൂല്യങ്ങളും അവകാശങ്ങളും പാവങ്ങൾക്കും അധഃസ്ഥിതർക്കുമെന്നല്ല ഇടത്തരക്കാരടക്കമുള്ള സമൂഹത്തിലെ മഹാഭൂരിപക്ഷത്തിനുപോലും കിട്ടിയിരുന്നില്ല. 1957-ലെ സർക്കാർ ഏറ്റെടുത്ത ആദ്യവെല്ലുവിളി ഭരണഘടനയുടെ പരിമിതിക്കുള്ളിൽ നിന്നുകൊണ്ടു തന്നെ അവയ്ക്ക് സാധ്യമായ പരിഹാരം കാണുക എന്ന ദൗത്യമേറ്റെടുക്കലായിരുന്നു.

സർക്കാരിന്റെ ഒന്നാമത്തെ ഓർഡിനൻസ് ഒഴിപ്പിക്കൽ തടയുന്നതായിരുന്നു. കേരളത്തിലെ ജന്മിപ്രതാപത്തിന്റെ ശവമഞ്ചത്തിൽ അടിച്ച ഏറ്റവും ബലമുള്ള ആണിയായി അതുമാറി. നിയമം എന്തു പറഞ്ഞാലും തലമുറകളായി പണിയെടുത്ത് കഴിയുന്ന മണ്ണിൽനിന്ന് കുടിയൊഴിപ്പിക്കാനുള്ള അധികാരം ദൈവദത്തമാണെന്ന് കരുതിയ നാട്ടിലാണ് അതുണ്ടായത്. കുടിയൊഴിക്കലിനെതിരായ വികാരം സാഹിത്യത്തിൽ മുതൽ രാഷ്ട്രീയപാർടികളുടെ മുദ്രാവാക്യങ്ങളിൽവരെ ഉയർന്നിരുന്ന ഉജ്ജലമായ സാമൂഹിക സ്വപ്നം മാത്രമായിരുന്നു അതുവരെ. അതുസംബന്ധിച്ച നിയമ നിർമാണം ഭരണാധികാരികൾക്ക് സങ്കൽപ്പിക്കാൻപോലും ആവാത്തതായിരുന്നു. ഇ എം എസ് സർക്കാർ ആദ്യ ഓർഡിനൻസിലൂടെയും പിന്നീട് ആ ഓർഡിനൻസിനെ പകരംവെക്കുന്ന നിയമ നിർമാണത്തിലൂടെയും അത് യഥാർഥ്യമാക്കി. അത് യാഥാസ്ഥിതികത്വത്തെ ഞെട്ടിച്ചു.

നിയമം നിരുപാധികം ജനങ്ങൾക്കൊപ്പം നിൽക്കുന്നത് അന്നാദ്യമായി കേരളം കണ്ടു.

തൊഴിൽ സമരങ്ങളിൽ പോലീസ് ഇടപെടില്ല എന്ന പ്രഖ്യാപനമാണ് ചരിത്രം കുറിച്ച മറ്റൊരു തീരുമാനം. തൊഴിലാളിക്ക് സമരംചെയ്യാൻ അവകാശമില്ല എന്നായിരുന്നു അതുവരെ ഭരണാധികാരികളുടെ നിലപാട്. സമരംചെയ്യുന്ന തൊഴിലാളിക്കെതിരെ തൊഴിലുടമക്കുവേണ്ടി പോലീസിറങ്ങുമായിരുന്നു. സമരംപൊളിക്കാനും കരിങ്കാലികളെക്കൊണ്ട് ജോലിചെയ്യിക്കാനും നിയമം മുതലാളിയെ സഹായിക്കുമായിരുന്നു. ഇ എം എസ് സർക്കാർ അതു മാറ്റി.

മറ്റൊന്ന് വിദ്യാഭ്യാസ നിയമമാണ്. സ്കൂളുകൾ കൊച്ചുരാജ്യങ്ങളും സ്കൂളുടമകൾ അവിടത്തെ രാജാക്കന്മാരുമായിരുന്നു. സർക്കാരിൽനിന്ന് കിട്ടുന്ന ഗ്രാന്റ് മുതലാളിയെടുക്കും. സ്കൂൾ അവർക്ക് തോന്നിയതുപോലെ നടത്തും. ഇഷ്ടമുള്ളപ്പോൾ അധ്യാപകരെ പിരിച്ചുവിടും. ഒപ്പിട്ടുകൊടുക്കുന്ന തുകയ്ക്കുള്ള ശമ്പളം അധ്യാപകർക്ക് കൊടുക്കില്ല. അധ്യാപകരെ ആദരിക്കുന്ന സമൂഹത്തിലാണ് ഇത് ചോദ്യം ചെയ്യപ്പെടാതെ നടന്നിരുന്നത്. ഇതെല്ലാം മാറ്റുന്നതായിരുന്നു വിദ്യാഭ്യാസ നിയമം. അധ്യാപകരുടെ മാഗ്നാകാർടയായി ആ നിയമം പിന്നീട് വാഴ്ത്തപ്പെട്ടു. അധ്യാപകരെ ആത്മാഭിമാനമുള്ള സമൂഹമാക്കി ആ നിയമം മാറ്റിയെടുത്തു.

സർക്കാർ നിയമനങ്ങൾ നടത്താനുള്ള പബ്ലിക് സർവീസ് കമ്മീഷൻ

സംവിധാനം മുതൽ അധികാര വികേന്ദ്രീകരണത്തിനായുള്ള നിലപാടു കൾവരെ 57-ലെ മന്ത്രിസഭയുടെ സംഭാവനകളാണ്. നാടുവാഴിത്ത കൊളോ ണിയൽ ഉള്ളടക്കത്തിലും ചട്ടക്കൂടിലും കഴിഞ്ഞിരുന്ന കേരളത്തെ ആധു നിക ജനാധിപത്യ മൂല്യങ്ങൾക്കൊത്ത് പുതുക്കിപ്പണിയാനുള്ള ആദ്യ ശ്രമ ങ്ങളായിരുന്നു ആ സർക്കാരിന്റെ ഓരോ നടപടിയും.

ഐക്യകേരളപ്പിറവിക്കുശേഷം സങ്കൽപ്പത്തിലെ കേരളം എങ്ങനെ യാഥാർഥ്യമാക്കാം എന്ന ചിന്തയോടെ, ദീർഘദർശിത്വത്തോടെ ആ മന്ത്രി സഭ പ്രവർത്തിച്ചു. സാമൂഹിക മേഖലകളിൽ ഗവൺമെന്റ് നേരിട്ടുതന്നെ ഇടപെടുക, അതിലൂടെ സാമൂഹ്യക്ഷേമ നിലവാരം ഉയർത്തുക, ഇതായി രുന്നു കാഴ്ചപ്പാട്. താൽക്കാലികാടിസ്ഥാനത്തിലുള്ള ആശ്വാസ നടപടി കൾക്കൊപ്പം ദീർഘകാലാടിസ്ഥാനത്തിലുള്ള വികസനപദ്ധതികളും ഒരു മിച്ചുകൊണ്ടുപോവുക എന്ന കാഴ്ചപ്പാടിന്റെ തുടക്കവും അവിടെയായി രുന്നു. ഇതാണ് കേരളത്തെ ലോകം ശ്രദ്ധിക്കുന്ന മാതൃകാസംസ്ഥാന മാക്കി ചില മേഖലകളിൽ മാറ്റിയത്.

പിൽക്കാലത്ത് ലോകം ശ്രദ്ധിച്ച മഹത്തായ കേരളമോഡൽ വികസ നത്തിന്റെ നേരവകാശി 1957-ലെ സർക്കാരാണ്.

ദേശീയതലത്തിൽ 1957-ലെ സർക്കാരിന്റെ പ്രാധാന്യം വളരെ വലു തായിരുന്നു. ഇന്ത്യക്ക് സ്വാതന്ത്ര്യം നേടിക്കൊടുത്ത പാർടി എന്ന നില ക്കുള്ള പ്രതിഛായയും ജവഹർലാൽ നെഹ്റുവിന്റെ സോഷ്യലിസ്റ്റ് പ്രഭാ വലയവുമായാണ് ഇന്ത്യൻ ഭരണവർഗങ്ങൾ അന്ന് മുന്നോട്ടുപോയിരുന്ന ത്. 1955-ൽ ആവടി സമ്മേളനത്തിൽവച്ച് സോഷ്യലിസം ലക്ഷ്യമായി കോൺഗ്രസ് പ്രഖ്യാപിച്ചിരുന്നു. എന്നാൽ, പ്രായോഗികമായി നെഹ്റു സർക്കാർ ജനവിരുദ്ധ നിലപാടുകളിലാണ് എന്ന തിരിച്ചറിവുമായി 1957 -ലെ കേരള സർക്കാർ മുന്നോട്ടുപോയി. കോൺഗ്രസ് വാഗ്ദാനം ചെയ്തതും എന്നാൽ അവർ നടപ്പാക്കാൻ കൂട്ടാക്കാത്തതുമായ കാര്യങ്ങൾ നടപ്പാക്കാനാണ് തങ്ങൾ ശ്രമിക്കുന്നത് എന്ന് ഇ എം എസ് തന്നെ ഒരി ക്കൽ പറയുകയുണ്ടായി.

സ്വാതന്ത്ര്യലബ്ധിക്കുശേഷം കേരളത്തെ കമ്മ്യൂണിസ്റ്റുകാർ എവി ടേക്ക് നയിച്ചു. ഇന്ത്യയെ കോൺഗ്രസുകാർ എവിടേക്ക് നയിച്ചു എന്ന താരതമ്യം ആധുനിക ഇന്ത്യയുടെ രാഷ്ട്രീയ-സാമൂഹ്യ ചരിത്രം പഠി ക്കുന്ന ഓരോ വിദ്യാർഥിയും നിർവഹിക്കേണ്ടിവരും.

1959-ൽ ആ സർക്കാരിനെ നെഹ്റു സർക്കാർ പിരിച്ചുവിട്ടപ്പോൾ കോൺഗ്രസിന്റെ ജനാധിപത്യ പൊയ്മുഖമാണ് അടർന്നുവീണത്. 356-ാം വകുപ്പുപയോഗിച്ച് ഇന്ത്യയിൽ നടന്ന ആദ്യത്തെ പിരിച്ചുവിടലായിരുന്നു അത്. ഇന്ത്യൻ ഭരണവർഗത്തിന്റെ ജനാധിപത്യ പ്രഖ്യാപനങ്ങളുടെ കാപട്യം ഇന്ത്യയിലെ ജനങ്ങളെ മാത്രമല്ല, ലോകരാഷ്ട്രങ്ങളെയാകെ ബോധ്യപ്പെടുത്താൻതക്ക ഒന്നായി ആ പിരിച്ചുവിടൽ. സംസ്ഥാനങ്ങൾക്ക് കൂടുതൽ അധികാരം, ഫെഡറലിസത്തെ മാനിക്കുക, തെരഞ്ഞെടുക്കപ്പെട്ട സർക്കാരിനുമേലെ ഗവർണർ എന്ന അധികാരി വേണോ, 356-ാം വകുപ്പ്

ജനവിരുദ്ധമാണ് തുടങ്ങി 57-ലെ സർക്കാർ മുന്നോട്ടുവച്ച അജണ്ടയിലാണ് കേന്ദ്ര-സംസ്ഥാന ബന്ധങ്ങളെക്കുറിച്ചുള്ള ചർച്ചകൾ ഇന്നും മുന്നോട്ടു പോകുന്നത്. ആ സർക്കാരിന്റെ അനുഭവങ്ങൾ ഈ മേഖലകളിലാകെ ശരിയായ കാഴ്ചപ്പാടെടുക്കാനും ഇന്ത്യൻ ഭരണവർഗത്തെ കൂടുതൽ കാഴ്ചത്തെളിമയോടെ വിലയിരുത്താനും പിൽക്കാലത്ത് കമ്യൂണിസ്റ്റ് പ്രസ്ഥാനത്തിന് സഹായകമായി. ഇന്ത്യൻ നീതിന്യായ കാഴ്ചപ്പാടിലും 57-ലെ സർക്കാരിന്റെ സമീപനങ്ങൾ ഉജ്ജ്വലമായ മാതൃകയാണ് സൃഷ്ടി ച്ചത്. കോടതികളുടെ വർഗസ്വഭാവത്തെക്കുറിച്ച് 67-ലെ ഭരണഘട്ടത്തിൽ ഇ എം എസ് നടത്തിയ പരാമർശവും അതിന് അദ്ദേഹത്തിന് കിട്ടിയ ശിക്ഷയും ആ മേഖലയിലെ ശ്രദ്ധേയമായ സംഭവമാണ്. ജനകീയ താല്പ ര്യങ്ങളും വിധിന്യായങ്ങളും തമ്മിൽ പൊരുത്തമില്ലാതെ വരുന്ന ഏത് ഘട്ട ത്തിലും ഇ എം എസിന് അന്നുണ്ടായ അനുഭവം നമുക്ക് മുമ്പിൽ പുതിയ പാഠങ്ങൾ തുറന്നുവെക്കുന്നുണ്ട്.

57-ലെ സർക്കാരിന് ലോക കമ്യൂണിസ്റ്റ് ചരിത്രത്തിലും സുപ്രധാന സ്ഥാനമുണ്ട് എന്ന് നേരത്തെ പറഞ്ഞല്ലോ. പൂർവമാതൃകകളില്ലാത്ത ഒരു നുഭവമാണ് കേരളത്തിലെ കമ്യൂണിസ്റ്റുകാർ അന്ന് നേരിട്ടത്. തങ്ങളുടെ താൽപ്പര്യത്തിനൊത്തതല്ലാത്ത ഭരണഘടനക്ക് കീഴിൽ കമ്യൂണിസ്റ്റു കാർക്ക് ഒന്നും ചെയ്യാനില്ല എന്ന നിലപാടോ എല്ലാ പ്രശ്നങ്ങൾക്കും ഭര ണഘടനയുടെ ചട്ടക്കൂടിനുള്ളിൽനിന്നുകൊണ്ട് പരിഹാരം കാണാം എന്ന നിലപാടോ അല്ല 1957-ലെ മന്ത്രിസഭ കൈക്കൊണ്ടത്. പരിമിതികൾക്കു ള്ളിൽനിന്ന് ജനങ്ങളെ തുണയ്ക്കുക, അവശേഷിക്കുന്ന പ്രശ്നങ്ങളിൽ ജനങ്ങൾക്കൊപ്പം നിന്ന് സമരം ചെയ്യുക ഇതായിരുന്നു 57-ലെ നിലപാട്. ആ അർഥത്തിൽ 57-ൽ സൃഷ്ടിച്ചത് ശരിയായ ഒരു രാഷ്ട്രീയ മാതൃക യാണ്. പൂർവമാതൃകകളില്ലാത്ത പുതിയ രാഷ്ട്രീയ സാഹചര്യം ഉരുത്തി രിഞ്ഞു വരുമ്പോൾ മാർക്സിസം-ലെനിനിസത്തിന്റെ അടിസ്ഥാനത്തിൽ അതിനെ വിലയിരുത്തി പ്രവർത്തിക്കണം എന്ന തത്വത്തിന്റെ ഉജ്ജ്വലമായ പ്രയോഗമായിരുന്നു അത്. അന്യവർഗങ്ങൾക്ക് മേൽക്കോയ്മയുള്ള സമൂ ഹത്തിൽ മാർക്സിസ്റ്റ്-ലെനിനിസ്റ്റുകൾ എങ്ങനെ പ്രവർത്തിക്കണം എന്ന തിന്റെ പുതിയ കണ്ടെത്തൽ. ആ സമൂഹത്തിൽനിന്ന് വിട്ടുനിന്നുകൊണ്ട് മുന്നോട്ടുപോവുക എന്ന യാന്ത്രിക വരട്ടുതത്വവാദ കാഴ്ചപ്പാടിനെയും ആ സമൂഹത്തിലെ മേൽക്കോയ്മയുള്ള മൂല്യങ്ങൾക്ക് കീഴ്പ്പെട്ടു സ്വയം മാറുക എന്ന വലതുപക്ഷ പാളിച്ചയെയും ഒരേ സമയം നിരാകരിക്കുന്ന തായിരുന്നു ആ കണ്ടെത്തൽ. ലോകത്ത് വലതുപക്ഷാശയങ്ങൾ കൂടു തൽക്കൂടുതൽ മേൽക്കോയ്മ പിടിച്ചെടുത്ത ഇക്കാലത്ത് '57-ലെ സർക്കാർ സൃഷ്ടിച്ച രാഷ്ട്രീയവും സംഘടനാപരവുമായ ആ മാതൃക നമുക്ക് വഴി വിളക്കായി തിളങ്ങിനിൽക്കുന്നു.

1957-ലെ സർക്കാരിനുണ്ടായ ദുരനുഭവം ജനങ്ങൾക്കാകെയുള്ള ഒരു സാമൂഹ്യപാഠമാണ്. കൊട്ടിഘോഷിക്കുന്ന മൂല്യങ്ങളൊക്കെ വലിച്ചെറി യാൻ ഒരു മടിയുമില്ലാത്തവരാണ് ബൂർഷ്വാ ജനാധിപത്യ പാർടികളെന്ന്

അത് നമ്മെ ബോധ്യപ്പെടുത്തി. സമൂഹത്തിലെ എല്ലാ പ്രതിലോമശക്തി കളെയും കൂട്ടിപ്പിടിച്ചാണ് ആ സർക്കാരിനെതിരെ കുപ്രസിദ്ധമായ വിമോ ചനസമരം കോൺഗ്രസ് നയിച്ചത്. കേരള രാഷ്ട്രീയത്തിൽ സാമുദായിക വർഗീയ ശക്തികളുടെ ദു:സ്വാധീനം തുടങ്ങിയത് അവിടെനിന്നാണ്.

അന്യവർഗങ്ങൾ ദുർബലരല്ലാത്ത ഒരു സമൂഹത്തിൽ കമ്യൂണിസ്റ്റു കാർക്ക് പ്രവർത്തിക്കാൻ വിലാശമായ ഐക്യനിര ആവശ്യമാണെന്ന് കമ്യൂ ണിസ്റ്റുകാരെയും ബോധ്യപ്പെടുത്തി 57-ലെ സർക്കാരിനുണ്ടായ അനുഭ വങ്ങൾ. വിശാലഐക്യത്തിന്റെ കാഴ്ചപ്പാട് 1952-ൽ തന്നെ അവിഭക്ത കമ്യൂണിസ്റ്റ് പാർടി അംഗീകരിച്ചിരുന്നെങ്കിലും പ്രായോഗികമായി അതെ ത്രമാത്രം ശരിയാണെന്ന് ആഴത്തിൽ ബോധ്യപ്പെടുത്തിയത് 1957-ലെ സർക്കാരിനുണ്ടായ അനുഭവങ്ങളാണ്. കമ്യൂണിസ്റ്റ് പാർടിയെ ഒറ്റപ്പെടു ത്താൻ ശത്രുക്കൾ ശ്രമിക്കുന്ന ഘട്ടത്തിൽ സ്വയം ഒറ്റപ്പെടാൻ നിന്നുകൊ ടുക്കുകയല്ല, ഒരു പൊതുമിനിമം പരിപാടിയുടെ അടിസ്ഥാനത്തിൽ യോജി ക്കാവുന്നവരുമായി യോജിച്ചുകൊണ്ട് ശത്രുപക്ഷത്തെ നേരിടുകയാണ് വേണ്ടത് എന്ന തിരിച്ചറിവ് ആവർത്തിച്ചുറപ്പിച്ചത് 59-ലെ ദുരനുഭവമാ ണ്. പിൽക്കാലത്ത് ഇന്ത്യക്കുതന്നെ മാതൃകയാവുന്ന വിധത്തിലുള്ള മുന്നണി രാഷ്ട്രീയത്തിന് തുടക്കമായതും അവിടെ തന്നെ.

പിൽക്കാലത്ത് 1964-ൽ സി പി ഐ (എം) പരിപാടിയിൽ ജനകീയ ജനാധിപത്യ മുന്നണി കെട്ടിപ്പടുക്കേണ്ടതിന്റെ ആവശ്യകതക്ക് അടിവര യിടുന്നതിൽ ആ അനുഭവങ്ങളും അവയുടെ ലെനിനിസ്റ്റ് വ്യാഖ്യാനവും വലിയ പങ്ക് വഹിച്ചു. ചുരുക്കത്തിൽ ലോക കമ്യൂണിസ്റ്റ് പ്രസ്ഥാനത്തി ലുള്ള എക്കാലത്തെയും വലിയ അനുഭവപാഠങ്ങളിലൊന്നാണ് 57-ലെ കേരള സർക്കാർ.

സിദ്ധാന്തമില്ലാത്ത പ്രയോഗം അന്ധവും പ്രയോഗമില്ലാത്ത സിദ്ധാന്തം വന്ധ്യവുമാണെന്ന് കരുതുന്ന കമ്യൂണിസ്റ്റ് രാഷ്ട്രീയ പൈതൃ കത്തിന് കേരളം നൽകിയ തനതായ രാഷ്ട്രീയ സംഭാവനയാണത്. ഓരോ കമ്യൂണിസ്റ്റുകാരനും ഒരു മാർക്സിസ്റ്റിന്റെ ജാഗ്രതയോടെ തന്റെ തന്ത്ര ത്തിലേക്ക് സദാ ശ്രദ്ധപതിപ്പിക്കുകയും ഒരു ലെനിനിസ്റ്റിന്റെ കൃത്യത യോടെ തന്റെ അടവുകൾ പുതുക്കിക്കൊണ്ടിരിക്കുകയും ചെയ്യേണ്ട കാല മാണിത്. ഈ പുതിയ ലോകസാഹചര്യത്തിൽ 1957-ലെ സർക്കാരും അന്നത്തെ കമ്യൂണിസ്റ്റ് നേതൃത്വവും അതിനായി ചോരയും നീരും പകർന്ന അന്നത്തെ കേരളത്തിലെ ഉശിരുള്ള പതിനായിരക്കണക്കിന് സഖാക്കളും അവർക്ക് ഊർജം പകർന്ന ജനലക്ഷങ്ങളും അവരുടെ ആശയഭിലാഷ ങ്ങളും നമുക്ക് വഴികാട്ടട്ടെ.

എൽ ഡി എഫ് സർക്കാരും പാർട്ടിയുടെ നിലപാടുകളും

ആഗോളവൽക്കരണ-ഉദാരവൽക്കരണ നയങ്ങൾ വാശിയോടെ നട പ്പിലാക്കുക എന്നതായിരുന്നു കഴിഞ്ഞ യു ഡി എഫ് സർക്കാരിന്റെ പരി പാടി. ഇതിന്റെ ഫലമായി കേരളം പതിറ്റാണ്ടുകൾ പിറകോട്ടുപോയി. കാർഷികമേഖലയിലെ പ്രതിസന്ധി അതീവ രൂക്ഷമായി. വ്യവസായമേ ഖല തകർന്നു. വിശ്വപ്രസിദ്ധമായ കേരളത്തിന്റെ ആരോഗ്യ-വിദ്യാഭ്യാസ മേഖലകൾ കടുത്ത പ്രതിസന്ധിയിലായി. സാമൂഹ്യക്ഷേമപദ്ധതികൾ തകിടംമറിഞ്ഞു. മതസൗഹാർദ്ദത്തിന് പേരുകേട്ട കേരളത്തിൽ വർഗീയ സംഘർഷങ്ങൾ തലപൊക്കി. ഇതിന്റെയൊക്കെ ഫലമായി ജനജീവിതം ദുഷ്കരമായിത്തീർന്നു.

യു ഡി എഫ് സർക്കാരിന്റെ ജനദ്രോഹനയങ്ങൾക്കെതിരെ ശക്ത മായ പ്രക്ഷോഭം കേരളത്തിൽ സി പി ഐ (എം)ന്റെ നേതൃത്വത്തിൽ ഉയർന്നുവന്നു. ഈ സമരങ്ങൾക്ക് വൻതോതിലുള്ള ജനപിന്തുണ ലഭി ക്കുകയും ചെയ്തു. പ്രക്ഷോഭങ്ങൾ നടത്തുമ്പോൾ തന്നെ ജനജീവിതം മുന്നോട്ടുനയിക്കാനുള്ള ബദൽനയങ്ങൾ കരുപ്പിടിപ്പിക്കുന്നതിനും പാർടി ശ്രദ്ധിച്ചു. ഇത് ഒരു കർമ്മപരിപാടിയായി പ്രകടനപത്രികയിലൂടെ എൽ ഡി എഫ് ജനങ്ങളുടെ മുമ്പാകെ അവതരിപ്പിച്ചു. ഈ സമരപോരാട്ട ങ്ങൾക്കും ബദൽനയങ്ങൾക്കും ജനങ്ങൾ വമ്പിച്ച അംഗീകാരം നൽകി. ചരിത്രത്തിൽ ഇന്നേവരെ ഇല്ലാത്ത വിജയം ഇടതുപക്ഷ മുന്നണിക്ക് നേടാ നായി.

ജനങ്ങളർപ്പിച്ച പ്രതീക്ഷ നിറവേറ്റുന്ന തരത്തിലുള്ള പ്രവർത്തന ങ്ങൾ സർക്കാർ നടത്തുന്നതിന് നേതൃത്വപരമായ പങ്ക് പാർടി നിർവ്വഹി ച്ചു. അതിനായി കമ്യൂണിസ്റ്റ് പാർടിയുടെ നേതൃത്വത്തിലുള്ള മുൻകാല സർക്കാരുകളുടെ അനുഭവങ്ങളുടെ പശ്ചാത്തലത്തിൽ വ്യക്തമായ കാഴ്ച പ്പാട് പാർടി മുന്നോട്ടുവച്ചു. കേരളത്തിന്റെ പ്രശ്നങ്ങൾ നിലവിലുള്ള വ്യവ

സ്ഥയ്ക്കുള്ളിൽ നിന്നുകൊണ്ട് പരിഹരിച്ചുകളയാം എന്ന വലതുപക്ഷ വ്യാമോഹം പാർട്ടിക്ക് ഇല്ല. ഒപ്പംതന്നെ ഇതിൽ നിന്നുകൊണ്ട് ഒന്നും നേടാൻ കഴിയില്ല എന്ന ഇടതുപക്ഷ തീവ്രവാദപരമായ നിലപാടും പാർട്ടി അംഗീകരിക്കുന്നില്ല. നിലനിൽക്കുന്ന വ്യവസ്ഥയ്ക്കുള്ളിൽ ഇടപെട്ടു കൊണ്ട് പരമാവധി നേട്ടങ്ങൾ ജനങ്ങൾക്ക് നൽകുക എന്ന കാഴ്ചപ്പാ ടാണ് പാർടിക്കുള്ളത്.

തിരഞ്ഞെടുപ്പിലൂടെ കമ്യൂണിസ്റ്റ് പാർടി സംസ്ഥാനത്ത് അധികാര ത്തിൽ എത്തുന്ന പുതിയ പ്രതിഭാസം 1957-ൽ കേരളത്തിൽ സംഭവിച്ചു. അന്ന് പാർട്ടി സ്വീകരിച്ച നിലപാടുകളിൽ പിൽക്കാലത്ത് കമ്യൂണിസ്റ്റ് പാർട്ടി യുടെ നേതൃത്വത്തിലുള്ള സർക്കാരുകൾക്ക് വഴികാട്ടിയായി മാറുകയും ചെയ്തു. കേരള സംസ്ഥാന രൂപീകരണത്തിന് മുമ്പുതന്നെ നില നിൽക്കുന്ന വ്യവസ്ഥയിൽ ഇടപെട്ടുകൊണ്ട് എങ്ങനെ ജനങ്ങൾക്ക് ആശ്വാസം പകരാമെന്ന സമീപനം പാർടി സ്വീകരിച്ചിരുന്നു. 1956 ജൂൺ 22, 23, 24 തീയതികളിൽ തൃശ്ശൂരിൽ ചേർന്ന പാർട്ടി സംസ്ഥാന സമ്മേ ളനം അംഗീകരിച്ച രേഖ ഈ നയം അന്നേ സ്വീകരിച്ചിരുന്നു എന്നതിന്റെ തെളിവാണ്.

തിരഞ്ഞെടുപ്പിലൂടെ കമ്യൂണിസ്റ്റ് പാർട്ടി അധികാരത്തിൽ എത്തി ക്കഴിഞ്ഞാൽ സോഷ്യലിസ്റ്റ് വ്യവസ്ഥ സ്ഥാപിച്ചുകളയാമെന്ന വ്യാമോഹം കമ്യൂണിസ്റ്റ് പ്രസ്ഥാനത്തിന് ഒരുകാലത്തും ഉണ്ടായിരുന്നില്ല. 1957-ൽ അധി കാരമേറ്റ് ഉടനെ ഇ എം എസ് നടത്തിയ പത്രസമ്മേളനത്തിൽ ഈ കാര്യം വ്യക്തമാക്കിയിരുന്നു. "ഞാൻ രൂപീകരിക്കാൻ പോകുന്ന സർക്കാർ കമ്യൂ ണിസ്റ്റ് പാർട്ടിയുടെ തിരഞ്ഞെടുപ്പ് വിജ്ഞാപനത്തിൽ പറഞ്ഞിട്ടുള്ള അടി യന്തര പരിപാടി നടപ്പിൽ വരുത്തുന്ന ഒരു ഗവൺമെന്റായിരിക്കും. അല്ലാതെ ഒരു കമ്യൂണിസ്റ്റ് സമുദായം കെട്ടിപ്പടുക്കുന്ന ഗവൺമെന്റായി രിക്കുകയില്ല, ഞാൻ ശ്വസിക്കുന്നതുപോലും കമ്യൂണിസം സ്ഥാപിക്കുന്ന തിനാണ്. എന്നാൽ ഈ ഗവൺമെന്റ് അത്തരത്തിലുള്ള ഒരു സമുദായം സ്ഥാപിക്കാൻ ശ്രമിക്കുകയില്ല. പാർലമെന്ററി പ്രവർത്തനത്തിനകത്ത് കമ്യൂ ണിസ്റ്റ് പാർട്ടി ഏതു തരത്തിലാണ് പ്രവർത്തിക്കുന്നത് എന്നതിനെ സംബ ന്ധിച്ചുള്ള ശരിയായ കാഴ്ചപ്പാടാണ് ഇവിടെ പ്രഖ്യാപിക്കപ്പെട്ടത്. ഈ യാഥാർഥ്യം മനസ്സിലാക്കാത്ത ചിലർ സംസ്ഥാനത്തെ കമ്യൂണിസ്റ്റ് പാർട്ടി യുടെ നേതൃത്വത്തിലുള്ള സർക്കാർ നടപ്പിലാക്കുന്ന പദ്ധതികൾ കമ്യൂ ണിസ്റ്റ് പരിപാടിയല്ല എന്നു പറഞ്ഞ് പ്രചരണങ്ങൾ നടത്തിക്കൊണ്ടിരി ക്കുകയാണ്. ഇവരാണ് പാർട്ടി സോഷ്യൽ ഡെമോക്രാറ്റായി മാറിയെന്ന് സെക്ടേറിയൻ നിലപാടിൽ നിന്നുകൊണ്ട് പരിതപിക്കുന്നത്."

ഭരണത്തിൽ വരുന്നതോടെ സമരം മുഴുവൻ അവസാനിപ്പിക്കേണ്ട തുണ്ടെന്ന നിലപാടും അന്നേ പാർട്ടി സ്വീകരിച്ചിരുന്നില്ല. പാർലമെന്ററി സംവിധാനത്തിനകത്തു നിന്നുകൊണ്ട് ജനങ്ങൾക്ക് ആശ്വാസകരമായ നട പടികൾ പ്രാവർത്തികമാക്കണമെങ്കിലും സമരം വേണ്ടിവരുമെന്ന സമീപ നമാണ് അന്നേ സ്വീകരിച്ചത്. 1957-ൽ പാർട്ടി സംസ്ഥാന കമ്മിറ്റി അംഗീ

കരിച്ച പ്രമേയത്തിൽ ഇങ്ങനെ പറയുന്നു.

"ഒരു വഴിക്ക് അവശതയനുഭവിക്കുന്നവർക്ക് അനുകൂലമായ ഗവൺമെന്റുനയവും നിലപാടും, മറുവഴിക്ക് അതു സ്ഥാപിതതാല്പര്യ ക്കാരെക്കൊണ്ട് അംഗീകരിപ്പിക്കുവാനുള്ള ബഹുജനസമരങ്ങളും. ഇതു രണ്ടും തുല്യപ്രാധാന്യത്തോടുകൂടി കണ്ടെങ്കിൽ മാത്രമേ നമുക്കു നമ്മുടെ ലക്ഷ്യത്തിലേക്കു നീങ്ങുവാൻ കഴിയൂ. ഇതു മനസ്സിലാക്കിയാൽ ചിന്താ ക്കുഴപ്പവും നിരാശയും സ്തംഭനവും പാർടി അംഗങ്ങളേയും ഘടകങ്ങ ളേയും ബാധിക്കുകയില്ല. നേരെമറിച്ച് പാർടിയുടേയും ഗവൺമെന്റിന്റേയും പ്രഖ്യാപിതനയങ്ങൾക്കെതിരായി നീങ്ങുന്ന ശക്തികൾക്കെതിരായി ശക്തി യായ പ്രക്ഷോഭണങ്ങൾ സംഘടിപ്പിക്കുകയും ആ പരിപാടികൾ വിജയ കരമായി നടത്തുന്നതിന് ആവശ്യമായ ബഹുജനാനുകൂല്യം സമ്പാദിക്കു കയും ചെയ്യുന്നതിൽ നാം ദത്തശ്രദ്ധരായിരിക്കും."

ഇത്തരത്തിൽ ബഹുജനപ്രക്ഷോഭത്തെയും അതോടൊപ്പം ഭരണ പരിപാടികളെയും സംയോജിപ്പിച്ച് കൊണ്ടുപോകുന്ന കാഴ്ചപ്പാട് അന്നേ രൂപീകരിച്ചെടുത്തു. പാർലമെന്ററി വ്യവസ്ഥയ്ക്കകത്തു നിന്നുകൊണ്ട് ജന ങ്ങൾക്ക് ആശ്വാസകരമായ പ്രവർത്തനങ്ങൾ ചെയ്യുമ്പോഴും വ്യവസ്ഥയെ മാറ്റിമറിക്കാനുള്ള പ്രക്ഷോഭ പ്രചാരണങ്ങൾ സംഘടിപ്പിക്കുന്നതും പ്രധാ നമായി കണ്ടു. ഭരണത്തെയും സമരത്തെയും കൂട്ടിയോജിപ്പിക്കുന്ന ഈ നയമാണ് പാർടി പിന്തുടർന്നുപോരുന്നത്.

ഈ നയം പിന്തുടരുമ്പോൾ നടപ്പിലാക്കുന്ന പരിപാടികളുമായി ബന്ധപ്പെട്ട് അഭിപ്രായവ്യത്യാസങ്ങളും ചർച്ചകളും ഉയർന്നുവരിക പതി വായിരുന്നു. വ്യവസായമേഖലയിൽ സ്വകാര്യ മൂലധനത്തെ കൊണ്ടുവ രേണ്ടതിന്റെ പ്രാധാന്യം ആദ്യ ബജറ്റ് പ്രസംഗത്തിൽ തന്നെ വ്യക്തമാ ക്കിയിരുന്നു. അന്നത്തെ ബജറ്റ് പ്രസംഗത്തിൽ സ്വകാര്യ വ്യവസായ സംരം ഭകരെ സഹായിക്കാൻ അവർ ആരംഭിക്കുന്ന വ്യവസായങ്ങളിൽ സർക്കാർ ഓഹരി എടുക്കാനും തയ്യാറാണെന്ന് വ്യക്തമാക്കിയിരുന്നു. ഈ നയ ത്തിന്റെ അടിസ്ഥാനത്തിലാണ് ബിർലയെ കേരളത്തിലേക്ക് വ്യവസായം നടത്തുന്നതിനുവേണ്ടി അന്നത്തെ സർക്കാർ ക്ഷണിച്ചത്.

ഈ നയസമീപനങ്ങളെ സംബന്ധിച്ച് ഇ എം എസ് അന്ന് പത്രസ മ്മേളനത്തിൽ വ്യക്തമാക്കുകയും ചെയ്തിരുന്നു.

"വ്യവസായവും കച്ചവടവും വളർത്താനും മറ്റു സാമ്പത്തിക പ്രവർത്തനങ്ങളിൽ ഏർപ്പെടാനും മുതലാളിമാരെ പ്രോത്സാഹിപ്പിക്കണം. അതേസമയത്ത് അമിതലാഭം ഉണ്ടാക്കുന്നവരിൽ നിന്നും അവരെ തടയു ന്നതുമാണ്. പാർടിയെ സംബന്ധിച്ചാണെങ്കിൽ എവിടെനിന്നുള്ള മൂലധ നത്തെയും – അമേരിക്കൻ മൂലധനത്തെക്കൂടി–സ്വാഗതം ചെയ്യുന്നതാണ്. എന്നാൽ അത് ന്യായമായ വ്യവസ്ഥകളിന്മേലായിരിക്കണം."

ഈ ചരിത്രത്തെ മനസ്സിലാക്കാതെയാണ് മുൻകാലങ്ങളിൽ പാർടി എടുത്ത നിലപാട് അല്ല ഇപ്പോൾ പാർടി സ്വീകരിക്കുന്നത് എന്ന് പലരും പറഞ്ഞുപരത്തുന്നുണ്ട്. ഇത് പ്രചരിപ്പിക്കുന്ന മാധ്യമങ്ങളുടെ ലക്ഷ്യം

സെക്ടേറിയൻ നിലപാടുകൾ ഉയർത്തി പാർട്ടിയെ തകർക്കാൻ സാധി
ക്കുമോ എന്നതാണ്.

എൽ ഡി എഫ് സർക്കാർ എടുക്കുന്ന നയസമീപനങ്ങൾക്കെതി
രായി പലരും ഉയർത്തിക്കൊണ്ടിരിക്കുന്ന വിമർശനങ്ങളെ ഈ പശ്ചാത്ത
ലത്തിലാണ് കാണേണ്ടത്. വിദേശ സഹായം സ്വീകരിക്കുന്നതുമായി ബന്ധ
പ്പെട്ട് പാർട്ടി ഒരു നയം സ്വീകരിച്ചുകഴിഞ്ഞിട്ടുണ്ട്. ചരടുകളില്ലാത്ത മൂല
ധനം വികസനത്തിനായി സ്വീകരിക്കാം എന്നതാണ് അതിന്റെ ഉള്ളടക്കം.
ഘടനാപരമായ മാറ്റങ്ങൾ ശുപാർശ ചെയ്യുന്ന വായ്പയെ സ്വീകരിക്കാൻ
പാടില്ലായെന്നും വ്യക്തമാക്കുന്നുണ്ട്. ഇതിന്റെ അടിസ്ഥാനത്തിലാണ്
പാർട്ടി പ്രതിപക്ഷത്തായിരിക്കുമ്പോഴും നിലപാട് സ്വീകരിച്ചിട്ടുള്ളത്. അതു
കൊണ്ടാണ് ഘടനാപരമായി മാറ്റം വിഭാവനം ചെയ്യുന്ന എം ജി പിയുടെ
ഭാഗമായുള്ള എ ഡി ബിയുടെ സഹായത്തെ പാർട്ടി എതിർത്തതും ശക്ത
മായ പ്രക്ഷോഭം ഉയർത്തിക്കൊണ്ടുവന്നതും. എന്നാൽ സുസ്ഥിര നഗര
വികസന പദ്ധതിയിൽ ആദ്യഘട്ടത്തിലുണ്ടായിരുന്ന ജനവിരുദ്ധ നയങ്ങൾ
ശക്തമായ പ്രക്ഷോഭത്തിന്റെ ഫലമായി ഏറെക്കുറെ യു ഡി എഫ്
ഗവൺമെന്റ് എടുത്തുമാറ്റിയപ്പോൾ ആ കരാറിനെ പിന്തുണയ്ക്കുന്നതിനും
പാർട്ടിക്ക് പ്രയാസമുണ്ടായിരുന്നില്ല. ഭരണത്തിലോ പ്രതിപക്ഷത്തോ എന്ന
തിലല്ല, സ്വീകരിച്ച നയത്തിന്റെ അടിസ്ഥാനത്തിലാണ് പാർട്ടി പ്രവർത്ത
നങ്ങൾ സംഘടിപ്പിക്കുന്നതെന്നർത്ഥം.

യു ഡി എഫും എൽ ഡി എഫും ഇത്തരം വായ്പകളും മൂലധനനി
ക്ഷേപവും കൈകാര്യം ചെയ്യുമ്പോൾ എടുക്കുന്ന നിലപാട് വ്യത്യസ്ത
മായിരിക്കും എന്നതിന്റെ നിരവധി തെളിവുകൾ നമ്മുടെ മുമ്പിലുണ്ട്. ഘട
നാപരമായ മാറ്റം ശുപാർശചെയ്യുന്ന എം ജി പിയുടെ രണ്ടാംഘട്ട വായ്പ
ഒരു കാരണവശാലും സ്വീകരിക്കില്ലെന്ന് നാം തീരുമാനമെടുത്തുകഴിഞ്ഞു.
അതുപോലെതന്നെ സ്മാർട്ട് സിറ്റിയുടെ കാര്യത്തിൽ നമ്മുടെ നിലപാട്
അവരുടേതിൽ നിന്ന് എത്രത്തോളം വ്യത്യസ്തമാണെന്ന് അനുഭവത്തി
ലൂടെ നാം കണ്ടുകഴിഞ്ഞതാണ്. നമ്മുടെ ഐ ടി മേഖലയിൽ പുതിയ
മൂലധനം കൊണ്ടുവരിക എന്നതിനെ സ്വാഗതം ചെയ്യുകയും അതിനായി
പരിശ്രമം നടത്തി വിജയിക്കുകയും ചെയ്തു. എന്നാൽ ഐ ടി കുത്തക
വിദേശ കമ്പനിക്ക് നൽകുന്നതിനെ നാം എതിർത്തുനിന്ന് തിരുത്തുകയും
ചെയ്തു. നയസമീപനങ്ങൾ തമ്മിലുള്ള ഈ വ്യതിയാനത്തെ കാണാതെ
യാണ് ഇടതുപക്ഷവും യു ഡി എഫും ഒരേ നയമാണ് പിന്തുടരുന്നത്
എന്ന് ചിലർ പ്രചരിപ്പിക്കുന്നത്.

വൈദ്യുതി മേഖലയുമായി ബന്ധപ്പെട്ട് വലിയ ചർച്ചകൾ നടന്നുവ
രികയാണ്. വ്യവസായവികസനത്തിന് വൈദ്യുതി അത്യന്താപേക്ഷിതമാ
ണ്. ജലവൈദ്യുതപദ്ധതികൾ കുറഞ്ഞ ചെലവിൽ വൈദ്യുതി നൽകുന്ന
വയാണ്. അതുകൊണ്ടുതന്നെ അവയുടെ ഉൽപ്പാദനം കഴിയുന്നത്ര വർദ്ധി
പ്പിച്ചാലേ ചുരുങ്ങിയ നിരക്കിൽ വൈദ്യുതി ജനങ്ങൾക്ക് നൽകാനാവൂ.
ഇതിനുള്ള സാധ്യതകളാണ് ഈ സർക്കാർ പഠിച്ചുകൊണ്ടിരിക്കുന്നത്.

അതിന്റെ ഭാഗമായാണ് പാത്രക്കടവ് വൈദ്യുതപദ്ധതി സാധ്യമാകുമോ എന്ന അന്വേഷണം നടത്തുന്നത്. പദ്ധതി ആരംഭിക്കുമ്പോൾ പരിസ്ഥി തിക്ക് ആഘാതമുണ്ടാകുമോ എന്ന കാര്യം പരിശോധിച്ച് ഉറപ്പുവരുത്തേ ണ്ടതുണ്ട്. അതുകൊണ്ടാണ് പരിസ്ഥിതി ആഘാതത്തിന്റെ പഠനം നട ത്താനുള്ള തീരുമാനമെടുത്തത്. പരിസ്ഥിതിക്ക് ദോഷം ചെയ്യുന്നതാണ് പദ്ധതിയെങ്കിൽ അത് ഉപേക്ഷിക്കുന്നതിന് സർക്കാരിന് യാതൊരു വൈമ നസ്യവുമില്ല. യാഥാർഥ്യം ഇതായിരിക്കെ ഇതിന്റെ മറവിൽ സർക്കാരിനെ കരിവാരിത്തേയ്ക്കാൻ നടക്കുന്ന പരിശ്രമങ്ങളെ നാം മനസ്സിലാക്കേണ്ട തുണ്ട്. മാർക്സിസ്റ്റുകൾ പരിസ്ഥിതി പ്രശ്നം പരിഗണിക്കാത്തവരാണ് എന്നുവരെ പ്രചരിപ്പിക്കുന്നവരുമുണ്ട്. ഇത്തരം ആളുകൾ എംഗൽസിന്റെ *പ്രകൃതിയിലെ വൈരുദ്ധ്യാത്മകത* എന്ന പുസ്തകം പരിശോധിക്കുന്നത് നല്ലതാണ്.

കേരളത്തിൽ ഇടതുപക്ഷ സർക്കാരുകൾ അധികാരത്തിലിരുന്ന കാല ത്തെല്ലാം ഇത്തരത്തിലുള്ള പ്രചരണങ്ങൾ പാർട്ടിക്കും സർക്കാരിനുമെ തിരായി ഉയർന്നുവന്നിട്ടുണ്ട്. എന്നാൽ ഇതിനെയെല്ലാം നേരിട്ടുകൊണ്ടാണ് ജനങ്ങൾക്ക് ആശ്വാസകരമായ പ്രവർത്തനങ്ങൾ നടത്തിയത്.

1957-ലെ മന്ത്രിസഭ ഉണ്ടാക്കിയ നേട്ടങ്ങൾ ഇപ്പോൾ ഏറെ ചർച്ച ചെയ്യപ്പെട്ടതാണ്. കേരളത്തിന്റെ വികസനത്തിന് അടിത്തറ പാകിയ സർക്കാരാണ് ഇത് എന്ന കാര്യം പൊതുവെ അംഗീകരിക്കപ്പെട്ടിട്ടുണ്ട്. 1967-ൽ അധികാരത്തിൽ വന്ന മന്ത്രിസഭ കാർഷിക പരിഷ്കരണബിൽ, അധികാരവികേന്ദ്രീകരണപ്രക്രിയ ശക്തിപ്പെടുത്തൽ, വിദ്യാഭ്യാസത്തിന്റെ ജനാധിപത്യവൽക്കരണം തുടങ്ങിയവയിൽ ഊന്നിനിന്നു. 1980-ൽ തുടർന്ന് അധികാരത്തിൽ വന്ന മന്ത്രിസഭ ക്ഷേമപദ്ധതികൾക്കും ഭക്ഷ്യമേഖലയിൽ ഉള്ള ഇടപെടലുകളും അനിവാര്യമായി കണ്ടു. 1987-ൽ അധികാരത്തിൽ വന്ന ഇടതുപക്ഷ മന്ത്രിസഭ ജനകീയ പങ്കാളിത്തത്തിന് പ്രാധാന്യം കൊടുത്ത് സമ്പൂർണ്ണ സാക്ഷരത പോലുള്ള പ്രവർത്തനങ്ങൾ നടപ്പിലാ ക്കി. 1996-ൽ അധികാരത്തിൽ വന്ന ഇടതുപക്ഷ മന്ത്രിസഭ ജനകീയ പങ്കാ ളിത്തത്തിന് പ്രാധാന്യം കൊടുത്ത് സമ്പൂർണ്ണ സാക്ഷരത പോലുള്ള പ്രവർത്തനങ്ങൾ നടപ്പിലാക്കി. 1996-ൽ അധികാരത്തിൽ വന്ന മന്ത്രിസഭ യാണ് അധികാരവികേന്ദ്രീകരണപ്രക്രിയയുടെ ചരിത്രത്തിൽ വിപ്ലവകര മായ പരിഷ്കാരമായി വിശേഷിപ്പിക്കപ്പെടുന്ന ജനകീയാസൂത്രണപരിപാടി കൊണ്ടുവന്നത്.

കമ്യൂണിസ്റ്റ് പാർട്ടിയുടെ നേതൃത്വത്തിലുള്ള സർക്കാരുകൾ നടപ്പി ലാക്കിയ പദ്ധതികൾ ഒരുപാട് നേട്ടങ്ങൾ നമുക്ക് സംഭാവന ചെയ്തിട്ടു ണ്ട്. "*കേരള മോഡൽ*" എന്ന് ലോക പ്രശസ്തി നേടിയ വികസന കാഴ്ച പ്പാട് ഇതിന്റെ ഫലമായിരുന്നു. എങ്കിലും പോരായ്മകൾ പലതും നില നിൽക്കുന്നുണ്ട്. അവ പരിഹരിക്കുന്നതിനുള്ള പ്രവർത്തനത്തിലാണ് ഇപ്പോഴത്തെ സർക്കാർ മുഴുകിയിരിക്കുന്നത്.

കാർഷിക-വ്യാവസായിക മേഖലകളിലെ ഉൽപ്പാദനവും ഉൽപ്പാദ

നക്ഷമതയും വർദ്ധിപ്പിക്കുക, ആരോഗ്യ-വിദ്യാഭ്യാസ മേഖലകളിൽ ഉയർന്നുവന്ന പുതിയ പ്രശ്നങ്ങൾ പരിഹരിക്കുക, സാമൂഹ്യ സുരക്ഷാപ ദ്ധതികൾ കൂടുതൽ ശക്തിപ്പെടുത്തുക, സ്ത്രീകൾ, മത്സ്യത്തൊഴിലാളി കൾ, ആദിവാസികൾ, ദളിതർ തുടങ്ങിയ ജനവിഭാഗങ്ങളുടെ സാമൂഹ്യനി ലമെച്ചപ്പെടുത്താനുള്ള പദ്ധതികൾ കൊണ്ടുവരിക തുടങ്ങിയവയ്ക്കാണ് ഈ സർക്കാർ ഊന്നൽ നൽകുന്നത്.

ഈ ഉത്തരവാദിത്വം ഫലപ്രദമായി നിർവ്വഹിക്കുന്നതിന് മന്ത്രിസ ഭയ്ക്ക് സാധിക്കുന്നുണ്ട് എന്നതിനു തെളിവാണ് കഴിഞ്ഞ ഒരു വർഷക്കാ ലത്തെ സർക്കാരിന്റെ പ്രവർത്തനങ്ങൾ. കാർഷിക മേഖലയിലെ ഇടപെ ടൽ, ആരോഗ്യ-വിദ്യാഭ്യാസ മേഖലയെ കാര്യക്ഷമമാക്കുന്നതിനുള്ള അഴി ച്ചുപണികൾ, ദുർബല ജനവിഭാഗങ്ങൾക്ക് വീട് നൽകുവാനുള്ള പ്രവർത്ത നങ്ങൾ തുടങ്ങിയവ ഇതിന്റെ ദൃഷ്ടാന്തമാണ്.

നാടിന്റെ സ്വത്ത് സംരക്ഷിക്കുന്നതിനും വികസനപ്രവർത്തനങ്ങൾ മുന്നോട്ടുകൊണ്ടുപോകുന്നതിനും ക്രിയാത്മകമായ പ്രവർത്തനമാണ് സർക്കാർ നടത്തിക്കൊണ്ടിരിക്കുന്നത്. സംസ്ഥാന സർക്കാരിന്റെ കൈയി ലുള്ള ഭൂമി കൈയേറി മൂന്നാറിൽ സ്ഥാപനങ്ങളും മറ്റും ആരംഭിച്ച ആളു കളുടെ പേരിൽ മുഖംനോക്കാതെയുള്ള നടപടിയാണ് സർക്കാർ സ്വീക രിച്ചുവരുന്നത്. സർക്കാർ ഭൂമിയിൽ ഒരുതരത്തിലുമുള്ള കയ്യേറ്റവും അനു വദിക്കുന്നില്ലെന്നുള്ളതിന്റെ ആദ്യ ഇടപെടലാണിത്. സർക്കാരിന്റെ കൈവ ശമുണ്ടായിരുന്ന ഇൻഫോപാർക്ക് വിട്ടുകൊടുക്കാനായിരുന്നു യു ഡി എഫിന്റെ പരിപാടി. അതിനു മാറ്റം വരുത്തി സംസ്ഥാന താൽപര്യത്തിന് അനുയോജ്യമായ വിധത്തിൽ സ്മാർട്ട്സിറ്റി പദ്ധതിക്ക് കരാർ ഒപ്പിട്ട സർക്കാരിന്റെ നടപടി രാഷ്ട്രീയ ഇച്ഛാശക്തിയുടെ വിജയംകൂടിയാണ്. ആഗോളവൽക്കരണ കാലഘട്ടത്തിൽ ഇടപെട്ടുകൊണ്ട് എങ്ങനെ ജനോ പകാരപ്രദമായ പദ്ധതികൾ നടപ്പിലാക്കാം എന്നതിന്റെ തെളിവുകൂടിയാ ണിത്. സർക്കാർ ഒരുവർഷം പൂർത്തിയാക്കുന്ന ഘട്ടത്തിൽ നടന്ന ഈ സംഭവങ്ങൾ സർക്കാരിന്റെ ഒരുവർഷത്തെ പ്രവർത്തനത്തിന് മകുടം ചാർത്തുന്നവയാണ്.

ജനക്ഷേമകരമായ ഇത്തരം പ്രവർത്തനങ്ങൾ കൂടുതൽ ശക്തിപ്പെ ടുത്തി മുന്നോട്ടുപോവാനുള്ള ജനകീയപിന്തുണ നൽകുകയും നടത്തുന്ന പ്രവർത്തനങ്ങൾ കൂടുതൽ ജനവിഭാഗങ്ങൾക്കിടയിൽ പ്രചരിപ്പിക്കുയും ചെയ്യുക എന്നതാണ് ഈ അവസരത്തിൽ നമുക്കു ചെയ്യാനുള്ളത്.

കേരളരാഷ്ട്രീയവും രണ്ടാംവിമോചന സമര പ്രഖ്യാപനവും

പോപ്പും സാർ ചക്രവർത്തിയും മെറ്റർനിക്കും ഗിസോവും ഫ്രെഞ്ച് റാഡിക്കൽ കക്ഷിക്കാരും ജർമൻ പൊലീസ് ചാരന്മാരുമെല്ലാം യൂറോ പ്പിനെ പിടികൂടിയ കമ്യൂണിസം എന്ന ഭൂതത്തിന്റെ ബാധ ഒഴിപ്പിക്കാൻ ഒരുപാവനസഖ്യത്തിലേർപ്പെട്ടിരിക്കുന്നു എന്ന പ്രസ്താവനയോടെയാണ് 1848ൽ പ്രസിദ്ധീകരിച്ച *കമ്യൂണിസ്റ്റ് മാനിഫെസ്റ്റോ* തുടങ്ങുന്നത്. കമ്യൂ ണിസ്റ്റ് പാർടി രൂപീകരിച്ച് പ്രവർത്തനം തുടങ്ങുന്ന ഘട്ടത്തിൽതന്നെ അതി നെതിരെ എല്ലാ പിന്തിരിപ്പന്മാരും ഒന്നുചേർന്നിരുന്നു എന്നാണ് ഈ വരി കൾ ഓർമപ്പെടുത്തുന്നത്.

കേരളത്തിന്റെ വർത്തമാനകാലരാഷ്ട്രീയം വിശകലനം ചെയ്യുമ്പോൾ സമാനമായ സ്ഥിതിയാണ് രൂപപ്പെട്ടുവരുന്നതെന്ന് വ്യക്തമാകുന്നു. ഇതു പുതിയ അനുഭവമല്ല. പാർടി രൂപീകരിച്ച കാലംമുതൽ എതിർപ്പും ഉണ്ടായി. പല കാലത്തും അതു മൂർധന്യത്തിലെത്തി. ഇതൊന്നും പ്രസ്ഥാനം ദുർബ ലപ്പെടുത്താനല്ല ഇടയാക്കിയത്. മാത്രമല്ല, കൂടുതൽ കരുത്തോടെ മുന്നോ ട്ടുപോകാനാണ് സഹായിച്ചത്. കേരളത്തിൽ ആദ്യമായി കമ്യൂണിസ്റ്റ് പാർടി അധികാരത്തിൽവന്നപ്പോൾ ഏറെ രൂക്ഷമായ ആക്രമണമാണുണ്ടായത്. സാധാരണജനങ്ങൾക്ക് ദോഷകരമായ നിലപാടുകൾ കമ്യൂണിസ്റ്റ് പാർടി സ്വീകരിച്ചതുകൊണ്ടായിരുന്നില്ല അത്. മറിച്ച് സ്ഥാപിതതാൽപ്പര്യക്കാർക്കെതി രായ ശക്തമായ സമീപനം പാർടി സ്വീകരിച്ചതുകൊണ്ടാണ്. കേരള രാഷ്ട്രീയത്തിന്റെ ചരിത്രവും വർത്തമാനവും ഇക്കാര്യം തെളിയിക്കുന്നു.

ഭ്രാന്താലയം എന്ന് സ്വാമി വിവേകാനന്ദൻ വിശേഷിപ്പിച്ച കേരളം ലോകശ്രദ്ധതന്നെ ആകർഷിക്കുന്നതരത്തിൽ ഇന്ന് വളർന്നുവന്നിട്ടുണ്ട്. ഈ വളർച്ചയ്ക്കു പിന്നിൽ പ്രവർത്തിച്ച പ്രധാന ചാലകശക്തി കമ്യൂണിസ്റ്റ് പ്രസ്ഥാനമാണ്. തൊട്ടുകൂടായ്മയും തീണ്ടിക്കൂടായ്മയും നിലനിന്ന കേര ളത്തിൽ നവോത്ഥാനപ്രസ്ഥാനങ്ങൾ ആധുനിക മനുഷ്യനെക്കുറിച്ചുള്ള

കാഴ്ചപ്പാടുകൾ മുന്നോട്ടുവച്ചു. കേരളത്തിൽ നടന്നതുപോലുള്ള ഇത്തരം പ്രസ്ഥാനങ്ങൾ തമിഴ്നാട്ടിലും മഹാരാഷ്ട്രയിലുമെല്ലാം ശക്തമായിരുന്നു. അവിടങ്ങളിലൊന്നും ജന്മിത്വത്തിന്റെ ചങ്ങലക്കെട്ടുകളെ പൊട്ടിച്ചെറിയാൻ കഴിഞ്ഞില്ല. കേരളത്തിലാകട്ടെ, നവോത്ഥാന പ്രസ്ഥാനം ഉഴുതുമറിച്ച മണ്ണിൽ അത്തരം മുദ്രാവാക്യങ്ങൾ ഏറ്റെടുത്തുകൊണ്ടും വർഗബോധ ത്തിന്റെ രാഷ്ട്രീയം ജനങ്ങളെ പഠിപ്പിച്ചുകൊണ്ടുമാണ് കമ്യൂണിസ്റ്റ് പ്രസ്ഥാനത്തിന്റെ ഇടപെടലുകളുണ്ടായത്. ഈ ഇടപെടലുകളിലൂടെ, കർഷക-തൊഴിലാളി ജനസാമാന്യത്തെ സംഘടിപ്പിച്ച് വിശാല രാഷ്ട്രീയ പ്രസ്ഥാനമായി കമ്യൂണിസ്റ്റ് പാർടി മാറുകയും ചെയ്തു.

കേരളത്തിന്റെ സാംസ്കാരികമായ സവിശേഷതകളെയും സാമൂഹ്യാ വസ്ഥകളെയും സാമ്പത്തികഘടനയെയും വിശകലനംചെയ്ത് ഇ എം എസ് എഴുതിയ *'കേരളം മലയാളികളുടെ മാതൃഭൂമി'* എന്ന പുസ്തകം സംസ്ഥാന രൂപീകരണത്തിന് അനുയോജ്യമായ ആശയതലം സൃഷ്ടിച്ചു. പുന്നപ്ര-വയലാർ സമരത്തിന്റെ സുപ്രധാന മുദ്രാവാക്യം സ്വതന്ത്ര തിരു വിതാംകൂറിനു പകരം ഇന്ത്യൻ യൂണിയനിൽ ഐക്യകേരളം എന്നതായി രുന്നു. ഐക്യകേരളത്തിന്റെ കാഴ്ചപ്പാടിനനുസൃതമായി ഗ്രന്ഥശാലാസം ഘങ്ങളും സാംസ്കാരികസംഘടനകളും രൂപീകരിച്ച് കമ്യൂണിസ്റ്റുകാർ പ്രവർത്തിച്ചു. ഈ ഘട്ടത്തിൽ ജന്മിത്വവും രാജവാഴ്ചയും ബ്രിട്ടീഷ് മൂല ധനത്തിന്റെ സംരക്ഷണവും അംഗീകരിച്ചുകൊണ്ടുള്ള കേരളമെന്ന ആശ യമായിരുന്നു വലതുപക്ഷശക്തികൾ ഉയർത്തിയത്. എന്നാൽ, ഭാവികേര ളം അധ്വാനിക്കുന്ന ജനവിഭാഗങ്ങളുടെയും സാധാരണക്കാരുടെയും താൽപ്പര്യങ്ങളെ സംരക്ഷിക്കുന്നതായിരിക്കണം എന്ന നിലപാടാണ് കമ്യൂ ണിസ്റ്റ് പാർടി സ്വീകരിച്ചത്. ആ രാഷ്ട്രീയനിലപാടിന്റെ ഉജ്ജലമായ തെളി വാണ് ഇ എം എസ് എഴുതിയ *'കൊച്ചി രാജാവിന്റെ ഐക്യകേരളം ബ്രിട്ടീഷ് കമ്മട്ടത്തിലടിച്ച കള്ളനാണയം'* എന്ന ലഘുലേഖ.

വിഭിന്നതലത്തിലുള്ള പോരാട്ടങ്ങളുടെ ഫലമായി നേടിയ ജനപിന്തുണ 1957ൽ കേരളത്തിൽ കമ്യൂണിസ്റ്റ് പാർടിക്ക് അധികാരത്തിൽവരുന്നതിന് വഴിയൊരുക്കി. ജാതി-മത സ്വത്വങ്ങൾക്ക് അതീതമായ വർഗരാഷ്ട്രീയത്തിനുള്ള അംഗീകാരംകൂടിയായിരുന്നു ആ വിജയം. കിട്ടിയ അധികാരം ഉപയോഗിച്ച് ജന്മിത്വത്തിന്റെ കടയ്ക്കൽ കത്തിവയ്ക്കുന്നതിന് കാർഷികപരിഷ്ക രണനടപടികൾക്ക് സർക്കാർ നേതൃത്വം നൽകി. അത് മറ്റു പല സംസ്ഥാ നങ്ങളിൽനിന്നും വ്യത്യസ്തമായി ജന്മിത്വത്തിന്റെ സാംസ്കാരിക രൂപങ്ങളുടെ അടിത്തറ തകർക്കുന്നതിന് ഇടയാക്കി. 1957ലെ സർക്കാർ കൊണ്ടുവന്ന ആദ്യത്തെ ഓർഡിനൻസ് ഒഴിപ്പിക്കൽ ഇല്ലാതാക്കാൻവേണ്ടിയായിരുന്നു.

കേരളത്തിന്റെ സർവതോമുഖമായ വികസനത്തിന് വ്യക്തമായ കാഴ്ചപ്പാട് 1956ൽതന്നെ പാർടി ഉണ്ടാക്കി. അതിന്റെ അടിസ്ഥാനത്തിലാണ് വിദ്യാഭ്യാസ-ആരോഗ്യ-തൊഴിൽ മേഖലകളിൽ സമഗ്രമായ മാറ്റത്തിനുള്ള പദ്ധതികൾ ഇ എം എസ് സർക്കാർ നടപ്പാക്കിയത്. തൊഴിൽതർക്കങ്ങളിൽ പൊലീസ് ഇടപെടാൻ പാടില്ലെന്ന നയം, അതുവരെ തൊഴിലാളികളെ

അടിച്ചമർത്താൻ മുതലാളികളുടെ കൈകളിൽ ആയുധമായി തീർന്ന പൊലീ
സിന്റെ സ്വഭാവത്തിൽ ചില മാറ്റങ്ങൾ വരുത്തി. ആധുനികലോകത്ത് പിന്നോക്കം
കിടക്കുന്ന ജനതയുടെ വികസനത്തിന് വിദ്യാഭ്യാസം അനിവാര്യമാണെന്ന
തിരിച്ചറിവ് വിദ്യാഭ്യാസബില്ലിന് രൂപംനൽകുന്നതിന് ഇടയാക്കുകയയും ചെയ്തു.

കേരളത്തിലെ വിദ്യാഭ്യാസത്തെ ജനക്ഷേമകരമായി മാറ്റിത്തീർക്കാ
നുള്ള വ്യവസ്ഥകളായിരുന്നു ആ ബില്ലിൽ. അതിന്റെ അടിസ്ഥാനത്തിലാണ്
അധ്യാപകർക്ക് നേരിട്ട് ശമ്പളം കിട്ടുന്ന സംവിധാനം വന്നത്. പരിശീലനം
ലഭിച്ച, നിയമനം ലഭിക്കാൻ യോഗ്യരായ അധ്യാപകരുടെ സംസ്ഥാനതല
രജിസ്റ്റർ സർക്കാർ സ്കൂളുകൾക്കും സ്വകാര്യസ്കൂളുകൾക്കും വേണ്ടി
തയ്യാറാക്കാൻ ഈ ബിൽ വ്യവസ്ഥചെയ്തു. വിദ്യാർഥികളുടെ താൽപ്പര്യം
സംരക്ഷിച്ചുകൊണ്ട് സ്കൂൾഭരണം യോഗ്യമായ രീതിയിൽ നടത്തുന്നതി
നുള്ള ഉത്തരവാദിത്തം മാനേജ്മെന്റിൽ നിക്ഷിപ്തമാക്കി. ഇവ കൂടാതെ
കുട്ടികൾക്ക് ഉച്ചഭക്ഷണവും ടെക്സ്റ്റ് ബുക്കും പഠനോപകരണങ്ങളും വിത
രണംചെയ്യുന്നതിനുള്ള വ്യവസ്ഥയും ഉണ്ടായിരുന്നു. സംസ്ഥാനതല വിദ്യാ
ഭ്യാസ ഉപദേശകസമിതിയും വിവിധ പ്രാദേശികതലത്തിലുള്ള വിദ്യാഭ്യാസ
അതോറിറ്റികളും രൂപീകരിക്കാൻ അതു നിർദേശിക്കുകയും ചെയ്തിരുന്നു.
ഇത്തരത്തിൽ വിദ്യാഭ്യാസമേഖലയെ കാര്യക്ഷമമായി കൊണ്ടുപോകുന്നതിന്
സഹായകമായ നയങ്ങളായിരുന്നു ഇതിനകത്തുണ്ടായിരുന്നത്. എന്നാൽ,
ജനപക്ഷത്തുനിന്ന് അവതരിപ്പിക്കപ്പെട്ട ബില്ലിനെതിരായി പ്രക്ഷോഭരംഗ
ത്തേക്ക് ഇറങ്ങാനാണ് രാഷ്ട്രീയകാരണങ്ങളാൽ വലതുപക്ഷ രാഷ്ട്രീയശ
ക്തികളും ജാതി–മത സംഘടനകളുടെ നേതൃത്വവും തയ്യാറായത്.

ആ സമരത്തിന്റെ യഥാർഥ കാരണം രാഷ്ട്രീയപരമായിരുന്നു. കമ്യൂ
ണിസ്റ്റ് പ്രസ്ഥാനം അധികാരത്തിൽവന്ന കേരളത്തിൽ അതിനെ തകർക്കുക
എന്നത് സാമ്രാജ്യത്വശക്തികളുടെ താൽപ്പര്യമായിരുന്നു. അതോടൊപ്പം
കമ്യൂണിസ്റ്റ് മുന്നേറ്റം കോൺഗ്രസിനെയും അലോസരപ്പെടുത്തി. സാധാ
രണജനങ്ങൾക്ക് അനുകൂലമായ നയങ്ങൾ സ്വീകരിക്കുമ്പോൾ
സ്ഥാപിതതാൽപ്പര്യക്കാരുടെ പിടിഅയയുക സ്വാഭാവികമാണ്. ഇത്തരത്തിൽ
തങ്ങളുടെ മേധാവിത്വം നഷ്ടപ്പെടുമെന്ന് തോന്നിയ ഭൂവുടമകളും സ്ഥാപി
തതാൽപ്പര്യക്കാരും ഇവരുടെ പിന്നിൽ അണിചേർന്നു. സാമ്രാജ്യത്വത്തിന്റെ
പണംകൂടി ഒഴുകിയതോടെ സമരപരിപാടികൾ കൊഴുത്തു. ഒന്നാം വിമോ
ചനസമരത്തിന്റെ അരങ്ങ് ഇത്തരത്തിലാണ് സജ്ജമാകുന്നത്. ഈ
കാലത്തെസംബന്ധിച്ച് ഇ എം എസ് ഇങ്ങനെ എഴുതുന്നു:

"മന്ത്രിസഭ രൂപീകരിച്ച് ഒരുമാസം തികയുന്നതിനുമുമ്പു നടന്ന നിയ
മസഭയുടെ ഒന്നാംസമ്മേളനത്തിൽത്തന്നെ കോൺഗ്രസിന്റെ നേതൃത്വത്തിലുള്ള
പ്രതിപക്ഷത്തിന്റെ ഐക്യം പ്രകടമായി. നിയമസഭയ്ക്കകത്തെ ഈ
ഗവൺമെന്റുവിരുദ്ധ ഐക്യത്തിന് അനുപൂരകമായ ഐക്യം പുറത്തുണ്ടാ
യിരുന്നു. പാർടികൾ എന്നനിലയിൽ ഈ പാർടികൾ തമ്മിൽ മാത്രമല്ല,
പത്രപംക്തികളിലും അതു ദൃശ്യമായിരുന്നു. മുപ്പതിൽപ്പരം വരുന്ന ഭാഷാ
പത്രങ്ങളിൽ ഭൂരിപക്ഷവും മന്ത്രിസഭയെ മൊത്തത്തിലും അതുപോലെ

തന്നെ മന്ത്രിമാരെ വ്യക്തിപരമായും അവഹേളിക്കുകയും അപകീർത്തി
പ്പെടുത്തുകയും ചെയ്യുക എന്ന ഉദ്ദേശ്യത്തോടുകൂടി വസ്തുതകൾ വള
ച്ചൊടിക്കുകയും നുണകൾ എഴുതിപ്പിടിപ്പിക്കുകയും ചെയ്യുക എന്ന നയ
ത്തിലേക്കു നീങ്ങി. കൈയിൽ വരുന്ന ഓരോ അവസരവും ഓരോ പ്രത്യേക
പ്രശ്നവും അവരെ ചെളിവാരി എറിയുന്നതിനുവേണ്ടി ഉപയോഗിക്കുക.
അവസരങ്ങളും പ്രശ്നങ്ങളും ഒന്നും കിട്ടുന്നില്ലെങ്കിൽ അവ സൃഷ്ടിച്ചെടുക്കുക
കമ്യൂണിസ്റ്റ് വിരുദ്ധ പത്രങ്ങളുടെയും പ്രക്ഷോഭകരുടെയും കേന്ദ്രലക്ഷ്യം
ഇതായിത്തീർന്നു." (*കേരളചരിത്രം മാർക്സിസ്റ്റ് വീക്ഷണത്തിൽ*, പേജ് 299)

ജനാധിപത്യവിരുദ്ധമായി മന്ത്രിസഭയെ പിരിച്ചുവിട്ടെങ്കിലും ജന
കീയപിന്തുണ സർക്കാരിന് വർധിക്കുകയായിരുന്നുവെന്ന് പിന്നീട് നടന്ന
തിരഞ്ഞെടുപ്പ് വ്യക്തമാക്കുന്നുണ്ട്. 1957 ൽ നടന്ന തിരഞ്ഞെടുപ്പിൽ നേടി
യതിനേക്കാൾ 12 ലക്ഷം വോട്ടുകൾ അടുത്ത തിരഞ്ഞെടുപ്പിൽ വർധിച്ചു.
1957ൽ 40 ശതമാനം ഉണ്ടായിരുന്നിടത്ത് അടുത്ത തെരഞ്ഞെടുപ്പിൽ അത്
44 ശതമാനമായി. പ്രതിപക്ഷം ഒറ്റക്കെട്ടായി നിന്നു നടത്തിയ പ്രചാരണ
ങ്ങൾ കമ്യൂണിസ്റ്റ് പാർടിയുടെ അടിത്തറ തകർത്തില്ലെന്നുമാത്രമല്ല, കൂടു
തൽ ജനപിന്തുണ പാർടി ആർജിക്കുകയായിരുന്നു.

വിമോചനസമരത്തിന്റെ രാഷ്ട്രീയം പിൽക്കാലത്തെ കേരളത്തിന്റെ
രാഷ്ട്രീയഘടനയെ രൂപപ്പെടുത്തുന്നതിൽ നിർണായക പങ്കുവഹിച്ചു. വല
തുപക്ഷശക്തികളും ജാതി–മത സംഘടനകളും തമ്മിലുള്ള കൂട്ടുകെട്ടിന്റെ
രാഷ്ട്രീയാടിത്തറ അവിടെയാണ് രൂപപ്പെട്ടുവരുന്നത്.

1957ലെ സർക്കാർതുടർന്നുവന്ന ജനപക്ഷനിലപാടുകൾ കമ്യൂണിസ്റ്റ്
പാർടി തുടർന്നു. 1967ലെ സർക്കാർ കാർഷികപരിഷ്കരണബിൽ കൊണ്ടു
വന്നു. 1980ലെ സർക്കാർ കർഷകത്തൊഴിലാളികൾക്ക് പെൻഷനും ക്ഷേമ
നിധിയും നടപ്പാക്കി. 1987ലെ സർക്കാർ സമ്പൂർണ സാക്ഷരതാ സംസ്ഥാ
നമാക്കി കേരളത്തെ മാറ്റി. 1996ൽ അധികാരത്തിൽവന്ന പാർടിയുടെ നേതൃ
ത്വത്തിലുള്ള സർക്കാർ ജനകീയാസൂത്രണമെന്ന വികസനരംഗത്തെ പുതിയ
കാഴ്ചപ്പാടും അവതരിപ്പിച്ചു.

ഈ വ്യവസ്ഥയ്ക്കു കീഴിൽ ജനങ്ങൾക്ക് ആശ്വാസകരമായ
പ്രവർത്തനങ്ങൾ ചെയ്യുക എന്ന പാർടിനിലപാടിന്റെ തുടർച്ച എന്ന നില
യിലാണ് ഇപ്പോഴത്തെ സർക്കാർ അധികാരത്തിലിരിക്കുന്നത്. ജനോപ
കാരപ്രദമായ നിരവധി പദ്ധതികൾ ഈ ഒരുവർഷത്തിനുള്ളിൽ കൊണ്ടു
വരാൻ സർക്കാരിനു കഴിഞ്ഞു. കാർഷിക കടാശ്വാസനിയമം, പൊതുമേ
ഖലാ സ്ഥാപനങ്ങളുടെ നവീകരണം, കേരള ഷോപ്സ് ആൻഡ്
കൊമേഴ്സ്യൽ എസ്റ്റാബ്ലിഷ്മെന്റ് തൊഴിലാളിക്ഷേമനിധി ആക്ട് 2006,
സർക്കാർഭൂമി വീണ്ടെടുക്കാനുള്ള നടപടി, സ്മാർട്ട് സിറ്റി കരാർ തുടങ്ങി
യവ എടുത്തുപറയേണ്ടതാണ്. അതേസമയം, സ്ഥാപിതതാൽപ്പര്യ
ക്കാർക്കെതിരായുള്ള നിലപാടുമായി മുന്നോട്ടുപോകുന്ന സംസ്ഥാന
സർക്കാരിനെതിരായി ഇത്തരം താൽപ്പര്യക്കാർ ഒന്നായിച്ചേരുന്നു എന്ന
താണ് വർത്തമാനസ്ഥിതി. ഇല്ലാത്ത കാര്യങ്ങൾ പ്രചരിപ്പിച്ചും മാറ്റങ്ങളെ

വക്രീകരിച്ച് അവതരിപ്പിച്ചും സർക്കാരിനെ അപകീർത്തിപ്പെടുത്താൻ 1957ൽ നടന്നതുപോലുള്ള പ്രചാരണങ്ങൾ ഇപ്പോഴും തുടരുകയാണ്. പാർടിനേതൃത്വത്തിലുള്ള സർക്കാരുകൾ അധികാരത്തിൽ വന്ന ഘട്ടങ്ങളിലെല്ലാം ഇത്തരം പ്രചാരണങ്ങൾ വ്യാപകമായി നടന്നിട്ടുണ്ട്. മാറ്റങ്ങളിൽ ആശങ്ക ഉണ്ടാകുന്ന ഏതു ജനവിഭാഗവുമായും ചർച്ച നടത്തി പ്രശ്നങ്ങൾ പരിഹരിക്കാൻ പാർടി പ്രതിജ്ഞാബദ്ധമാണ്. എന്നാൽ, സ്ഥാപിത താൽപ്പര്യത്തിന്റെ അജൻഡകളുടെ അടിസ്ഥാനത്തിൽ എതിർപ്പ് ഇളക്കി വിടാനാണ് ഉദ്ദേശിക്കുന്നതെങ്കിൽ അത്തരം സമീപനങ്ങളോട് ഒരു വിട്ടു വീഴ്ചയ്ക്കും പാർടി തയ്യാറാവുകയുമില്ല.

1957 അല്ല 2007

മതവിശ്വാസത്തെ തകർക്കുകയാണ് കമ്മ്യൂണിസ്റ്റ് പാർടിയുടെ പരിപാടിയെന്നും അത് നടപ്പാക്കാനാണ് കേരളത്തിലെ എൽഡിഎഫ് സർക്കാർ ശ്രമിക്കുന്നതെന്നും ഇടയലേഖനങ്ങളിലൂടെ ചില മതമേലധ്യക്ഷന്മാർ പറഞ്ഞുതുടങ്ങിയിട്ടുണ്ട്. ഈ കാഴ്ചപ്പാട് വസ്തുതകൾക്ക് നിരക്കുന്നതല്ല. കമ്യൂണിസ്റ്റ് പാർടിയുടെ പ്രവർത്തനത്തിനുള്ള ആധികാരികമായ രേഖ *പാർടിപരിപാടിയാണ്.* ഭൂരിപക്ഷമായാലും ന്യൂനപക്ഷങ്ങളായാലും ഓരോ സമുദായത്തിലുംപെട്ടവർക്ക് വിശ്വസിക്കുന്നതിനും അതുപോലെ ഒരു മതത്തിലും വിശ്വസിക്കാതിരിക്കുന്നതിനും ഏതു മതത്തിന്റെ അനുഷ്ഠാനങ്ങൾ ചെയ്യാനും ഒരു അനുഷ്ഠാനത്തിനും ഏർപ്പെടാതിരിക്കാനുമുള്ള അവകാശം പരിരക്ഷിക്കുന്നതിനായി പാർടി പോരാടുമെന്ന് ഇതിൽ വ്യക്തമാക്കിയിട്ടുണ്ട്.

ഏതെങ്കിലും മതത്തിന്റെ പേര് പറഞ്ഞ് അധികാരത്തിലേക്ക് തള്ളിക്കയറിവന്ന് മറ്റു വിശ്വാസത്തെ എതിർക്കുന്ന സമീപനമുണ്ടായാൽ അതിനെതിരെ പോരാടാനും പാർടി തയ്യാറാണ്. ഈ സമീപനത്തിന്റെ അടിസ്ഥാനത്തിലാണ് വർഗീയ ഫാസിസ്റ്റ് അജൻഡ നടപ്പിലാക്കാൻ ശ്രമിക്കുന്ന ബിജെപിയെ അധികാരത്തിൽനിന്ന് മാറ്റിനിർത്താൻ യുപിഎ സർക്കാരിനെ പിന്തുണയ്ക്കാൻ സിപിഐ എം തീരുമാനിച്ചത്. ബാബറി മസ്ജിദ് തകർക്കുന്ന ഘട്ടം വന്നപ്പോഴും കന്യാസ്ത്രീകൾക്കും മഠങ്ങൾക്കുമെതിരെ ആക്രമണം ഉണ്ടായപ്പോഴും ശക്തമായി എതിർത്തുനിന്നത് സിപിഐ എം ആണെന്നത് എല്ലാവർക്കും അറിയാവുന്നതാണ്.

ന്യൂനപക്ഷ സംരക്ഷണം ജനാധിപത്യത്തിന്റെ ആണിക്കല്ലാണെന്ന കാഴ്ചപ്പാടാണ് പാർടി മുന്നോട്ടുവയ്ക്കുന്നത്. ഇന്ത്യൻ സ്ഥിതിഗതികളെ വിലയിരുത്തി ഈ കാര്യം പാർടി പരിപാടിയിൽ വ്യക്തമാക്കുന്നുണ്ട്. ''മുസ്ലീം ന്യൂനപക്ഷങ്ങൾക്ക് സാമ്പത്തികവും സാമൂഹികവുമായ അവസര സമത്വം ലഭിക്കാതെ പോവുകയും അവർ വിവേചനത്തിന് ഇരയാവുകയുംചെയ്യുന്നു. മുസ്ലീങ്ങൾക്കെതിരെ വർഗീയ ലഹളകളും ഹിംസാത്മക ആക്രമണങ്ങളും സ്ഥിരമായിരിക്കുകയാണ്. ആർഎസ്എസും അതിന്റെ പരിവാരങ്ങളും ന്യൂനപക്ഷങ്ങൾക്കെതിരെ വിദ്വേഷം കുത്തിയിളക്കുകയും

ക്രൈസ്തവ സമുദായത്തെക്കൂടി ശരവ്യമാക്കുകയുംചെയ്യുന്നു. ന്യൂനപ
ക്ഷങ്ങൾക്കിടയിൽ ഇത് അന്യതാബോധവും അരക്ഷിതത്വവും വളർത്തു
ന്നു.'' (പാർടിപരിപാടി 5-ാം അധ്യായം, 9-ാം ഖണ്ഡികയിൽനിന്ന്) ഇത്ത
രത്തിൽ ന്യൂനപക്ഷ സംരക്ഷണത്തെ ഇത്രയേറെ ഊന്നിപ്പറഞ്ഞ പാർടി
ക്കെതിരായാണ് ചിലർ തെറ്റിദ്ധാരണമൂലം ദുഷ്പ്രചരണം നടത്തുന്നത്.

ന്യൂനപക്ഷങ്ങളെ കശാപ്പ് ചെയ്യുക എന്ന സംഘപരിവാറിന്റെ അജ
ൻഡയെ പ്രതിരോധിക്കാൻ കേരളത്തിൽ ആരായിരുന്നു മുന്നിലുണ്ടായിരു
ന്നത് എന്ന് നമുക്ക് അറിയാവുന്നതാണ്. പിന്നോക്ക-ദളിത് വിഭാഗങ്ങൾക്ക്
ക്ഷേത്രപ്രവേശനത്തിനുവേണ്ടിയുള്ള ഗുരുവായൂർ സത്യഗ്രഹം ഉൾപ്പെടെ
യുള്ള സമരപരിപാടികളിൽ കൃഷ്ണപിള്ളയെയും എ കെ ജിയെയുംപോ
ലുള്ള കമ്യൂണിസ്റ്റുകാർ മുൻപന്തിയിൽതന്നെ ഉണ്ടായിരുന്നു.

മതവിശ്വാസത്തെ ബഹുമാനിക്കുന്നതിനും എല്ലാ വിശ്വാസങ്ങളിലും
പെട്ടവരും പെടാത്തവരുമായ സാധാരണക്കാരെ സംരക്ഷിക്കാനുമുള്ള പ്ര
വർത്തനമാണ് പാർടി നടത്തുന്നത്. ഇടതുപക്ഷ ജനാധിപത്യമുന്നണി
ക്കെതിരായി ആദ്യത്തെ ഇടയലേഖനം പ്രത്യക്ഷപ്പെടുന്നത് 2006 ജൂലൈ
മാസത്തിലാണ്. അതിൽ പ്രധാനമായും സ്വാശ്രയ വിദ്യാഭ്യാസബിൽ ന്യൂ
നപക്ഷങ്ങൾക്ക് എതിരാണ് എന്ന വാദമാണ്. ന്യൂനപക്ഷത്തെ തകർക്കാ
നുള്ള രഹസ്യ അജൻഡയാണെന്നുവരെ അന്ന് പ്രചാരണം ഉയർന്നുവ
ന്നിരുന്നു. എന്നാൽ, ഈ ബില്ലുമായി ബന്ധപ്പെട്ട് ഒരു രഹസ്യ നിലപാടും
പാർടിക്കോ ഇടതുപക്ഷ ജനാധിപത്യമുന്നണിക്കോ ഉണ്ടായിരുന്നില്ല. 2006 ലെ
നിയമസഭാ തെരഞ്ഞെടുപ്പിൽ എൽഡിഎഫ് പുറത്തിറക്കിയ പ്രകടനപ
ത്രികയിൽ നൽകിയ വാഗ്ദാനമായിരുന്നു ഇത്തരമൊരു ബില്ലിന്റെ രൂപീ
കരണം. എൽഡിഎഫിന്റെ പ്രകടനപത്രികയിൽ ഇങ്ങനെ വിശദീകരിച്ചിരുന്നു:

''പണമുള്ളവന് ഉന്നതവിദ്യാഭ്യാസം ലഭിക്കുക എന്ന ഇന്നത്തെ ന
യത്തിൽ സമൂലമായ മാറ്റംവരുത്തും. പാവപ്പെട്ടവർക്ക് ഉന്നതവിദ്യാഭ്യാ
സം ഉറപ്പുവരുത്തുന്ന വിധത്തിൽ നിലവിലുള്ള വിദ്യാഭ്യാസനയത്തിൽ
മാറ്റം വരുത്തും. പുതിയ സാഹചര്യത്തിനും ആവശ്യത്തിനുമൊത്ത വിധം
കേരള വിദ്യാഭ്യാസനിയമവും സർവകലാശാല നിയമങ്ങളും പരിഷ്കരിക്കും.''

ജനങ്ങളുടെ മുമ്പാകെ സമർപ്പിച്ച ഈ നയപരിപാടിക്കുള്ള അംഗീ
കാരംകൂടിയായിരുന്നു കഴിഞ്ഞ നിയമസഭാ തിരഞ്ഞെടുപ്പിൽ എൽ ഡി
എഫ് നേടിയ ചരിത്രവിജയം. ഈ വാഗ്ദാനം പാലിക്കുന്നതിനാണ് സ്വാ
ശ്രയ ബില്ലിന് രൂപംനൽകിയത്. പട്ടികജാതി-പട്ടികവർഗത്തിന് 10 ശതമാ
നവും പിന്നോക്കവിഭാഗത്തിന് 25 ശതമാനവും ശാരീരിക വൈകല്യമു
ള്ളവർക്ക് മൂന്നുശതമാനവും സീറ്റ് സംവരണം ചെയ്തിരുന്നു. സംവരണ
വിഭാഗത്തിൽപ്പെടാത്ത സാമ്പത്തികമായി പിന്നോക്കം നിൽക്കുന്നവർക്ക്
12 ശതമാനം സീറ്റും നീക്കിവച്ചു. സമ്പന്നരാണെങ്കിലും പഠനത്തിൽ മു
ന്നോക്കം നിൽക്കുന്ന വിദ്യാർഥികൾക്കും പഠനാവകാശം ഉറപ്പുവരുത്തേ
തുണ്ട്. അതുകൊണ്ട് ആ വിഭാഗത്തിന് 18 ശതമാനം സീറ്റ് നീക്കിവച്ചു.
കല-കായിക രംഗത്ത് കഴിവ് തെളിയിച്ചവർക്ക് രണ്ടുശതമാനം സീറ്റുനൽ

കി. പ്രവേശനപരീക്ഷയിൽ ആർജിച്ച മെറിറ്റിന്റെ അടിസ്ഥാനത്തിൽ വി ദ്യാർഥി പ്രവേശനം നൽകണമെന്ന് വ്യവസ്ഥചെയ്തു. മാനേജ്മെന്റിന് 15 ശതമാനം പ്രിവിലേജ് സീറ്റും നൽകി. ഇത് എൻട്രൻസ് കമീഷണറു ടെ ലിസ്റ്റിൽനിന്ന് എടുക്കണമെന്ന് നിർദേശിച്ചു. സുപ്രീംകോടതിയുടെ നിർദേശംകൂടി കണക്കിലെടുത്ത് 15 ശതമാനം സീറ്റുകൾ എൻആർഐ ക്കു നീക്കിവച്ചു. ഇത്തരത്തിൽ എല്ലാ ജാതി-മത വിഭാഗത്തിലുംപെട്ട പാ വപ്പെട്ടവർക്ക് പഠനാവകാശവും വിദ്യാഭ്യാസത്തിന്റെ നിലവാരവും ഉറപ്പു വരുത്തുന്ന തീരുമാനം ഇതിലൂടെ സ്വീകരിച്ചു. ഇതിനകത്ത് ഒരു രഹസ്യ അജൻഡയുടെയും പ്രശ്നമില്ലെന്ന് ആർക്കും അറിയാവുന്നതാണ്.

ന്യൂനപക്ഷപദവി ഉപയോഗിച്ച് കച്ചവടം നടത്താനുള്ള സ്ഥാപിത മായ താൽപ്പര്യം തടയാനുള്ള നിർദേശങ്ങളും ബില്ലിൽ മുന്നോട്ടുവച്ചിരു ന്നു. ന്യൂനപക്ഷപദവി ലഭിച്ചുകഴിഞ്ഞാൽ സമുദായത്തിലെ പാവപ്പെട്ടവർ ക്ക് അവസരം ഉറപ്പുവരുത്തുന്ന കാര്യവും ഇതിൽ വിഭാവനം ചെയ്തിരു ന്നു. സാമൂഹ്യനീതിയും വിദ്യാഭ്യാസ നിലവാരവും ഉറപ്പുവരുത്തുന്ന ഈ ബിൽ നിയമസഭയിൽ പാസായപ്പോഴാണ് ആദ്യത്തെ ഇടയലേഖനം വരു ന്നത്. നോട്ടീസുകളും മറ്റും ഇറക്കി സമുദായവികാരം സൃഷ്ടിക്കാനുള്ള പരിശ്രമവും ഇതിനൊപ്പം നടന്നു. എന്നാൽ യാഥാർഥ്യം മനസ്സിലാക്കിയ മതവിശ്വാസികൾ അതിന്റെ പിന്നിൽ അണിചേർന്നില്ല. ഇതു കണ്ടപ്പോൾ തൽക്കാലം ഈ പടയെയൊരുക്കത്തിൽനിന്ന് ലേഖനം ചമച്ചവർതന്നെ പി ന്മാറി. പിന്നീട് കോടതി ഇടപെട്ട് ബില്ലിലെ ചില സുപ്രധാന വ്യവസ്ഥ കൾ റദ്ദുചെയ്തു. എന്നാൽ, സർക്കാരിന്റെ ഇച്ഛാശക്തിയുടെ ഫലമായി മാനേജ്മെന്റുകളുമായി ഒത്തുതീർപ്പുണ്ടാക്കി പാവപ്പെട്ട വിദ്യാർഥികൾക്ക് പഠിക്കാൻ കഴിയുന്ന ഒരു സംവിധാനം ഉണ്ടാക്കിയെടുത്തു. യാഥാർഥ്യ ബോധത്തോടെ ഉണ്ടാക്കിയ ഈ കരാർ അംഗീകരിക്കാൻ ചില മാനേജ് മെന്റുകൾ തയ്യാറായിട്ടില്ല. ഈ സമീപനത്തിനെതിരെ വിദ്യാഭ്യാസ വിച ക്ഷണരുടെയും സാധാരണക്കാരുടെയും വലിയ പ്രതിഷേധം വളർന്നുവ ന്നു. ഈ സാഹചര്യത്തിലാണ് സ്വാശ്രയബില്ലിനെയും സ്കൂൾ വിദ്യാഭ്യാ സത്തിൽ നടക്കുന്നുവെന്ന് അവർ വിഭാവനംചെയ്യുന്ന കാര്യങ്ങളെയും വച്ചുകൊണ്ട് പുതിയ ഇടയലേഖനങ്ങൾ പ്രത്യക്ഷപ്പെട്ടുതുടങ്ങിയത്. അ തുകൊണ്ട് ഇത് ചിലരുടെ സ്ഥാപിതതാൽപര്യം സംരക്ഷിക്കുന്നതിനുവേ ണ്ടിയാണെന്ന് ആരെങ്കിലും സംശയിച്ചാൽ അവരെ കുറ്റപ്പെടുത്താനാവി ല്ല. സമൂഹത്തിലെ പാവപ്പെട്ടവരും അധഃസ്ഥിതരുമായ ജനതയെ കൈ പിടിച്ചുയർത്തുക എന്ന ലക്ഷ്യം വച്ചുകൊണ്ടാണ് മിഷണറിമാർ വിദ്യാല യങ്ങളും കോളേജുകളും ആരംഭിച്ചത് എന്നത് ഓർക്കേണ്ടതാണ്.

സ്കൂൾ മേഖലയ്ക്കകത്ത് തദ്ദേശസ്വയംഭരണ സ്ഥാപനങ്ങൾക്ക് ഇട പെടാനുള്ള അവസരം ഇടതുപക്ഷ ജനാധിപത്യമുന്നണി ഉണ്ടാക്കിയെന്നും അതിലൂടെ മതസ്ഥാപനങ്ങളെ തകർക്കാനാണ് ശ്രമിക്കുന്നതെന്നുമാണ് ലേ ഖനങ്ങളിലെ മറ്റൊരു പ്രധാന വിമർശനം. ഇവിടെ നാം മനസ്സിലാക്കേണ്ട വസ്തുത തദ്ദേശസ്വയംഭരണ സ്ഥാപനങ്ങൾക്ക് അധികാരവും വിഭവവും

നൽകുക എന്ന വ്യവസ്ഥ 73, 74 ഭരണഘടനാ ഭേദഗതിയിലൂടെ പാർലമെ
ന്റ് ഉണ്ടാക്കിയതാണ്. ഐകകണ്ഠ്യേനയാണ് ഈ ബിൽ പാർലമെന്റ് പാ
സാക്കിയത്. കേരളത്തിന്റെ വിദ്യാഭ്യാസമേഖലയിൽ ഇതിന്റെ അടിസ്ഥാന
ത്തിലുള്ള നിയമ നിർമാണ ഉത്തരവ് (ജി.ഒ (പി) നമ്പർ 189/95/ത.വ.ഭ) 1995
സെപ്തംബർ 18-ാം തീയതി യുഡിഎഫിന്റെ ഭരണകാലത്താണ് ഇറക്കിയ
ത്. 2006 ജനുവരി ഒന്നാം തീയതി യുഡിഎഫ് സർക്കാർ ഇറക്കിയ സർക്കു
ലറിൽ (നമ്പർ 57125/പി2/05/ത.സ്വ.ഭ.വ) ഇക്കാര്യം കൂടുതൽ വ്യക്തമാക്കു
കയുംചെയ്തു. അന്നൊന്നും ഇത്തരം പ്രശ്നങ്ങൾ ആരും ഉന്നയിച്ചുമില്ല.

ഇപ്പോൾ ഇറക്കിയ ഇടയലേഖനങ്ങളിൽ ഇതിലൂടെ ഉണ്ടാവുന്ന മാ
റ്റം തങ്ങളുടെ അധികാരം കുറയ്ക്കുമെന്ന ആശങ്ക പ്രകടിപ്പിച്ചുകാണു
ന്നുണ്ട്. ഇടയലേഖനങ്ങളിൽ സ്കൂളുകളെ സംബന്ധിച്ച് ഉന്നയിക്കുന്ന വാ
ദങ്ങൾ പൊതുവിൽ ഇവയാണ്:

1. സ്കൂളുകളുടെ നിയന്ത്രണം മാനേജ്മെന്റിൽനിന്ന് എടുത്ത് രാഷ്ട്രീയ
    ക്കാരെ നിറച്ച പഞ്ചായത്ത് സമിതികളിലേക്ക് കൈമാറുക.

2. സ്ഥാപനങ്ങളിലെ പ്രവേശനത്തിനും നിയമനത്തിനുമുള്ള മാനേജ്മെ
    ന്റ് അവകാശങ്ങൾ കൈയേറുക.

3. ശനിയാഴ്ചയും ഞായറാഴ്ചയും അനുബന്ധ പ്രവൃത്തിദിനങ്ങളാക്കി
    വിശ്വാസാനുഷ്ഠാനങ്ങൾ നിഷേധിക്കുക.

4. സ്കൂളുകളിൽ പഠനസമയത്ത് രാഷ്ട്രീയ യോഗങ്ങൾ സംഘടിപ്പിക്കു
    ക.

5. വിദ്യാലയങ്ങളിൽനിന്ന് പ്രാർഥന, തിരുസ്വരൂപങ്ങൾ എന്നിവ നീക്കം
    ചെയ്ത് വിദ്യാർഥികളെ ദൈവവിശ്വാസത്തിൽനിന്ന് അകറ്റുക.

6. സദാചാരമൂല്യവും ധാർമികതയും ഈശ്വരവിശ്വാസവും ഇല്ലാതാക്കു
    ന്ന പാഠ്യപദ്ധതി അടിച്ചേൽപ്പിക്കുക.

7. കലണ്ടറിൽനിന്ന് ക്രിസ്ത്യൻ വിശേഷദിനങ്ങൾ ഒഴിവാക്കുക.

ഈ പറയുന്ന കാര്യങ്ങളെല്ലാം വസ്തുതകളുമായി ബന്ധമില്ലാത്ത
താണ്. മാനേജ്മെന്റുകളുടെ ഒരു അവകാശവും എടുത്തുമാറ്റാനോ വി
ശ്വാസങ്ങളെ ഹനിക്കുന്ന തരത്തിലുള്ള പ്രവർത്തനത്തിനോ സർക്കാർ
തയ്യാറാവില്ല. വിദ്യാലയങ്ങൾ രാഷ്ട്രീയകാര്യങ്ങൾക്കും മറ്റും ഏത് സമയ
ത്ത് വിട്ടുകൊടുക്കണം എന്നതിനുള്ള വിവേചനാധികാരം മാനേജ്മെന്റു
കൾക്കാണ് മുമ്പെന്നപോലെ ഇപ്പോഴും ഉള്ളത്. അതിനൊരു മാറ്റവും സം
ഭവിച്ചിട്ടില്ല. പ്രവൃത്തിദിവസം 200 എണ്ണം തികയ്ക്കുവാനും പിന്നോക്കം
കിടക്കുന്ന വിദ്യാർഥികളുടെ നിലവാരം മെച്ചപ്പെടുത്താനും ചില ശനി
യാഴ്ച സ്വയമേവ വിദ്യാലയങ്ങൾ പ്രവർത്തിക്കുന്നുണ്ട് എന്നല്ലാതെ അ
ധ്യയന ദിവസങ്ങൾ മാറ്റുന്ന കാര്യം ആലോചിച്ചിട്ടില്ല. കരിക്കുലവും സി
ലബസും ശാസ്ത്രീയമായ രീതിയിൽ തയ്യാറാക്കിയിട്ടുള്ളതാണ്. അതി
നെപ്പറ്റി എന്തെങ്കിലും പരാതിയുണ്ടെങ്കിൽ അത് പരിശോധിക്കാനുള്ള സം
വിധാനമുണ്ടുതാനും.

യാഥാർഥ്യങ്ങൾ ഇതായിരിക്കെ തെറ്റായി വന്ന കാര്യങ്ങൾ ഇടയ

ലേഖനങ്ങളിൽനിന്ന് ഒഴിവാക്കണമെന്നാണ് ഞാൻ പറഞ്ഞതിന്റെ രത്ന ച്ചുരുക്കം. സംഭവിക്കുന്ന പോരായ്മകൾ തിരുത്തുന്ന കാര്യത്തിൽ ജോ ൺ പോൾ രണ്ടാമൻ മാർപ്പാപ്പ കാണിച്ച മാതൃക ഈ അവസരത്തിൽ ഓർക്കുന്നത് നന്ന്. റെഡ് ഇന്ത്യൻസിനെതിരായി നടത്തിയ അതിക്രമ ങ്ങൾ തടയുന്ന കാര്യത്തിലും ആഫ്രിക്കയിലെ അടിമ വ്യാപാരത്തിനെ തിരെ നിലപാടെടുക്കുന്നതിലും സഭയ്ക്ക് പോരായ്മ വന്നിട്ടുണ്ടെന്ന് തു റന്നു പറയുന്നതിനുള്ള ആർജവം അദ്ദേഹം കാട്ടുകയുണ്ടായി. ആ മാതൃ ക അനുകരണീയമാണ്. ലാറ്റിനമേരിക്കൻ രാജ്യങ്ങളിൽ വിശ്വാസികളും കമ്മ്യൂണിസ്റ്റുകാരും യോജിച്ചുനിന്നുകൊണ്ട് അസമത്വങ്ങൾക്കെതിരായി പൊരുതുന്ന കാലമാണ് ഇതെന്ന കാര്യവും ഈ അവസരത്തിൽ ഓർമി പ്പിക്കട്ടെ.

സമുദായത്തിന്റെ പേരിൽ സേനയുണ്ടാക്കുമെന്ന ചിലരുടെ പ്രഖ്യാ പനം ഫലത്തിൽ കേരളത്തിലെ വർഗീയ-ഫാസിസ്റ്റ് സംഘടനകൾ നട ത്തുന്ന പ്രചാരണത്തെ ശക്തിപ്പെടുത്താൻ മാത്രമേ സഹായിക്കൂ. ഇത് കേരളത്തിലെ ഉന്നതമായ സാമൂഹ്യ സൗഹാർദത്തിന്റെ അന്തരീക്ഷം ത കർക്കുന്നതിന് ഇടയാക്കും. ഇത്തരമൊരു അന്തരീക്ഷം ഒഴിവാക്കുന്ന സ മീപനം ഉത്തരവാദപ്പെട്ടവർ സ്വീകരിക്കുമെന്നാണ് പ്രതീക്ഷിക്കുന്നത്. മ തസൗഹാർദത്തിനുവേണ്ടി പൊരുതുന്ന പ്രസ്ഥാനമെന്ന നിലയിൽ സി പിഐ എമ്മിന് ഈ പോരായ്മ തുറന്നുകാട്ടാതിരിക്കാൻ പറ്റില്ല.

വിശ്വാസികളെ സർക്കാരിനെതിരെ തിരിച്ച് രണ്ടാം വിമോചനസമരം നടത്തി രാഷ്ട്രീയലാഭം കൊയ്യാമെന്ന് ചിലർ വ്യാമോഹിക്കുന്നുണ്ട്. ഇവിടെ നാം മനസ്സിലാക്കേണ്ട വസ്തുത 1957 അല്ല 2007 എന്നതാണ്. വിമോചനസ മരത്തിന്റെ കരുത്തിൽ അന്ന് ഭരണം തകരുകയല്ല ഉണ്ടായത്. മറിച്ച് സം സ്ഥാന സർക്കാരിനെ കേന്ദ്രസർക്കാർ പിരിച്ചുവിടുകയായിരുന്നു. ഇന്നത്തെ രാഷ്ട്രീയ സാഹചര്യത്തിൽ അത്തരമൊന്ന് നടപ്പിലാക്കാൻ കോൺഗ്രസിന് കഴിയുമെന്ന് സാമാന്യബുദ്ധിയുള്ള ആരും കരുതില്ല. കേന്ദ്രസർക്കാർ നില നിൽക്കുന്നതുതന്നെ ഇടതുപക്ഷത്തിന്റെ തത്വാധിഷ്ഠിതമായ നിലപാടിന്റെ കരുത്തിലാണ്. സമരം കുത്തിപ്പൊക്കാൻ വെമ്പൽകൊള്ളുന്നവർ ഈ കാ ര്യം വിസ്മരിക്കരുത്.

ന്യൂനപക്ഷങ്ങൾക്കിടയിൽ പാർടിയുടെ സ്വാധീനം വർധിക്കുകയയ ണെന്ന് കഴിഞ്ഞ പാർലമെന്റ്-നിയമസഭാ തെരഞ്ഞെടുപ്പുകളും തിരുവ മ്പാടി ഉപതെരഞ്ഞെടുപ്പും വ്യക്തമാക്കിയിട്ടുള്ളതാണ്. ന്യൂനപക്ഷത്തി ലെ ഭൂരിപക്ഷത്തിന്റെ പിന്തുണ ഇടതുപക്ഷത്തിന് നേടാനായി എന്ന കാ ര്യം ഇത്തരം ആളുകൾ മറക്കരുത്. എന്നാൽ, ഏത് ജനവിഭാഗത്തിനു ണ്ടാകുന്ന ആശങ്കകളും ആവശ്യങ്ങളും ചർച്ചെയ്യാനും പരിഹരിക്കാനും പാർടി പ്രതിജ്ഞാബദ്ധമാണ്. തെറ്റായ പ്രചാരണങ്ങൾ നടത്തി സർക്കാ രിനെ ദുർബലപ്പെടുത്താനുള്ള ഒരു നീക്കവും അനുവദിക്കുകയുമില്ല. ര ണ്ടാം വിമോചനസമരത്തിന് കോപ്പുകൂട്ടാൻ ആഗ്രഹിക്കുന്നവർ 1957 അ ല്ല 2007 എന്ന് ഓർക്കുന്നത് നന്നായിരിക്കും.

ഇടതുപക്ഷ സർക്കാരുകളും കേരളത്തിന്റെ വികസനവും

കേരള സംസ്ഥാന രൂപീകരണത്തിനുവേണ്ടി വലിയ പോരാട്ടം കമ്യൂണിസ്റ്റ് പാർടിക്ക് നടത്തേണ്ടിവന്നിട്ടുണ്ട്. പുന്നപ്ര-വയലാർ സമര ത്തിന്റെ തന്നെ സുപ്രധാനമായ മുദ്രാവാക്യം ഐക്യകേരളത്തിന്റേതായി രുന്നു. ഈ കാഴ്ചപ്പാടിന് അനുയോജ്യമായ വിധത്തിലാണ് കേരളത്തിന്റെ സാംസ്കാരിക പ്രത്യേകതകളെയും നമ്മുടേതായ സവിശേഷതകളെയും വിശദീകരിച്ചുകൊണ്ട് *കേരളം മലയാളികളുടെ മാതൃഭൂമി* എന്ന പുസ്തകം ഇ എം എസ് എഴുതിയത്. രാജഭരണവും സാമ്രാജ്യത്വത്തിന്റെ ആധിപത്യവും ഫ്യൂഡൽ സംവിധാനങ്ങളും നിലനിൽക്കുന്ന ഒരു കേരളത്തെക്കുറിച്ചുള്ള സ്വപ്നം വലതുപക്ഷ ശക്തികൾ മുന്നോട്ടുവച്ചിരുന്നു. കൊച്ചി രാജാവ് ഉൾപ്പെടെയുള്ളവർ ഇത്തരമൊരു ഐക്യകേരളത്തെക്കുറിച്ചുള്ള കാഴ്ച പ്പാട് അവതരിപ്പിക്കുകയും ചെയ്തു. ഇതിനെ എതിർത്തുകൊണ്ടാണ് *കൊച്ചി രാജാവിന്റെ ഐക്യകേരളം ബ്രിട്ടീഷ് കമ്മട്ടത്തിൽ അടിച്ച കള്ളനാണയം* എന്ന ലഘുലേഖ എഴുതിയത്. ഇതിൽ ജന്മിത്വവും സാമ്രാജ്യത്വവും ഇല്ലാത്ത അടിസ്ഥാന ജനവിഭാഗത്തിന്റെ താൽപര്യങ്ങൾ മുന്നോട്ടുവയ്ക്കുന്ന കേര ളത്തെക്കുറിച്ചുള്ള കാഴ്ചപ്പാട് കമ്മ്യൂണിസ്റ്റ് പാർടി അവതരിപ്പിച്ചു.

കേരള സംസ്ഥാനം രൂപംകൊണ്ടശേഷമുള്ള 50 വർഷത്തിനിടയിൽ 15 വർഷമാണ് കമ്മ്യൂണിസ്റ്റ് പാർടിയുടെ നേതൃത്വത്തിലുള്ള സർക്കാരിന് കേരളത്തിൽ ഭരിക്കാൻ സാധിച്ചത്. എന്നാൽ കേരളത്തിന്റെ വികസന ത്തിന് അടിത്തറയിട്ട നിരവധി പരിഷ്കാരങ്ങൾക്ക് നേതൃത്വം നൽകിയത് ഈ സർക്കാരുകളായിരുന്നു. സംസ്ഥാനത്തിന്റെ ഭരണപരിഷ്കാരങ്ങളുടെ ചരിത്രം ഈ വസ്തുതയ്ക്ക് അടിവരയിടുകയാണ് ചെയ്യുന്നത്.

സംസ്ഥാനത്ത് ഭരണനേതൃത്വം കൈകാര്യം ചെയ്തതുകൊണ്ട് എല്ലാ പ്രശ്നങ്ങൾക്കും പരിഹാരം കാണാനാകും എന്ന അഭിപ്രായം

പാർടിക്ക് ഒരുകാലത്തും ഉണ്ടായിരുന്നില്ല. എന്നാൽ സംസ്ഥാനങ്ങൾക്ക് ഭരണഘടന നൽകിയ പരിമിതമായ സാധ്യത ഉപയോഗിച്ച് എങ്ങനെ ജന ങ്ങൾക്ക് ആശ്വാസകരമായ നടപടികൾ സ്വീകരിക്കാമെന്ന് കമ്മ്യൂണിസ്റ്റ് പാർടി തെളിയിക്കുകയാണ് ചെയ്തത്.

ഭാവികേരളം എന്തായിരിക്കണമെന്നതിനെ സംബന്ധിച്ച് വ്യക്തമായ കാഴ്ചപ്പാട് കമ്യൂണിസ്റ്റ് പാർടി സംസ്ഥാന രൂപീകരണത്തിനു മുമ്പുതന്നെ ഉണ്ടാക്കിയിരുന്നു. 1956 ജൂൺ 22, 23, 24 തീയതികളിൽ തൃശൂരിൽ ചേർന്ന പാർടിയുടെ സംസ്ഥാന സമ്മേളനം ഇതു സംബന്ധിച്ച ഒരു രേഖ അംഗീ കരിച്ചിരുന്നു. ഇതിന്റെ അടിസ്ഥാനത്തിലാണ് പിന്നീട് അധികാരത്തിൽ വന്ന സർക്കാർ ഭരണപരിഷ്കാരങ്ങൾ നടപ്പിലാക്കിയത്.

കുടിയൊഴിപ്പിക്കൽ അവസാനിപ്പിക്കൽ, കാർഷികബന്ധബില്ല്, വിദ്യാ ഭ്യാസമേഖലയിലെ പരിഷ്കാരങ്ങൾ, തൊഴിൽ സമരങ്ങളിൽ പോലീസ് ഇടപെടാൻ പാടില്ലെന്ന നയം, അധികാര വികേന്ദ്രീകരണത്തിനുവേണ്ടി യുള്ള പരിശ്രമങ്ങൾ തുടങ്ങിയവ എടുത്തുപറയേണ്ടതാണ്. വിദ്യാഭ്യാസം സാർവത്രികമാക്കുന്നതിന് സർക്കാർ സ്വീകരിച്ച നടപടികളാണ് പിൽക്കാ ലത്ത് വിദേശ രാജ്യങ്ങളിൽ പോയി ജോലി ചെയ്ത് ജീവിക്കാനുള്ള സാഹ ചര്യം സൃഷ്ടിച്ചത്. പ്രവാസികളുടെ സമ്പത്ത് കേരളത്തിന്റെ സമ്പദ്ഘട നയിൽ ഏറെ നിർണ്ണായകമാണ് എന്നറിയുമ്പോഴാണ് ഇതിന്റെ പ്രാധാന്യം വ്യക്തമാകുന്നത്. ന്യൂനപക്ഷ സമുദായങ്ങൾക്ക് ചില മേഖലകളിൽ ഉണ്ടാ യിരുന്ന നിയന്ത്രണങ്ങൾ എടുത്തുമാറ്റുന്നതിനും ഭൂരിപക്ഷ സമുദായത്തി നൊപ്പമുള്ള സൗകര്യങ്ങൾ ഉണ്ടാക്കുന്നതിനുമുള്ള നടപടി ഈ കാല ത്താണ് ഉണ്ടാകുന്നത്. പിന്നോക്ക പ്രദേശമായ മലബാറിന്റെ വികസന ത്തിന് പ്രത്യേകമായ ഊന്നൽ നൽകുന്നതിനും ശ്രദ്ധിച്ചിരുന്നു.

ഈ സർക്കാരിന് അഭിമുഖീകരിക്കേണ്ടിവന്ന പ്രശ്നങ്ങൾ മനസ്സി ലാക്കുമ്പോഴാണ് സംസ്ഥാന സർക്കാരുകൾക്ക് ഭരണഘടന നൽകുന്ന അധികാരങ്ങൾ എത്രത്തോളം പരിമിതമാണെന്ന് ബോധ്യപ്പെടുന്നത്. ജനാ ധിപത്യപരമായി തെരഞ്ഞെടുക്കപ്പെട്ട സർക്കാർ ആയിരുന്നിട്ടും അതിനെ പിരിച്ചുവിടുകയാണ് കേന്ദ്രസർക്കാർ ചെയ്തത്. സംസ്ഥാന സർക്കാരിന്റെ നിലനിൽപ്പുതന്നെ ദുർബ്ബലമാണെന്ന് തെളിയിച്ച സംഭവമായിരുന്നു ഇത്.

1967 ൽ കോൺഗ്രസ്സിനെതിരായ വികാരം രാജ്യത്താകമാനം അല യടിക്കാൻ തുടങ്ങിയ ഘട്ടമായിരുന്നു. സംസ്ഥാനങ്ങളിൽ പലതിലും കോൺഗ്രസ്സിന് അധികാരം നഷ്ടപ്പെട്ടു. കേന്ദ്ര ഭരണവർഗത്തെ പ്രതിനി ധീകരിച്ച കോൺഗ്രസ് നയങ്ങളുമായി അഭിപ്രായവ്യത്യാസം ഉണ്ടായിരുന്ന പ്രാദേശിക കക്ഷികൾ ഇടതുപക്ഷത്തോട് ചേർന്ന് പ്രവർത്തിക്കുന്ന രാഷ്ട്രീയ സ്ഥിതിഗതികൾ രൂപപ്പെട്ടു. ഈ സ്വാധീനം കേരളത്തിലും ഉണ്ടാ യി. സപ്തകക്ഷി മുന്നണിയുടെ രൂപീകരണവും അധികാര പ്രവേശവും ഇതിന്റെ ഫലമായാണ് ഉണ്ടായത്.

ഈ സർക്കാർ 1957 ലെ സർക്കാരിന്റെ നയങ്ങളുടെ തുടർച്ച തന്നെ യാണ് മുന്നോട്ടുവച്ചത്. കാർഷികപരിഷ്കരണ ബില്ല്, അധികാരവികേ

ന്ദ്രീകരണ പ്രക്രിയ ശക്തിപ്പെടുത്താനുള്ള നടപടികൾ, വിദ്യാഭ്യാസത്തിന്റെ ജനാധിപത്യവൽക്കരണം തുടങ്ങിയ കാര്യങ്ങൾക്ക് ഊന്നൽ നൽകി. 1957 ൽ കുടിയൊഴിപ്പിക്കൽ അവസാനിപ്പിച്ചുവെങ്കിൽ കിടന്നുറങ്ങാൻ ഒരു തുണ്ട് ഭൂമി ലഭിക്കുന്ന നയസമീപനം ഈ സർക്കാരാണ് നടപ്പാക്കിയത്. വിദ്യാ ലയങ്ങളിലെ പാർലമെന്ററി സംവിധാനവും സർവ്വകലാശാലകളിലെ സെന റ്റുകളുടെയും സിൻഡിക്കേറ്റുകളുടെയും രൂപീകരണവും ഈ സർക്കാരിന്റെ സുപ്രധാന സംഭാവനയാണ്. കേരളത്തിൽ തദ്ദേശസ്വയംഭരണ സ്ഥാപന ങ്ങളിലേക്കുള്ള തെരഞ്ഞെടുപ്പ് ചിട്ടയായ രീതിയിൽ നടപ്പിലാക്കിയതും സപ്തകക്ഷി മുന്നണി സർക്കാരിന്റെ നേട്ടങ്ങളിൽപ്പെട്ടതാണ്. പിന്നോക്ക പ്രദേശമെന്ന നിലയ്ക്ക് മലപ്പുറം ജില്ലയുടെ രൂപീകരണവും കാലിക്കറ്റ് സർവ്വകലാശാലയുടെ ആരംഭവും ഈ സർക്കാരിന്റെ നേട്ടത്തിൽ പ്പെട്ടതുതന്നെ. പക്ഷേ മുന്നണിക്കകത്തെ കുത്തിത്തിരിപ്പുകൾ കാരണം ഈ സർക്കാർ തകർക്കപ്പെടുകയാണ് ഉണ്ടായത്. എങ്കിലും കേരളത്തിന്റെ വികസന ചരിത്രത്തിൽ ഈ സർക്കാരിനും സുപ്രധാനമായ പങ്കുണ്ട്.

പിന്നീട് 1980 ൽ അധികാരത്തിൽ വന്ന കമ്മ്യൂണിസ്റ്റ് പാർടിയുടെ നേതൃത്വത്തിലുള്ള മന്ത്രിസഭ സുപ്രധാനമായ പല നേട്ടങ്ങൾക്കും നേതൃ ത്വപരമായ പങ്കുവഹിച്ചു. ഇന്ത്യയിൽ ആദ്യമായി കർഷകത്തൊഴിലാളി കൾക്ക് പെൻഷൻ നടപ്പിലാക്കിയത് ഈ സർക്കാരായിരുന്നു. മാവേലി സ്റ്റോർ എന്ന ആശയം അവതരിപ്പിച്ചുകൊണ്ട് എല്ലാ ഉൽപ്പന്നങ്ങളും കുറഞ്ഞ വിലയ്ക്ക് ജനങ്ങളിൽ എത്തിക്കാനുള്ള സംവിധാനം ഈ കാലത്ത് നിലവിൽ വന്നു. അധികാര വികേന്ദ്രീകരണ പ്രക്രിയ ശക്തി പ്പെടുത്തുന്നതിന്റെ ഭാഗമായി ജില്ലാ കൗൺസിലുകളുടെ രൂപീകര ണത്തിനുള്ള പ്രവർത്തനങ്ങൾ ഈ കാലയളവിലാണ് ശക്തിപ്രാപിക്കു ന്നത്. അതോടൊപ്പംതന്നെ, നേരത്തെ അധികാരത്തിൽ വന്ന കമ്യൂണിസ്റ്റ് സർക്കാരുകൾ സ്വീകരിച്ച നയസമീപനം മുറുകെപ്പിടിക്കുന്ന കാര്യത്തിലും ഒരു വിട്ടുവീഴ്ചയും ഈ സർക്കാർ ചെയ്തില്ല. മുന്നണിയിലെ വലതു പക്ഷ രാഷ്ട്രീയ ശക്തികൾ പിന്തുണ പിൻവലിച്ചതോടെയാണ് ഈ സർക്കാരിനും അധികാരത്തിൽ നിന്ന് പുറത്തുപോകേണ്ടിവന്നത്.

1987 ൽ വർഗീയശക്തികളെ മാറ്റിനിർത്തിക്കൊണ്ട് ഇടതുപക്ഷ ജനാ ധിപത്യമുന്നണി സംവിധാനം അധികാരത്തിൽ വന്നു. തൊഴിലാളി വിഭാ ഗങ്ങൾക്ക് പെൻഷനും ക്ഷേമനിധിയും നടപ്പാക്കുന്ന പ്രവർത്തനത്തിന് ഈ സർക്കാരും ഊന്നൽ നൽകി. വിദ്യാഭ്യാസമേഖലയിലെ കച്ചവടവൽക്ക രണ നയങ്ങളെ പ്രതിരോധിക്കുന്ന കാര്യത്തിലും ഈ കാലത്ത് കാണിച്ച ജാഗ്രത എടുത്തുപറയേണ്ടതാണ്. ജനങ്ങളെ വികസനപ്രവർത്തനത്തിന് വൻതോതിൽ കണ്ണിയാക്കുന്ന വികസന ശൈലിയും 1980 ലെ ഈ സർക്കാ രിന്റെ സംഭാവനകളിൽ എടുത്തുപറയേണ്ടതാണ്. സമ്പൂർണസാക്ഷ രതാപരിപാടി സംസ്ഥാനത്ത് നടപ്പാക്കി ലോകത്തിനു തന്നെ മാതൃകയാ കുന്ന ഇടപെടലും ഈ കാലത്തുണ്ടായി.

1957 ലെ സർക്കാർ വികസനത്തിന് അടിത്തറയിട്ടുകൊണ്ട് നടപ്പി

ലാക്കിയ നയങ്ങൾ സംസ്ഥാനത്ത് ഏറെ നേട്ടങ്ങൾ സംഭാവന ചെയ്തു. കേരളാ മോഡൽ എന്ന് ലോകം മുഴുവൻ വിശേഷിപ്പിക്കപ്പെട്ട വികസന മാതൃക ഇതിലൂടെയാണ് ഉണ്ടായത്. ഇതിന് നിരവധി സവിശേഷകളു ണ്ടായിരുന്നു.

(എ) സാമ്പത്തികമായി താരതമ്യേന പിന്നോക്കമാണെങ്കിലും ഉചി തമായ പുനർവിതരണ പരിപാടികളിലൂടെ താരതമ്യേന ഉയർന്ന ജീവിതനിലവാരം ജനങ്ങൾക്ക് ലഭിച്ചു.

(ബി) സാർവത്രിക വിദ്യാഭ്യാസം

(സി) പ്രാഥമിക ആരോഗ്യ പരിരക്ഷ

(ഡി) മിനിമം കൂലി

(ഇ) വീടുവയ്ക്കാൻ ഭൂരിപക്ഷത്തിനും ഒരുതുണ്ട് ഭൂമി.

(എഫ്) ജാതിവ്യവസ്ഥയുടെ ഭീകരമായ രൂപങ്ങളുടെ ഇല്ലായ്മ ചെയ്യൽ.

കമ്മ്യൂണിസ്റ്റ് പാർടിയുടെ നേതൃത്വത്തിലുള്ള സർക്കാരുകളുടെ പ്രവർത്തനഫലമായി ഉജ്ജ്വലമായ ഇത്തരം നേട്ടങ്ങൾ ലോകത്തുതന്നെ ചർച്ച ചെയ്യപ്പെടുന്ന തരത്തിൽ ഉണ്ടാക്കിയെടുക്കുവാൻ കഴിഞ്ഞു. വല തുപക്ഷ സർക്കാരുകൾ ഈ നേട്ടങ്ങളെ തകർക്കുന്നതിന് അധികാരം കിട്ടുന്ന അവസരങ്ങളിലെല്ലാം പരിശ്രമിച്ചു. എങ്കിലും പാർടി ബഹുജനങ്ങളെ അണിനിരത്തി നടത്തിയ പ്രതിരോധത്തിന്റെ ഫലമായി അവയെ തടയി ടാൻ കഴിയുകയും ചെയ്തു. പൊതുവിൽ ഏറെ നേട്ടങ്ങൾ നേടിയെടുക്കു വാൻ കഴിഞ്ഞുവെങ്കിലും നമ്മുടെ സമ്പദ്ഘടനയ്ക്ക് ചില ദൗർബല്യങ്ങൾ ഉണ്ടായിരുന്നു. ആ ദൗർബല്യങ്ങൾ പൊതുവിൽ ഇവയാണ്:

(എ) സാമൂഹ്യനേട്ടങ്ങൾക്കനുസരിച്ച സാമ്പത്തിക വളർച്ച സംസ്ഥാനത്ത് ഉണ്ടായില്ല.

(ബി) കാർഷിക–വ്യവസായ മേഖല ദുർബ്ബലമായി കിടന്നു.

(സി) തൊഴിലില്ലായ്മ വർദ്ധിച്ചുവരുന്ന സ്ഥിതിയുമുണ്ടായി.

(ഡി) വിദ്യാഭ്യാസത്തിന്റെയും ആരോഗ്യത്തിന്റെയും നിലവാര ത്തകർച്ചയും രൂപപ്പെട്ടുതുടങ്ങി.

ഈ പ്രശ്നങ്ങൾ പരിഹരിക്കുന്നതിന് വ്യക്തമായ ഒരു കർമ്മപദ്ധതി രൂപീകരിക്കാനുള്ള തീരുമാനം പാർടി സ്വീകരിച്ചു. അതിന്റെ ഭാഗമായി 1994 ൽ ഒരു അന്താരാഷ്ട്രപഠനകോൺഗ്രസ് കേരള വികസന പ്രശ്നങ്ങൾ ചർച്ച ചെയ്യാൻ ഇ എം എസ് മുൻകൈയെടുത്ത് വിളിച്ചുചേർത്തു. ഇതിന്റെ അടിസ്ഥാനത്തിൽ ചില കാര്യങ്ങളിൽ അഭിപ്രായ ഐക്യമുണ്ടായി.

(എ) കാർഷിക–വ്യാവസായികാദി മേഖലകളിലെ ഉൽപ്പാദനവും ഉൽപ്പാദനക്ഷമതയും ഉയർത്തണം. സേവനമേഖലയിൽ എണ്ണത്തിലുള്ള വർദ്ധനവല്ല ഗുണത്തിലുള്ള മെച്ചപ്പെടലാണ് വേണ്ടത്.

(ബി) കേരളത്തിൽ ഇന്നും അവശേഷിക്കുന്ന ദാരിദ്ര്യത്തിന്റെ തുരു ത്തുകളിൽ പ്രത്യേക സാമൂഹ്യശ്രദ്ധ പതിയണം. വികസന

ത്തിന് സ്ത്രീപങ്കാളിത്തം ഗൗരവമായ പരിശോധനയ്ക്ക് വിധേയമാക്കണം.

(സി)   ജനപങ്കാളിത്ത വികസനമാതൃകയ്ക്ക് ഊന്നൽ കൊടുക്കണം. അധികാരവികേന്ദ്രീകരണ പ്രവർത്തനം ഇതിന് അനിവാര്യ മാണ്.

പഠന കോൺഗ്രസ്സിൽ ഉയർന്നുവന്ന അഭിപ്രായങ്ങൾകൂടി കണക്കി ലെടുത്താണ് 1996 ൽ അധികാരത്തിൽ വന്ന പാർടിയുടെ നേതൃത്വത്തി ലുള്ള മന്ത്രിസഭ വികസന പ്രവർത്തനങ്ങൾ ആസൂത്രണം ചെയ്തത്. ഇതിന്റെ ഭാഗമായി ജനകീയാസൂത്രണം എന്ന പേരിൽ അധികാരവികേ ന്ദ്രീകരണത്തിനുള്ള ശക്തമായ പ്രവർത്തനം നടപ്പാക്കി. പുത്തൻ വിക സന മേഖലകളായ ബയോ-ടെക്നോളജി, ഇൻഫർമേഷൻ ടെക്നോളജി എന്നിവയ്ക്കും മുന്തിയ പ്രാധാന്യം നൽകി. ടൂറിസം സാധ്യതകൾ വിക സിപ്പിക്കാനുള്ള പദ്ധതികളും രൂപപ്പെടുത്തി. സാമൂഹ്യക്ഷേമപദ്ധതികളും ആരോഗ്യ-വിദ്യാഭ്യാസ മേഖലയിലെയും നിലവാരം മെച്ചപ്പെടുത്തുന്നതി നുള്ള പരിപാടികൾ നടപ്പാക്കി. എന്നാൽ ആഗോളവൽക്കരണം കേരള സമ്പദ്ഘടനയിലുണ്ടാക്കിയ ശക്തമായ പ്രത്യാഘാതം ഇത്തരം വികസന പ്രവർത്തനങ്ങൾ ജനങ്ങളുടെ മനസ്സിൽ ഏശാതെപോകുന്നതിന് ഇടയാ ക്കി. ഇത് തുടർന്നു നടന്ന നിയമസഭാ തെരഞ്ഞെടുപ്പിലെ പരാജയത്തിന് കളമൊരുക്കി.

തുടർന്ന് സംസ്ഥാനത്ത് അധികാരത്തിൽ വന്ന യു ഡി എഫ് സർക്കാർ ആഗോളവൽക്കരണ പരിപാടികൾ കരുത്തോടെ നടപ്പാക്കുക പ്രധാനപ്പെട്ട അജണ്ടയായി മുന്നോട്ടുവച്ചു. ഇതിനെതിരെ ബഹുജനങ്ങളെ അണിനിരത്തിയുള്ള സമരപോരാട്ടങ്ങൾക്ക് പാർടി നേതൃത്വം നൽകി. അതോടൊപ്പം, ഈ പരിതഃസ്ഥിതിയെ മുറിച്ചുകടക്കാൻ സംസ്ഥാനത്തിന് എന്തുചെയ്യാൻ സാധിക്കും എന്നതിന് അനുയോജ്യമായ ഒരു കർമ്മപ ദ്ധതി രൂപീകരിക്കാനും പാർടി തീരുമാനിച്ചു. അതിന്റെ അടിസ്ഥാനത്തിൽ മൂർത്തമായ ബദൽ നിർദ്ദേശം രൂപീകരിക്കാൻ അന്താരാഷ്ട്ര കേരള പഠന കോൺഗ്രസ് സംഘടിപ്പിച്ചു. ഇതിൽ നിന്ന് ഉരുത്തിരിഞ്ഞ നിർദ്ദേശങ്ങൾ കൂടി ഉൾപ്പെടുത്തി കഴിഞ്ഞ നിയമസഭാ തിരഞ്ഞെടുപ്പിൽ ഇടതുപക്ഷ ജനാധിപത്യമുന്നണി പ്രകടനപത്രിക മുന്നോട്ടുവച്ചു. ആഗോളവൽക്കരണ ത്തിന്റെ ദുരിതങ്ങളെ സംസ്ഥാന സർക്കാരിന്റെ പരിമിതികൾക്കകത്തു നിന്നുകൊണ്ട് പ്രതിരോധിക്കാനുള്ള കാഴ്ചപ്പാടുകളാണ് ഇതിൽ അടങ്ങി യിരിക്കുന്നത്. ഈ കാര്യപരിപാടിക്ക് ചരിത്രത്തിൽ ഇന്നേവരെ ലഭിക്കാത്ത പിന്തുണ നേടിയെടുക്കാൻ ഇടതുപക്ഷ മുന്നണിക്ക് കഴിഞ്ഞു.

പ്രകടനപത്രികയിൽ മുന്നോട്ടുവച്ച കാഴ്ചപ്പാടുകൾ പ്രായോഗിക മാക്കുന്നതിന് ചില മുൻഗണനാക്രമങ്ങൾ നിശ്ചയിച്ചാണ് സർക്കാർ മുന്നോ ട്ടുപോകുന്നത്. അഞ്ചുവർഷം പൂർത്തിയാകുമ്പോൾ പ്രകടനപത്രികയിലെ മുഴുവൻ കാര്യങ്ങളും നടപ്പാക്കുക എന്ന ലക്ഷ്യം ഇതിലൂടെ പൂർത്തീക രിക്കാനാകുമെന്നാണ് പ്രതീക്ഷിക്കുന്നത്. കാർഷിക-വ്യവസായ മേഖല

യിലെ ഉൽപ്പാദനവും ഉൽപ്പാദനക്ഷമതയും വർദ്ധിപ്പിക്കുക, വൈദ്യുതി, റെയിൽ, റോഡ്, തുറമുഖ വികസനപ്രവർത്തനങ്ങൾക്ക് പ്രാധാന്യം നൽകുക, പുത്തൻ വികസന മേഖലകളായ ഇൻഫർമേഷൻ ടെക്നോളജി, ബയോ–ടെക്നോളജി, ടൂറിസം എന്നീ മേഖലകളിൽ വർദ്ധിതമായ ശ്രദ്ധ കൊടുക്കുക, പരമ്പരാഗത മേഖലകളെ നവീകരിക്കുക, വിദ്യാഭ്യാസ ആരോഗ്യ മേഖലകളുടെ നിലവാരമുയർത്തുന്നതിനുള്ള പരിപാടികൾ ആവിഷ്കരിച്ച് നടപ്പിലാക്കുക, എല്ലാ ജനവിഭാഗങ്ങൾക്കും സൈരജീവി തവും വെള്ളവും വെളിച്ചവും ഉറപ്പുവരുത്തുക, ആദിവാസി,ദളിത്, മത്സ്യ ത്തൊഴിലാളികൾ, സ്ത്രീകൾ എന്നിവരുടെ പ്രശ്നങ്ങൾ പരിഹരിക്കുന്ന തിന് ഊന്നൽ നൽകുക, തദ്ദേശസ്വയംഭരണ സ്ഥാപനങ്ങളെ പ്രാദേശിക സർക്കാരുകളാക്കി ഉയർത്തുക, ക്ലീൻ കേരളാ പദ്ധതി നടപ്പാക്കുക, പരി സ്ഥിതി സംരക്ഷണം ലക്ഷ്യമാക്കിയുള്ള പദ്ധതികൾ ആവിഷ്കരിക്കുക തുടങ്ങിയവയാണ് ഇതിൽ പ്രധാനമായത്.

ഈ ദിശയിൽ തന്നെയാണ് സംസ്ഥാന സർക്കാർ നീങ്ങിക്കൊണ്ടി രിക്കുന്നതെന്ന് ഈ ചെറിയ കാലയളവിനുള്ളിൽത്തന്നെ വ്യക്തമായിട്ടു ണ്ട്. കാർഷിക കടാശ്വാസ നിയമം, പൊതുമേഖലാ സ്ഥാപനങ്ങളുടെ നവീ കരണം, പരമ്പരാഗത മേഖലയെ ശക്തിപ്പെടുത്താനുള്ള നടപടികൾ, ആരോഗ്യ-വിദ്യാഭ്യാസ മേഖലയുടെ നിലവാരം മെച്ചപ്പെടുത്താനുള്ള പദ്ധ തികൾ, കേരള ഷോപ്സ് ആന്റ് കൊമേഴ്സ്യൽ എസ്റ്റാബ്ലിഷ്മെന്റ് തൊഴി ലാളി ക്ഷേമനിധി ആക്ട് 2006, സർക്കാർ ഭൂമി വീണ്ടെടുക്കാനുള്ള നട പടി, സ്മാർട്ട് സിറ്റി കരാർ, കേന്ദ്രസർക്കാരിൽ നിന്ന് അർഹതപ്പെട്ട കാര്യ ങ്ങൾ നേടിയെടുക്കാനുള്ള കാര്യക്ഷമമായ ഇടപെടൽ, ശുചിത്വകേരളം പരിപാടി തുടങ്ങിയവ എടുത്തുപറയേണ്ടതാണ്.

ഇത്തരത്തിൽ സംസ്ഥാന സർക്കാർ ജനങ്ങൾക്ക് ആശ്വാസകരമായ നിരവധി പ്രവർത്തനങ്ങളുമായി മുന്നോട്ടുപോവുകയാണ്. ഇത്തരം പ്രവർത്തനങ്ങൾക്ക് നേതൃത്വം കൊടുക്കാൻ പാർടിയുടെ നേതൃത്വത്തി ലുള്ള സർക്കാരുകൾക്ക് കഴിയുന്നത് ജനകീയാവശ്യങ്ങൾ ഉയർത്തിപ്പി ടിച്ച് പാർടി നടത്തുന്ന പ്രക്ഷോഭങ്ങളുടെ അടിത്തറയിലാണ്. അത്തരം സമരങ്ങളില്ലെങ്കിൽ ഇത്തരം നേട്ടം കൈവരിക്കാൻ കഴിയില്ല. കൂടുതൽ മെച്ചപ്പെട്ട ജീവിതനിലവാരത്തിനും സാമൂഹ്യ പരിവർത്തനത്തിനും വേണ്ടി ഇന്ത്യൻജനത നടത്തിയ പോരാട്ടങ്ങളുടെ കാവൽമാടമായി കേരള സർക്കാർ മാറുകയാണ്. നിലനിൽക്കുന്ന വ്യവസ്ഥയുടെ പരിമിതികൾക്കു ള്ളിൽ നിന്നുകൊണ്ട് ആശ്വാസകരമായ നിരവധി നേട്ടങ്ങൾ നേടിയിട്ടുള്ള കേരളത്തിലെ ഇടതുപക്ഷ സർക്കാരുകളുടെ തുടർച്ച കൂടിയാണിത്. ആഗോളവൽക്കരണ വിരുദ്ധ നിലപാടുകൾ സ്വീകരിച്ച് ജനക്ഷേമകരമായ പരിപാടികളുമായി മുന്നോട്ടുപോകുന്ന കേരളത്തിലെ ഇടതുപക്ഷ ജനാ ധിപത്യമുന്നണി സർക്കാരിനെ സംരക്ഷിക്കുക എന്നത് ആഗോളവൽക്ക രണ വിരുദ്ധ പോരാട്ടത്തിലെ മുഖ്യ കടമകളിലൊന്നാണ്.

ചരിത്രം

രാഷ്ട്രീയരംഗത്ത് ഇ എം എസിന്റെ സംഭാവനകൾ

ഇന്ത്യൻ രാഷ്ട്രീയത്തിന് ഇ എം എസ് നൽകിയ സംഭാവനകൾ ചരിത്ര പശ്ചാത്തലത്തിൽ സമഗ്രമായി വിലയിരുത്തിക്കഴിഞ്ഞിട്ടുണ്ട് എന്ന് പറയാനാവില്ല. ഇന്ത്യൻ രാഷ്ട്രീയത്തിൽ ഇ എം എസ് വഹിച്ച പങ്കിനെ ക്കുറിച്ച് ലേഖനങ്ങളും പഠനങ്ങളും വന്നിട്ടുണ്ട്. എന്നാൽ ഇന്ത്യൻ രാഷ്ട്രീ യത്തിന് ഇ എം എസ് നൽകിയ സംഭാവനകൾ എന്തൊക്കെയാണ് എന്ന് കൃത്യമായി എടുത്തുപറയുന്ന സമഗ്രമായ വിലയിരുത്തൽ ഇനിയും ഉണ്ടാ വേണ്ടതായിട്ടാണിരിക്കുന്നത്. എത്ര ബുദ്ധിമുട്ടേറിയതും യാതനാനിർഭര വുമായിരുന്നു കമ്യൂണിസ്റ്റ് പാർട്ടി കെട്ടിപ്പടുക്കുന്ന ഘട്ടത്തിൽ അദ്ദേഹ ത്തിനും മറ്റു സഖാക്കൾക്കും നേരിടേണ്ടിവന്നിട്ടുള്ള ഭൗതിക സാഹചര്യം എന്നത് ഏറെ ചർച്ച ചെയ്യപ്പെട്ടിട്ടുണ്ട്. ഒളിവുജീവിതത്തിന്റെ കാഠിന്യവും തലയ്ക്ക് വില പറയുന്ന അവസ്ഥയുടെ ഭീകരതയും ഒക്കെ അതിൽപ്പെ ടും. എന്നാൽ എത്രയേറെ പ്രതികൂലമായ രാഷ്ട്രീയ സാഹചര്യങ്ങളെ നേരിട്ടുകൊണ്ടാണ് ഇ എം എസും സഖാക്കളും പാർട്ടി കെട്ടിപ്പടുത്തത് എന്നത് കൂടുതൽ പഠനവും ഗവേഷണവും അർഹിക്കുന്നുണ്ട്.

ഇ എം എസ് കോൺഗ്രസിൽ നിന്ന് കോൺഗ്രസ് സോഷ്യലിസ്റ്റ് പാർട്ടിയിലേക്കും പിന്നീട് കമ്യൂണിസ്റ്റ് പാർട്ടിയിലേക്കുമുള്ള വഴിതിരിയു ന്നത് രാഷ്ട്രീയാനുഭവങ്ങളുടെയും കാഴ്ചപ്പാടിൽ വന്ന മാറ്റങ്ങളുടേയും പ്രത്യയശാസ്ത്രപരമായ ബോധ്യത്തിന്റെയുമൊക്കെ അടിസ്ഥാനത്തി ലാണ്. എന്നാൽ അതൊന്നും അതേപടി പങ്കിടാൻ പാകമായ മനസായി രുന്നില്ല ആ കാലഘട്ടങ്ങളിലൊന്നും ഇന്ത്യൻ ജനസമൂഹത്തിനുണ്ടായി രുന്നത്. മഹാത്മാഗാന്ധി ദൈവതുല്യമായ പരിവേഷത്തോടെ ഉയർന്നു നിന്ന ഘട്ടം. ഗാന്ധിസം ഇന്ത്യൻ ജനതയുടെ പൊതുവികാരമായി വളർന്നു നിന്ന ഘട്ടം. രാജ്യത്തെ സ്വാതന്ത്ര്യത്തിലേക്ക് നയിക്കുന്ന പ്രസ്ഥാനമെന്ന

നിലയ്ക്ക് കോൺഗ്രസിന്റെ സ്വീകാര്യത ഏറ്റവുമധികം ഉയർന്നുനിന്നിരുന്ന ഘട്ടം. അത്തരമൊരു ഘട്ടത്തിൽ കോൺഗ്രസ് സോഷ്യലിസ്റ്റ് പാർട്ടിയി ലേക്കും കമ്മ്യൂണിസ്റ്റ് പാർട്ടിയിലേക്കും വഴിതിരിയുന്നതിനു പിന്നിലെ നില പാടുകൾ ജനസമൂഹത്തെക്കൊണ്ട് അംഗീകരിപ്പിക്കുക എന്നത് അതീവ വിഷമകരമായിരുന്നു. ബ്രിട്ടീഷ് സാമ്രാജ്യത്വത്തെ മാത്രമല്ല, ആശയരം ഗത്തെ ഈ പ്രതികൂലാവസ്ഥ കൂടി നേരിടേണ്ടതുണ്ടായിരുന്നു ഇ എം എസിന് ആദ്യഘട്ടത്തിൽ.

1922-ലെ ചൗരിചൗരാ സംഭവത്തെ തുടർന്ന് ഒന്നാം നിസ്സഹകരണ പ്രസ്ഥാനത്തിന് കടിഞ്ഞാണിടുകയും 31-ൽ വൈസ്രോയി ആയിരുന്ന ഇർവിൻ പ്രഭുവുമായി സന്ധി ചെയ്ത് ഉപ്പ് സത്യാഗ്രഹം പിൻവലിക്കുക യുമൊക്കെ ചെയ്ത ഗാന്ധിജിയുടെ പ്രവൃത്തികൾ കോൺഗ്രസിലെ ഇ എം എസ് അടക്കമുള്ള പുരോഗമന ചിന്താഗതിക്കാരെ അസ്വസ്ഥപ്പെടു ത്തിയിരുന്നു. എന്നാൽ, ആ അസ്വസ്ഥത പങ്കിടാനുള്ള പക്വത അന്ന് ജന സമൂഹത്തിൽ മഹാഭൂരിപക്ഷത്തിനും ഇല്ലായിരുന്നു. ഗാന്ധിജിയുടെയും കോൺഗ്രസിന്റെയും പ്രഭാവം ജ്വലിച്ചുതന്നെ നിന്നു. ആ സാഹചര്യത്തിൽ കോൺഗ്രസിൽ നിന്ന് വഴിതിരിഞ്ഞ് കോൺഗ്രസ് സോഷ്യലിസ്റ്റ് പാർട്ടി യിലേക്കും കമ്മ്യൂണിസ്റ്റ് പാർട്ടിയിലേക്കും ഒക്കെ മാറുക, ആ പ്രസ്ഥാനങ്ങൾ സംഘടിപ്പിക്കുക എന്നൊക്കെ പറഞ്ഞാൽ അതീവ ശ്രമ കരമായ കാര്യങ്ങളായിരുന്നു. ആ ശ്രമകരമായ ദൗത്യമാണ് ഇ എം എസ് രാഷ്ട്രീയ രംഗത്ത് ആദ്യം ഏറ്റെടുത്തത്. ഒഴുക്കിനനുസരിച്ച് ഒഴുകുന്ന തിന്റെ സുഖമല്ല, ഒഴുക്കിനെതിരെ നീന്തുന്നതിന്റെ ക്ലേശമാണ് ഇ എം എസ് അന്നേ ഏറ്റെടുത്തത്.

1934 മെയ് 17-ന് പട്നയിൽ ചേർന്ന കോൺഗ്രസുകാരുടെ യോഗ മാണ് കോൺഗ്രസ് സോഷ്യലിസ്റ്റ് പാർട്ടി രൂപീകരിച്ചത്. എന്നാൽ കോൺഗ്രസ് രക്ഷപ്പെടണമെങ്കിൽ ഇങ്ങനെ എന്തെങ്കിലും വേണമെന്ന് അതിനുമുമ്പു തന്നെ ഇ എം എസ് കണ്ടെത്തിയിരുന്നു. ഇന്ത്യയുടെ സ്വാത ന്ത്ര്യത്തിനുവേണ്ടി കെഞ്ചുന്ന കോൺഗ്രസല്ല പൊരുതുന്ന കോൺഗ്ര സാണ് ഇ എം എസിന് വേണ്ടിയിരുന്നത്. കോൺഗ്രസിനുള്ളിൽ ഒരു സാമ്യവാദികക്ഷി പ്രവൃത്തിയെടുക്കണം എന്ന് 34 ഏപ്രിൽ 25-ന്റെ മാതൃ ഭൂമിയിൽ ഇ എം എസ് എഴുതിയത് അതുകൊണ്ടാണ്. ആ ചിന്തയുടെ പൂർത്തീകരണമാണ് ഒരു മാസം തികയും മുമ്പുള്ള കോൺഗ്രസ് സോഷ്യ ലിസ്റ്റ് പാർട്ടി രൂപീകരണം. പ്രതികൂല സാഹചര്യങ്ങളെ നേരിട്ടുകൊണ്ട് നടത്തിയ പ്രവർത്തനം പതുക്കെ ഫലവത്താകുന്നതാണ് പിന്നീട് കണ്ട ത്. കോൺഗ്രസ് സോഷ്യലിസ്റ്റ് പാർട്ടിയിലേക്കും കമ്യൂണിസ്റ്റ് പാർട്ടിയി ലേക്കുമെത്തിയവരുടെ വാക്കുകൾക്ക് രാജ്യം പതുക്കെ കാതോർത്തു തുട ങ്ങുകയായിരുന്നു. അത് പ്രതിഫലിപ്പിക്കുന്ന രാഷ്ട്രീയ കാലാവസ്ഥ അന്ന് രൂപപ്പെട്ടുകൊണ്ടിരുന്നു. രാഷ്ട്രീയ ആവശ്യങ്ങൾക്കുകൂടി ഉയർത്തിക്കൊ ണ്ടുള്ള ചെറുതും വലുതുമായ പണിമുടക്കുകൾ. കമ്പിത്തപാൽ ജീവന ക്കാരുടെ അഖിലേന്ത്യാസമരം, ബോംബെ നാവിക കലാപം, തിരുവിതാം

കൂറിലെ ദിവാൻ വാഴ്ചക്കെതിരായ പുന്നപ്ര-വയലാർ സമരം, ഹൈദരാ ബാദിലെ നൈസാം തേർവാഴ്ചക്കെതിരായ തെലുങ്കാനാ സമരം, ത്രിപുര-കാശ്മീർ സായുധസമരങ്ങൾ തുടങ്ങിയവ തുടർന്നുള്ള ഘട്ട ങ്ങളിൽ ഇ എം എസിന്റെ നിലപാട് ശരിവെക്കുന്ന വിധത്തിലാണ് വളർന്നു വന്നത്.

എന്നാൽ, ചരിത്രത്തിന്റെ ഈ വഴിക്ക് തടയിടുന്ന വിധമാണ് കോൺഗ്രസ് നീങ്ങിയത്. ജനകീയ സമരശക്തിക്കെതിരായി നീങ്ങിയ കോൺഗ്രസും *'ഈ ഘട്ടത്തിൽ പാകിസ്ഥാനല്ല, അതിലപ്പുറം നേടാം'* എന്ന് കരുതിയ ലീഗും, തങ്ങളുടെ സാമ്രാജ്യത്വ താൽപര്യങ്ങളെ സംര ക്ഷിക്കുന്ന വിധത്തിലുള്ള ഒത്തുതീർപ്പുണ്ടാക്കാൻ ആഗ്രഹിച്ച ബ്രിട്ടീഷ് ഭരണവും ഇക്കാര്യത്തിൽ ഒന്നിച്ചു. ഇത് ഏറ്റവും ഫലപ്രദമായി തുറന്നു കാട്ടിയത് ഇ എം എസാണ്. 'ഇന്ത്യൻ സ്വാതന്ത്ര്യ സമര ചരിത്ര'ത്തിൽ അക്കാലത്തെ വിലയിരുത്തിക്കൊണ്ട് പിന്നീട് അദ്ദേഹം ഇങ്ങനെ എഴുതി: "ബ്രിട്ടീഷ് ഗവൺമെന്റുമായി വിലപേശൽ നടത്തി ഇന്ത്യൻ സ്വാതന്ത്ര്യവും പാകിസ്ഥാനും നേടിയെടുക്കാനാണല്ലോ കോൺഗ്രസിന്റേയും ലീഗി ന്റേയും നേതാക്കൾ പരിശ്രമിച്ചുകൊണ്ടിരുന്നത്. എന്നാൽ ഇന്ത്യയിലാ കമാനമുള്ള ജനങ്ങളുടെ വികാരം ഈ സമീപനത്തിനെതിരായിരുന്നു. വില പേശലിലൂടെ നേടാൻ കഴിയുന്നത്ര നേടുക എന്ന ബൂർഷ്വാ സമീപനമ ല്ല, വിട്ടുവീഴ്ചയില്ലാത്ത ബഹുജനസമരങ്ങളിലൂടെ ബ്രിട്ടീഷ് ഭരണം അവ സാനിപ്പിക്കുക എന്ന വിപ്ലവ സമീപനമാണ് ജനങ്ങൾക്ക് പൊതുവിൽ ഉണ്ടായിരുന്നത്." സ്വാതന്ത്ര്യ ലബ്ധിയുടെ സ്വഭാവത്തെ ചരിത്രകാരന്മാർ വാഴ്ത്തിക്കൊണ്ടിരുന്ന ഘട്ടത്തിലാണ് കൃത്യമായ കാഴ്ചപ്പാടോടെ ഇ എം എസ് വിമർശനപരമായി ഇങ്ങനെ എഴുതിയത്. ആ കൃതി മാർക്സിസ്റ്റ് – ലെനിനിസ്റ്റ് കാഴ്ചപ്പാടോടെയുള്ള ചരിത്രരചനയിൽ പുതിയ ഒരു വഴി തുറന്നു.

ഭൂരിപക്ഷം വരുന്ന കോൺഗ്രസ് പ്രവർത്തകർക്കോ, ഇന്ത്യൻ ജന തയിൽ മഹാഭൂരിപക്ഷത്തിനോ അക്കാലത്ത് സ്വീകാര്യമാവുന്നതായിരു ന്നില്ല കോൺഗ്രസ് സോഷ്യലിസ്റ്റ് പാർട്ടിയിലേക്കും കമ്യൂണിസ്റ്റ് പാർട്ടി യിലേക്കുമുള്ള ഇ എം എസിന്റെ മാറ്റം. എന്നാൽ ഇന്ത്യയുടെ പല ഭാഗ ത്തായി ഉയർന്നുവന്ന പോരാട്ടങ്ങൾ ഇ എം എസിന്റെയും മറ്റും മാറിയ നിലപാടിന് അംഗീകാരം ലഭിക്കുന്നതിന്റെ സൂചനയാണ് നൽകിയത്. ചുരു ങ്ങിയ വർഷങ്ങൾകൊണ്ട് അത്തരത്തിലൊരു മാറ്റം ഇന്ത്യൻ ജനതയിൽ ശ്രദ്ധേയമായ ഒരു വിഭാഗത്തിന്റെ മനസ്സിൽ സൃഷ്ടിക്കാൻ കഴിഞ്ഞു എന്നത് ചെറിയ കാര്യമല്ല.

ഇന്ത്യൻ ഫ്യൂഡൽ-മുതലാളിത്ത താൽപര്യങ്ങൾക്ക് പോറലേൽക്കാ ത്തവിധം ഏത് വിട്ടുവീഴ്ചയും ചെയ്ത് അധികാരത്തിൽ കടന്നുകൂടണ മെന്നായിരുന്നു കോൺഗ്രസിന് എന്ന് ഇ എം എസ് വിലയിരുത്തിയിട്ടു ണ്ട്. പിൽക്കാലത്ത് കോൺഗ്രസിന്റെ വർഗസ്വഭാവത്തെ തുറന്നുകാട്ടുന്ന ഒരു നീണ്ടപ്രക്രിയ ഇ എം എസ് ഏറ്റെടുത്തു. ആ പ്രക്രിയയുടെ തുടക്കം

സ്വാതന്ത്ര്യലബ്ധിയുടെ സ്വഭാവത്തെ വസ്തുനിഷ്ഠമായ ചരിത്ര കാഴ്ച പ്പാടിൽ അവതരിപ്പിച്ച ഇ എം എസിന്റെ ഈ വാക്കുകളിലുണ്ട്. കോൺഗ്ര സിലെ ഗാന്ധിയൻ വലതുപക്ഷത്തോടും മിതവാദികളോടും മാത്രമല്ല, കോൺഗ്രസ് സോഷ്യലിസ്റ്റ് പാർട്ടിയിലെതന്നെ ചില അവസരവാദിക ളോടും പൊരുതിക്കൊണ്ട് വേണ്ടിയിരുന്നു ഇ എം എസിന് ഈ ദൗത്യം നിർവഹിക്കാൻ. ഈ പ്രക്രിയയിൽ ഗാന്ധിസത്തോടുള്ള കൃത്യമായ ഒരു സമീപനം ആവിഷ്കരിക്കുന്നതിനും ഇ എം എസിന് കഴിഞ്ഞു. ഗാന്ധി ജിയുടെ ആത്മാർഥതയോ സത്യസന്ധതയോ ചോദ്യം ചെയ്യാതെ തന്നെ അദ്ദേഹത്തിന്റെ ട്രസ്റ്റിഷിപ്പ് സാമ്പത്തിക സിദ്ധാന്തവും അഹിംസാവാദവും ഒക്കെ ബൂർഷ്വാസിക്ക് സ്വന്തം താൽപര്യങ്ങൾക്കനുസൃതമായി പ്രയോജന പ്പെടുത്താൻ പാകത്തിലുള്ളതാണെന്ന് ഇ എം എസ് ചൂണ്ടിക്കാട്ടി. അത് ഇ എം എസ് ചൂണ്ടിക്കാട്ടിയ വിധത്തിൽ തന്നെ ഉപയോഗിക്കപ്പെടുന്ന താണ് പിൽക്കാലത്ത് നാം കണ്ടത്. ഗാന്ധിദർശനത്തിന്റെ പ്രധാനമൂല്യം ദരിദ്രജനതയോടുള്ള ഐക്യമാണെന്നും എന്നാൽ അതുപോലും പ്രായോ ഗിക യാഥാർഥ്യമാവുക മാർക്സിസത്തിൽ മാത്രമാണെന്നും ഇ എം എസ് വ്യക്തമാക്കി.

- സ്വാതന്ത്ര്യലബ്ധിയെത്തുടർന്നുള്ള ഘട്ടത്തിൽ നെഹ്റുഭരണത്തിന്റെ പുരോഗമന പൊയ്മുഖം അഴിച്ച് യഥാർഥ സ്വഭാവം ജനങ്ങളെ ബോധ്യപ്പെടുത്തിക്കൊ ടുക്കുക എന്നതായിരുന്നു ഇ എം എസിന്റെ ശ്രമകര മായ ദൗത്യം.

- ഇടക്കിടെ എടുത്തണിഞ്ഞിരുന്ന സോഷ്യലിസ്റ്റ് പരി വേഷം ഇന്ത്യയിൽ മാത്രമല്ല, പുറത്തും പലരേയും തെറ്റി ദ്ധരിപ്പിക്കുന്നതായിരുന്നു. 1955-ൽ ആവധി കോൺഗ്രസ് സമ്മേളനത്തിന്റെ സോഷ്യലിസ്റ്റ് പ്രഖ്യാപനവും മറ്റും പുരോഗമന വാദികളെ ഭ്രമിപ്പിക്കുന്നതായിരുന്നു. ആഭ്യ ന്തര രംഗത്ത് മഹാലനോബീസ് പദ്ധതി ഭാഷാസം സ്ഥാന രൂപീകരണ പ്രഖ്യാപനം, വിദേശ രംഗത്ത് സൂയസ് പ്രശ്നത്തിൽ സാമ്രാജ്യത്വ ശക്തികളെ ചെറു ക്കൽ എന്നിങ്ങനെ ചില ഘട്ടങ്ങളിലെ ചില നിലപാടു കൾ വെച്ച് നെഹ്റുവിനെ സോഷ്യലിസ്റ്റായി കണക്കാ ക്കാനുള്ള ശ്രമങ്ങൾ ശക്തിപ്പെട്ടു, സോവിയറ്റ് വാരിക യായ 'ന്യൂ ടൈംസി'ൽ സോവിയറ്റ് വക്താവ് റൂബിൻസ്റ്റൺ നെഹ്റുവിനെ പുരോഗമന സോഷ്യലിസ്റ്റ് എന്ന് വിശേഷിപ്പിച്ചു. അന്ന് ചൈനീസ് കമ്മ്യൂണിസ്റ്റ് പാർട്ടിയും സമാനമായ വിലയിരുത്തൽ നടത്തി. എന്നാ ൽ, അങ്ങിങ്ങായി കാണുന്ന ചില പ്രവണതകൾ മുന്നിർത്തി ഇന്ത്യൻ ഭരണകൂടത്തിന്റെ വർഗസ്വഭാവം മാറി എന്നും ഇനി അവർ സോഷ്യലിസ്റ്റ് മുന്നേറ്റം നട

ത്തുമെന്നും ധരിക്കുന്നത് അപകടമാണെന്ന് ഇ എം എസ് മുന്നറിയിപ്പ് നൽകി. '57-ലെ ഇ എം എസ് മന്ത്രിസഭ' 59-ൽ പിരിച്ചുവിടുകയും ഭൂപരിഷ്കരണമടക്കമുള്ള കാര്യങ്ങളിൽ ഭൂപ്രമാണിമാരുടെ താൽപര്യം സംരക്ഷിക്കുകയും ചെയ്ത നെഹ്റുവിന്റെ നിലപാടുകൾ ഇ എം എസിന്റെ മുന്നറിയിപ്പ് ശരിയാണെന്ന് സ്ഥിരീകരിച്ചു.

ഒന്നാം പഞ്ചവത്സരപദ്ധതിയുടെ ദയനീയ പരാജയത്തെ തുടർന്ന് പ്രയോഗിക്കപ്പെട്ട ചെപ്പടിവിദ്യയായിരുന്നു ആവധി സോഷ്യലിസ പ്രഖ്യാപനമെന്ന് പിന്നീട് തെളിഞ്ഞു. സോഷ്യലിസ്റ്റ് പരിവേഷത്തോടെയുള്ള നെഹ്റുവിന്റെ 'മാസ്മരിക വ്യക്തിത്വ'ത്തിന് പിന്നിലുള്ള ജനാധിപത്യവിരുദ്ധ സ്വഭാവത്തെയും ജനവിരുദ്ധ താൽപര്യങ്ങളെയും കുറിച്ച് അക്കാലത്ത് ജനങ്ങളെ ബോധ്യപ്പെടുത്തുക എന്നത് ഏതാണ്ട് ദുഷ്കരമായ ദൗത്യമായിരുന്നു. ആ ദൗത്യമാണ് ഇ എം എസ് ഏറ്റെടുത്തത്.

- സോവിയറ്റ് പാർട്ടിയുടെയും ചൈനീസ് പാർട്ടിയുടെയും നിലപാടുകളിൽ നിന്നും വിലയിരുത്തലുകളിൽ നിന്നും വേറിട്ടുനിന്ന് സ്വന്തമായ ഒരു പാത ഇന്ത്യൻ കമ്യൂണിസ്റ്റ് പ്രസ്ഥാനത്തിന് മുമ്പിൽ ഒരുക്കിക്കൊടുക്കുന്നതിന് ഇ എം എസ് നൽകിയ സംഭാവനകൾ സവിശേഷപഠനം അർഹിക്കുന്നുണ്ട്.

മൂർത്തമായ ഇന്ത്യൻ സാഹചര്യങ്ങൾക്ക് ചേരുന്ന തനതായ പാതയിലൂടെയാണ്, സാർവദേശീയ തൊഴിലാളിവർഗ സാഹോദര്യം നില നിർത്തിക്കൊണ്ട് ഇന്ത്യയിലെ കമ്യൂണിസ്റ്റ് പാർട്ടി മുന്നേറേണ്ടത് എന്ന നിലപാടാണ് ഇ എം എസ് ഉയർത്തിപ്പിടിച്ചത്. 1964-ൽ ദേശീയ ജനാധിപത്യത്തിന്റേയും വർഗസഹകരണത്തിന്റേയും കോൺഗ്രസിനെക്കുറിച്ചുള്ള മോഹചിന്തയുടെയും പിന്നാലെ പോയ വിഭാഗം അടിയന്തിരാവസ്ഥ പോലുള്ള ജനാധിപത്യവിരുദ്ധ ഫാസിസ്റ്റ് വാഴ്ചയ്ക്ക് ജയ് വിളിക്കേണ്ട ഗതികേടിലേക്കും ജനങ്ങളിൽ നിന്ന് ഒറ്റപ്പെടുന്ന അവസ്ഥയിലേക്കും ചെന്നുപെട്ടപ്പോൾ സി പി ഐ (എം) ജനകീയ ജനാധിപത്യത്തിന്റേയും വർഗസമരത്തിന്റേയും മൂല്യങ്ങൾ ഉയർത്തിപ്പിടിച്ച് സുശക്തമായ വിപ്ലവ പ്രസ്ഥാനമായി കരുത്തോടെ മുന്നോട്ടുപോന്നത് ഇ എം എസ് കൈക്കൊണ്ട അന്നത്തെ നിലപാടിനെ സാധൂകരിക്കുന്നു. ഈ സ്വതന്ത്ര നിലപാടിന്റെ കാര്യത്തിൽ ഇ എം എസിന് എന്നും നിഷ്കർഷയുണ്ടായിരുന്നു. 1960-ൽ മോസ്കോയിൽ ചേർന്ന 81 കമ്യൂണിസ്റ്റു പാർട്ടികളുടെ സമ്മേളനം അംഗീകരിച്ച പ്രസ്താവന മുൻനിർത്തി ഇ എം എസ് പറഞ്ഞ വാക്കുകൾ ഈ സ്വതന്ത്ര പാതയുടെ ആവശ്യകതക്ക് അടിവരയിടുന്നതായിരുന്നു. ഓരോ രാജ്യത്തേയും മാർക്സിസ്റ്റുകാർ തങ്ങളുടെ സ്വന്തം അനുഭവങ്ങളുടെയും സ്വതന്ത്ര താത്വിക പ്രവർത്തനങ്ങളുടെയും വെളിച്ചത്തിൽ തങ്ങളുടെ രാജ്യത്തെ വർഗബന്ധങ്ങളും സാമ്പത്തിക-രാഷ്ട്രീയ

സ്ഥിതിഗതികളിൽ വരുന്ന മാറ്റങ്ങളും പരിശോധിച്ച് മൂർത്ത സാഹചര്യ
ങ്ങൾക്ക് പറ്റുന്ന തന്ത്രവും അടവുകളും ആവിഷ്കരിക്കുകയാണ് വേണ്ടത്
എന്നതായിരുന്നു ഇ എം എസിന്റെ നിലപാട്. എന്നുമാത്രമല്ല, ഈ ജോലി
ചെയ്യുന്നതിന് പകരം 81 പാർട്ടികളുടെ സംയുക്ത പ്രസ്താവന വേദവാ
ക്യമായി അംഗീകരിച്ച്, സാമ്പത്തിക – രാഷ്ട്രീയ വിജ്ഞാനങ്ങളുടെ
എല്ലാം അവസാനവാക്ക് അതാണ് എന്ന് കരുതിയാൽ അസംബന്ധമാവും
എന്നുകൂടി അന്ന് ഇ എം എസ് പറഞ്ഞു. ഈ വിധത്തിലുള്ള ഒരു സ്വതന്ത്ര
നിലപാട് സി പി ഐ(എം) കൈക്കൊണ്ടതിന് പിന്നിൽ ഇ എം എസിന്റെ
ചിന്തകളുടെ ശക്തി ശ്രദ്ധേയമാംവിധം തന്നെയുണ്ട്.

- ഇന്ത്യയ്ക്കും ചൈനയ്ക്കുമിടയിലുള്ള പ്രശ്നങ്ങൾ ചർച്ച
  ചെയ്തു തീർക്കുകയാണ് വേണ്ടതെന്നും സൈനിക
  നേരിടലല്ല പ്രശ്നപരിഹാരത്തിനുള്ള വഴി എന്നും പറ
  ഞ്ഞതിന് ചൈനീസ് ചാരൻ എന്ന് മുദ്രയടിക്കപ്പെട്ടിട്ടു
  ണ്ട് ഇ എം എസ്.

എന്നാൽ, പിൽക്കാലത്ത് ഇരുരാജ്യങ്ങളും അംഗീകരിച്ചത് ഇ എം എസ്
കൈക്കൊണ്ട നിലപാടാണ്. ഇന്ത്യയും ചൈനയും തമ്മിൽ ഏറ്റുമുട്ടുന്നത്
ഈ മേഖലയിലെ സാമ്രാജ്യത്വ താൽപര്യങ്ങൾക്ക് മാത്രമേ ഗുണകരമാവൂ
എന്ന് ഇ എം എസ് പറഞ്ഞു. പതിറ്റാണ്ടുകൾക്കുശേഷം ഏറ്റുമുട്ടലിന്റെ
പാത ഉപേക്ഷിച്ച് ഇന്ത്യയും ചൈനയും ചർച്ചയുടെ സൗഹാർദപരമായ
അന്തരീക്ഷത്തിലേക്ക് മാറിയിരിക്കുന്നു. ഇത് ഇ എം എസിന്റെ പണ്ടു
വിമർശിക്കപ്പെട്ട നിലപാടിനെ ശരിവെക്കുന്നു.

- വലതുപക്ഷ റിവിഷനിസത്തിനെതിരെയും ഇടതുപക്ഷ
  അതിസാഹസികതാവാദത്തിനെതിരെയും വിട്ടുവീഴ്ചയി
  ല്ലാതെ പൊരുതിക്കൊണ്ടാണ് ഇ എം എസ് ആശയരം
  ഗത്ത് സി പി ഐ എമ്മിന്റെ സ്വതന്ത്രമായ പാത തെളി
  ച്ചത്. ഏറ്റവും തീവ്രസ്വഭാവത്തിലുള്ള ഇടതുപക്ഷ അതി
  സാഹസികതാവാദം ഏറ്റവും വേഗത്തിൽ തീവ്ര വലതു
  പക്ഷത്ത് ചെന്നുനിൽക്കും എന്ന് ഇ എം എസ് നമ്മെ
  ഓർമിപ്പിച്ചു. തീവ്രനിലപാടുകൾ യഥാർഥ വിപ്ലവപ്രസ്ഥാ
  നത്തെ ജനങ്ങളിൽ നിന്ന് ഒറ്റപ്പെടുത്താനേ ഉതകൂ
  എന്നും അദ്ദേഹം പറഞ്ഞു. അത്തരം നയവ്യതിയാന
  ങ്ങൾക്കെതിരായ നിതാന്തജാഗ്രത വേണമെന്നതിന് ഇ
  എം എസ് അടിവരയിട്ടു. ശരിയായ വിപ്ലവകാരികൾ തങ്ങ
  ളാണെന്നുള്ള തെറ്റിദ്ധാരണ പടർത്തി തൽക്കാലത്തേക്ക്
  കൈയടി നേടാൻ തീവ്രവാദം ചിലർക്ക് സഹായകമാ
  കും. എന്നാൽ, ആത്യന്തികമായി വിപ്ലവപ്രസ്ഥാനത്തെ
  ജനങ്ങളിൽ നിന്ന് ഒറ്റപ്പെടുത്താനും അപകീർത്തിപ്പെ

ടുത്താനും മാത്രമേ ഇത് ഉപകരിക്കൂ. ഇ എം എസ് ഇക്കാര്യം ആവർത്തിച്ച് നമ്മെ ഓർമിപ്പിച്ചിട്ടുണ്ട്. പുതിയ കാലത്തും അതിന് പ്രസക്തി ഏറെയാണ്.

● ഇതുപോലെതന്നെ, മാർക്സിസ്റ്റ് വരട്ടുതത്ത്വവാദത്തിനെ തിരായും അദ്ദേഹം കമ്മ്യൂണിസ്റ്റ് പ്രസ്ഥാനത്തെ ജാഗ്ര തപ്പെടുത്തിപ്പോന്നു. മാർക്സിസം – ലെനിനിസത്തിന്റെ അടിസ്ഥാനതത്ത്വങ്ങളെ അതതുകാലത്തെയും രാജ്യ ത്തെയും സംഭവ വികാസങ്ങളുടെ വെളിച്ചത്തിൽ പരി ശോധിച്ച് പുതിയ നിഗമനങ്ങളിലെത്തുകയാണ് വേണ്ടത് എന്ന് അദ്ദേഹം ഓർമിപ്പിച്ചു. അങ്ങനെ ചെയ്യുന്നതാണ് പ്രായോഗിക മാർക്സിസം എന്നും അതു ചെയ്യാതെ മാർക്സിസത്തിന്റെ അടിസ്ഥാന ഗ്രന്ഥങ്ങളിൽ പറഞ്ഞ ചില വാചകങ്ങളെടുത്ത് അവയിൽ മുറുകെപ്പിടിച്ചുനി ന്നാലത് മാർക്സിസ്റ്റ് വരട്ടുതത്ത്വവാദമേ ആകൂ എന്നും ഇ എം എസ് ഓർമിപ്പിച്ചു.

ഇ എം എസ് ചൂണ്ടിക്കാട്ടിയ വരട്ടുതത്ത്വവാദമെന്ന അപകടം തന്നെയാണ് എ ഡി ബി വായ്പയെക്കുറിച്ച് കേരളത്തിൽ ചിലർ ഇപ്പോൾ കുത്തിപ്പൊ ക്കാൻ ശ്രമിക്കുന്ന വിവാദത്തിലടങ്ങിയിട്ടുള്ളത്. ജനങ്ങളോട് ഉത്തരവാദി ത്വമില്ലാത്തവർക്ക് വരട്ടുതത്ത്വവാദത്തിൽ മുറുകെപ്പിടിച്ച് അത്തരമൊരു നില പാടിൽ നിൽക്കാൻ വിഷമമില്ല. എന്നാൽ, ജനങ്ങളോടും നാടിനോടും ഉത്ത രവാദിത്വമുള്ള സി പി ഐ എമ്മിന് അത്തരമൊരു വരട്ടുതത്ത്വവാദ നില പാട് എടുക്കാനാവില്ല. എന്താണ് മൂർത്തമായ സാമൂഹ്യസാഹചര്യം എന്നു പരിശോധിച്ച് വസ്തുനിഷ്ഠമായ നിലപാടെടുക്കാനേ സി പി ഐ എമ്മിന് ആവൂ.

എന്താണിവിടെ മൂർത്തമായ സാഹചര്യം? മുമ്പ് കേന്ദ്രം ഫണ്ടനുവ ദിക്കുന്ന ഏർപ്പാടുണ്ടായിരുന്നു. കേന്ദ്രം അത് ഇപ്പോൾ നിർത്തി. വായ്പ ഏർപ്പെടുത്തിത്തരുന്ന ഒരു ഫെസിലിറ്റേറ്ററുടെ റോൾ മാത്രമാണ് കേന്ദ്ര ത്തിന് ഇപ്പോഴുള്ളത്. സംസ്ഥാന ഗവൺമെന്റ് ഈ വായ്പാ സൗകര്യം ഉപയോഗപ്പെടുത്തിയാൽ ജനങ്ങൾക്ക് എന്തെങ്കിലും ആശ്വാസമെത്തിക്കാം; നാടിന്റെ വികസനത്തിനുവേണ്ടി എന്തെങ്കിലും ചെയ്യാം. അതു വേണ്ടെ ന്നുവെച്ചാൽ എല്ലാ സാമൂഹ്യക്ഷേമ–ആശ്വാസ നടപടികളും ഉപേക്ഷിക്കാം; വികസനം മരവിപ്പിക്കാം. അതുവഴി ജനങ്ങളാൽ വെറുക്കപ്പെട്ട് സി പി ഐ എമ്മും അതിന്റെ നേതൃത്വത്തിലുള്ള ഇടതുപക്ഷ ജനാധിപത്യമു ന്നണി ഗവൺമെന്റും ഒറ്റപ്പെടണമെന്ന് ആഗ്രഹിക്കുന്നവരുണ്ട്. എന്നാൽ ആ വഴി തന്നെ സി പി ഐ എം സ്വീകരിച്ചുകൊള്ളണമെന്ന് അവർ ശഠി ക്കരുത്. കേന്ദ്രം വിഹിതം വെട്ടിക്കുറയ്ക്കുന്നു. നൽകുന്ന വായ്പക്ക് കൊള്ളപ്പലിശ വാങ്ങുന്നു. ഈ അവസ്ഥയിൽ സംസ്ഥാന ഗവൺമെന്റു കൾ എന്തു ചെയ്യണം? ജനങ്ങൾക്കുമേൽ കടുത്ത നികുതിഭാരം അടി

ചേൽപ്പിക്കണോ? വികസനപ്രവർത്തനങ്ങളാകെ മരവിപ്പിച്ച് സംസ്ഥാ നത്തെ കാലത്തിനു പിന്നിലാക്കണോ? നിലവിലുള്ള ആശ്വാസ നടപടി കളാകെ നിർത്തിവെക്കണോ? ജനങ്ങളോട് ഉത്തരവാദിത്വമുള്ള ഒരു രാഷ്ട്രീയ നേതൃത്വത്തിനും ഭരണനേതൃത്വത്തിനും ഈ വഴിയാണ് ഉചിതം എന്നു പറയാനാവില്ല.

അപ്പോൾപ്പിന്നെ ഒരു മാർഗമേയുള്ളൂ. ജനദ്രോഹ നിബന്ധനകളിൽ നിന്ന് വിടുവിച്ച് എ ഡി ബി വായ്പ എടുക്കുക. അതാണ് ഇടതുപക്ഷ ജനാധിപത്യമുന്നണി ഗവൺമെന്റ് ചെയ്യുന്നത്. അത് നാടിനോട് ഉത്തര വാദിത്വമുള്ളതുകൊണ്ടാണ്.

ഇങ്ങനെ ചെയ്യുന്നതാകട്ടെ, സി പി ഐ എം പതിനെട്ടാം കോൺഗ്രസ്, പുതിയ സാഹചര്യം വസ്തുനിഷ്ഠമായി പരിശോധിച്ച് അംഗീകരിച്ച നിലപാടു പ്രകാരംതന്നെയാണ്. ഇന്ത്യൻ ഭരണഘടനയുടെ കീഴിൽ കേന്ദ്രമാണ് പ്രധാന സാമ്പത്തിക – വ്യവസായനയങ്ങൾ നിശ്ച യിക്കുന്നതെന്നും ബദൽനയങ്ങൾ നടപ്പാക്കുന്നതിന് സംസ്ഥാന ഗവ ൺമെന്റിന് പരിമിതികളുണ്ടെന്നും ഓർമപ്പെടുത്തിക്കൊണ്ട് 18–ാം പാർട്ടി കോൺഗ്രസ് ഇങ്ങനെ പറഞ്ഞു: "ആയതിനാൽ ഈ ഗവൺമെന്റുകൾക്ക് വികസന പദ്ധതികൾക്കായി വിദേശ സഹായം സ്വീകരിക്കാം." നമ്മുടെ അടിസ്ഥാന നയങ്ങൾക്ക് വിരുദ്ധമായ ഒരു നിബന്ധനയും ഉന്നയിക്കുക യില്ലെന്നു വരുത്തിക്കൊണ്ടുവേണം വായ്പ എടുക്കാൻ എന്നും പാർട്ടി കോൺഗ്രസ് പറഞ്ഞു.

പാർട്ടി കോൺഗ്രസ് അംഗീകരിച്ച അതേ നിലപാടിൽ നിന്നുകൊ ണ്ടാണ് പല നിബന്ധനകളും എ ഡി ബിയെക്കൊണ്ട് ഉപേക്ഷിപ്പിച്ചു കൊണ്ട് എ ഡി ബി വായ്പ എടുക്കാൻ നിശ്ചയിച്ചത്. ഈ പശ്ചാത്ത ലവും സാഹചര്യവും മനസ്സിലാക്കിയാൽ കേരളത്തെ സ്നേഹിക്കുന്ന ഒരാൾക്കും ഇതിനെതിരെ നിലപാടെടുക്കാനാവില്ല. അതു മനസ്സിലായിട്ടും എതിർക്കുന്നുവെങ്കിലത് സി പി ഐ എം ജനങ്ങളിൽ നിന്ന് ഒറ്റപ്പെട്ടു കാണണമെന്നും സംസ്ഥാനം പാപ്പരായി കാണണമെന്നുമുള്ള ആഗ്രഹം കൊണ്ടാണ്. അവർ നാടിന്റെ ശത്രുക്കളാണ്.

ഇത്തരം വിഷയങ്ങളിൽ സാംസ്കാരിക നായകർ അഭിപ്രായം പറ യുന്നത് എല്ലാ വശവും പഠിച്ചശേഷമായാൽ നന്നായിരിക്കും. ജനങ്ങളോട് ഉത്തരവാദിത്വമോ നാടിന്റെ വികസനകാര്യത്തിൽ ചുമതലയോ ഇല്ലാത്ത വരുടെ തീവ്രവാദ നിലപാടുകളും വരട്ടുതത്വവാദവും തങ്ങൾ പങ്കി ടേണ്ടതുണ്ടോ എന്ന് അവർ ആലോചിക്കുന്നത് കൊള്ളാം.

എ ഡി ബി വായ്പ എടുക്കുന്നത് സി പി ഐ എമ്മിലെ ചില വ്യക്തി കളുടെ താൽപര്യമാണെന്ന് വരുത്തിത്തീർക്കാൻ ചിലർ ശ്രമിക്കുന്നുണ്ട്. അത് അങ്ങനെയല്ല എന്നറിയാൻ സി പി ഐ എം 18–ാം പാർട്ടി കോൺഗ്രസ് അംഗീകരിച്ച "വിദേശ വായ്പയോടുള്ള സി പി ഐ എം നേതൃത്വത്തിലുള്ള ഗവൺമെന്റുകളുടെ സമീപനം" എന്ന രേഖ വായിച്ചു നോക്കിയാൽ മതി. അതു വായിക്കാൻപോലും മിനക്കെടാതെ ഇതു വ്യക്തി

കളുടെ താൽപര്യമാണെന്നു പറയുന്നവരുണ്ടെങ്കിൽ അവരുടെ അജണ്ട മറ്റു ചിലതാണെന്നു പറയേണ്ടിവരും. എ ഡി ബി വായ്പ അടക്കമുള്ള സമകാലിക പ്രശ്നങ്ങൾ കൈകാര്യം ചെയ്യുമ്പോൾ വരട്ടുതത്വവാദത്തിനെതിരായ ഇ എം എസിന്റെ നിലപാടാണ് നമ്മെ നയിക്കേണ്ടത്.

● സാർവദേശീയ കമ്യൂണിസ്റ്റ് പ്രസ്ഥാനത്തിൽ ആശയക്കുഴപ്പങ്ങളുണ്ടായ ഓരോ ഘട്ടത്തിലും നയവ്യക്തത വരുത്തുന്നതിന് ഇ എം എസിന്റെ ഇടപെടൽ നൽകിയ സംഭാവന ചെറുതല്ല. ഹങ്കറി, പോളണ്ട്, ചെക്കോസ്ലോവാക്യ തുടങ്ങിയ കിഴക്കൻ യൂറോപ്യൻ രാജ്യങ്ങളിലുണ്ടായ കലാപശ്രമങ്ങളെയും അവയെ സോവിയറ്റ് യൂണിയൻ കൈകാര്യം ചെയ്ത രീതിയെക്കുറിച്ച് വ്യാപകമായ ആശയക്കുഴപ്പം ഉണ്ടായ ഘട്ടമുണ്ടായിരുന്നു. അന്ന് കലാപശ്രമങ്ങൾക്കു പിന്നിലെ സാമ്രാജ്യത്വ ഗൂഢാലോചനകളെയും ആത്യന്തികമായി സോഷ്യലിസം സംരക്ഷിക്കപ്പെടേണ്ടതിന്റെയും ആവശ്യകതയെക്കുറിച്ച് വിശദീകരിച്ചുകൊണ്ട് ഇ എം എസ് നയവ്യക്തത വരുത്തി. ആ ഇടപെടൽ പാർട്ടിയെ ആശയപരമായി കൂടുതൽ ശക്തിപ്പെടുത്തി.

നവഇടതുപക്ഷം, യൂറോ കമ്യൂണിസം തുടങ്ങി പല ഘട്ടങ്ങളിലായി ഉയർന്നുവന്ന സാർവദേശീയ കമ്യൂണിസ്റ്റ് പ്രസ്ഥാനത്തിലെ പല പ്രവണതകളെയും മാർക്സിസം-ലെനിനിസത്തിന്റെ വെളിച്ചത്തിൽ പരിശോധിച്ച് നയവ്യക്തത ഉണ്ടാക്കിത്തരുന്നതിൽ ഇ എം എസ് വലിയ പങ്കാണ് വഹിച്ചത്. ഗ്ലാസ്നോസ്റ്റ്, പെരസ്ട്രോയിക തുടങ്ങിയ ഗോർബച്ചേവിയൻ പരിഷ്കാരങ്ങളിലെ അപാകതകളും തെറ്റുകളും സൂക്ഷ്മമായി വിലയിരുത്തി ഇ എം എസ് അവതരിപ്പിച്ചു. സോവിയറ്റ് യൂണിയന്റെ തകർച്ചയിൽ ലോകം അന്ധാളിച്ചുനിന്ന ഘട്ടത്തിൽ അത് മാർക്സിസത്തിന്റെയോ സോഷ്യലിസത്തിന്റെയോ തകർച്ചയല്ല എന്നും അവ അവിടെ നടപ്പിലാക്കിയതിൽ വന്ന പാളിച്ചയാണെന്നും ജനങ്ങളെ ബോധ്യപ്പെടുത്തുന്നതിൽ ഇ എം എസ് കാര്യമായ പങ്കാണ് വഹിച്ചത്. സോവിയറ്റു യൂണിയനിലെയും മറ്റു കിഴക്കൻ യൂറോപ്യൻ രാഷ്ട്രങ്ങളിലെയും പിന്നോട്ടി സി പി ഐ എമ്മിന് സംഘടനാപരമായി ഒരുക്ഷീണവും വരുത്താതിരുന്നതിനു പിന്നിൽ ഇ എം എസിന്റെ അപഗ്രഥന വിശകലനങ്ങൾ ശ്രദ്ധേയമായ പങ്കാണു വഹിച്ചിട്ടുള്ളത്. 90-കളിൽ ഉണ്ടായത് മാർക്സിസത്തിന്റെ പരാജയമല്ലെന്ന ഇ എം എസിന്റെ നിലപാടിനുള്ള സാധുകരണമാകുന്നുണ്ട് ലാറ്റിനമേരിക്കയിൽ വെനിസുലയടക്കം നിരവധി രാജ്യങ്ങൾ ഇടതുപക്ഷത്തേക്കു മാറിയ പുതിയ ഘട്ടം.

● ബൂർഷ്വാ ജനാധിപത്യ വ്യവസ്ഥയിൽ ഒരു തൊഴിലാളി

വർഗ പാർട്ടിക്ക് പാർലമെന്ററി പ്രവർത്തനത്തിനിടെ അധികാരം കിട്ടിയാൽ അത് എങ്ങനെ വിനിയോഗിക്കണം എന്ന വളരെ പ്രധാനപ്പെട്ട ഒരു ചോദ്യമുണ്ട്. ഈ ചോദ്യത്തിന് മുഖ്യമന്ത്രി എന്ന നിലക്കും പാർട്ടി നേതാവ് എന്ന നിലക്കും സ്വന്തം അനുഭവത്തിൽ കൂടി ഇ എം എസ് കണ്ടെത്തിയ ഉത്തരം വിലപ്പെട്ടതാണ്.

മാർക്സിന്റെയും എംഗൽസിന്റെയും കാലത്ത് കാര്യമായി പരിഗണിക്കേണ്ടിവന്നിട്ടുള്ള പ്രശ്നമല്ല ഇത്. പാർലമെന്ററി പ്രവർത്തനത്തിന്റെ പ്രസക്തി മാർക്സിസ്റ്റ് ആചാര്യന്മാർ കുറച്ചു കണ്ടിരുന്നില്ലെങ്കിലും അക്കാലത്ത് കാര്യമായി ശ്രദ്ധപതിപ്പിക്കേണ്ട മേഖലയായിരുന്നില്ല അത്. അതുകൊണ്ടുതന്നെ ബുർഷ്വാ ജനാധിപത്യ വ്യവസ്ഥയിൽ കൈവരുന്ന അധികാരം എങ്ങനെ ഉപയോഗിക്കണമെന്നു കണ്ടെത്താൻ 1957-ൽ ഇ എം എസിനു മുന്നിൽ മൂർത്തമായ സിദ്ധാന്തങ്ങളോ പൂർവമാതൃകകളോ ഉണ്ടായിരുന്നില്ല. പ്രായോഗികമായ ഒരു വഴി കണ്ടെത്തുകയേ നിവൃത്തിയുണ്ടായിരുന്നുള്ളൂ. പിൽക്കാലത്ത് യൂറോപ്പിൽ പലയിടങ്ങളിലും ഇന്ത്യയിൽ തന്നെ ബംഗാളിലും ത്രിപുരയിലും ഒക്കെ സമാനമായ സാഹചര്യമുണ്ടായി. എന്നാൽ അവർക്കു മുന്നിൽ '57-ലെ ഇ എം എസ് മന്ത്രിസഭ മാതൃകയായുണ്ടായിരുന്നു. 57-ലെ ഇ എം എസ് മന്ത്രിസഭക്കാകട്ടെ, കൃത്യമായ സിദ്ധാന്തങ്ങളുടെയും പൂർവമാതൃകകളുടെയും അഭാവത്തിൽ പ്രവൃത്തികൊണ്ട് ഉത്തരം കണ്ടത്തേണ്ട നിലവന്നു.

ബുർഷ്വാ – ഭൂപ്രഭു ഭരണകൂടത്തിന് കീഴിലായതുകൊണ്ട് ജനങ്ങൾക്കുവേണ്ടി ഒരു നന്മയും ചെയ്യാനാവില്ല എന്ന നിലപാടോ വിപ്ലവപ്രവർത്തനം ഉപേക്ഷിച്ച്, ബുർഷ്വാ, ഭൂപ്രഭു ഭരണകൂടത്തിനു കീഴിൽ തിരഞ്ഞെടുപ്പിലൂടെതന്നെ സംസ്ഥാനങ്ങളിലും പിന്നീട് കേന്ദ്രത്തിലും അധികാരത്തിൽ വന്ന് സമാധാനപരമായി സോഷ്യലിസ്റ്റ് വ്യവസ്ഥ സ്ഥാപിക്കാം എന്ന നിലപാടോ അല്ല ഇ എം എസ് കൈക്കൊണ്ടത്. സംസ്ഥാനത്ത് അധികാരത്തിൽ വന്നാൽ അത് വിപ്ലവവീര്യം കുറച്ചുകളയുമെന്ന തീവ്രവാദ നിലപാടോ, വിപ്ലവത്തെ ഉപേക്ഷിച്ച് പാർലമെന്ററി പ്രവർത്തനത്തെ മാത്രം ആശ്രയിച്ചാൽ മതിയെന്ന റിവിഷനിസ്റ്റ് നിലപാടോ അല്ല കൈക്കൊണ്ടത്. പരിമിതികൾക്കുള്ളിൽ നിന്നുകൊണ്ടുതന്നെ ജനങ്ങളുടെ അടിസ്ഥാനപ്രശ്നങ്ങൾക്ക് ആവുന്നത്ര പരിഹാരമുണ്ടാക്കികൊടുക്കാൻ ശ്രമിക്കുകയും അതോടൊപ്പംതന്നെ ബുർഷ്വാ ഭൂപ്രഭു ഭരണകൂടത്തിന്റെ ജനവിരുദ്ധ സ്വഭാവം ജനങ്ങളെ പറഞ്ഞു മനസ്സിലാക്കിക്കൊണ്ട് ജനങ്ങളെ അടിസ്ഥാനപരമായ മാറ്റത്തിനു സജ്ജരാക്കുകയും ചെയ്യുക. ഈ നിലപാടാണ് അന്നു കൈക്കൊണ്ടത്. ബുർഷ്വാ ജനാധിപത്യവ്യവസ്ഥയെക്കുറിച്ച് വ്യാമോഹം വെച്ചു പുലർത്തേണ്ടതില്ലെന്ന് ജനങ്ങളെ പഠിപ്പിച്ചുകൊണ്ടുതന്നെ അവർക്കു കഴിയുന്നത്ര ആശ്വാസം എത്തിച്ചുകൊടുക്കുകയും ആ വ്യവസ്ഥയെ തുറന്നുകാട്ടുന്ന സമരത്തിന് ആ വ്യവസ്ഥയെത്തന്നെ ഉപയോഗിക്കുകയും ചെയ്യുക എന്ന നിലപാടാണ് കൈക്കൊണ്ടത്. ഈ നില

പാട് ഒരു കണ്ടെത്തലാണ്. പുതിയ ഒരു രാഷ്ട്രീയ സാഹചര്യം ഉരുത്തി
രിഞ്ഞുവരുമ്പോൾ അതിനെ എങ്ങനെ കൈകാര്യം ചെയ്യണം എന്നതു
സംബന്ധിച്ച് മാർക്സിസം-ലെനിനിസത്തിന്റെ അടിസ്ഥാനത്തിലുള്ള
പുതിയ കണ്ടെത്തൽ. ഇത് എത്രമേൽ പ്രായോഗികമാക്കാമെന്ന് ലോക
ത്തിനു കാണിച്ചുകൊടുക്കുകയാണ് 57-ലെ തന്റെ നേതൃത്വത്തിലുള്ള
മന്ത്രിസഭയിലൂടെ ഇ എം എസ് ചെയ്തത്. ഭരണഘടനയുടെ പരിമിതി
കൾക്കുള്ളിൽ നിന്നുകൊണ്ടുതന്നെ ബദൽനയം നടപ്പിലാക്കി. ആ പ്രക്രി
യയിൽ കൂടുതൽ ജനവിഭാഗങ്ങളെ പാർട്ടിയിലേക്ക് ആകർഷിച്ചു. അത്
വിപ്ലവപ്രസ്ഥാനത്തിന് ഉത്തേജനം നൽകുന്ന രീതിയിലായി. അടിസ്ഥാന
രാഷ്ട്രീയ-സാമ്പത്തിക പ്രശ്നങ്ങളാകെ പരിഹരിക്കാൻ ആവുകയില്ലെന്ന
കാര്യം ജനങ്ങളെ ബോധ്യപ്പെടുത്തിക്കൊണ്ടാണിത് ചെയ്തത്. പുതിയ
രാഷ്ട്രീയ സാഹചര്യം പുതിയ ഒരു ചോദ്യം കമ്യൂണിസ്റ്റ് പാർട്ടിക്ക് മുമ്പിൽ
ഉന്നയിക്കുകയായിരുന്നു. അതിന് ഉത്തരം കണ്ടെത്തുന്നതിൽ ഇ എം എസ്
വഹിച്ച പങ്ക് പഠനാർഹമാണ്. സാർവദേശീയ കമ്യൂണിസ്റ്റ് പ്രസ്ഥാന
ത്തിന്റെ ചരിത്രത്തിൽ പ്രാധാന്യമുള്ള ഒരു അധ്യായമാണത്.

- ഭരണഘടനയുടെ പരിമിതിക്കുള്ളിൽ നിന്നുകൊണ്ട്
  ഒന്നും ചെയ്യാനാവില്ല എന്നു കരുതിയവർ ധാരാളമാണ്.
  എന്നാൽ നയംമാറ്റം ജനങ്ങളുടെ ജീവിതത്തിൽ പ്രതി
  ഫലിപ്പിക്കുന്ന വിധത്തിലുള്ള നടപടികൾ ഇ എം എസ്
  ഗവൺമെന്റ് കൈക്കൊണ്ടു. കുടിയാന്മാരെ കൈവശ
  ഭൂമിയിൽ നിന്ന് ഒഴിപ്പിക്കുന്നതു നിരോധിച്ചുകൊണ്ടുള്ള
  ഓർഡിനൻസ്, കാർഷികബന്ധ ബിൽ, വിദ്യാഭ്യാസ നിയ
  മം, തൊഴിൽ സമരങ്ങളിൽ മുതലാളിമാർക്കുവേണ്ടി
  പോലീസ് ഇടപെടുന്നതു തടയുന്ന തീരുമാനം, ഭൂപരി
  ഷ്കരണ നിയമം, നിയമനങ്ങൾ നീതിപൂർവവും നിഷ്പ
  ക്ഷവുമാക്കാനുള്ള പി എസ് സി സംവിധാനം, അധികാ
  രവികേന്ദ്രീകരണം എന്നിങ്ങനെ ഇ എം എസ്
  ഗവൺമെന്റ് കൈക്കൊണ്ട നടപടികൾ നമ്മുടെ സമൂ
  ഹത്തിൽ എത്ര ദൂരവ്യാപകമായ ചലനങ്ങളാണുളവാ
  ക്കിയത് എന്നത് ധാരാളം ചർച്ചചെയ്യപ്പെട്ടിട്ടുള്ള കാര്യ
  മാണ്. കേരളത്തിന്റെ സാമൂഹ്യഘടനയിൽത്തന്നെ
  പൊളിച്ചെഴുത്തു നടത്തുന്നതായി ആ പരിഷ്കാരങ്ങളിൽ
  പലതും. അതിൽ അസഹിഷ്ണുത പുലർത്തിയിരുന്ന
  സ്ഥാപിത താൽപര്യക്കാരും ജാതിമതശക്തികളും അവ
  യുടെ രക്ഷകരായ കോൺഗ്രസുകാരും ചേർന്ന് 'വിമോ
  ചനസമര'മെന്ന പേരിൽ ജനാധിപത്യവിരുദ്ധ സമരം നട
  ത്തിയതും നെഹ്റു ഗവൺമെന്റ് ആ തെരഞ്ഞെടുക്ക
  പ്പെട്ട മന്ത്രിസഭയെ പുറത്താക്കിക്കൊണ്ട് റിപ്പബ്ലിക്കൻ ഭര

ണഘടനയുടെ കീഴിലെ ആദ്യത്തെ ജനാധിപത്യഹത്യ നടത്തിയതും ഒക്കെ ചരിത്രം.

ഭൂപരിഷ്കരണം സമഗ്രമായി നടത്തുകയും ജന്മിത്തം പൂർണമായി നിർമാർജനം ചെയ്യുകയും ചെയ്ത സംസ്ഥാനമെന്ന പദവി കേരളത്തിനു ലഭിച്ചതും ആ വഴിക്ക് കേരള വികസനമാതൃകക്ക് അടിസ്ഥാനമൊരുക്കി യതും 57-ലെ ഇ എം എസ് മന്ത്രിസഭയുടെ പ്രവർത്തനങ്ങളുടെ ഫല മാണ് എന്ന് നിഷ്പക്ഷമായി വിലയിരുത്താനാവും.

- 57-ലെ മന്ത്രിസഭ പുറത്താക്കപ്പെട്ടത് ഭൂരിപക്ഷമില്ലാഞ്ഞി ട്ടോ, ജനങ്ങളുടെ വിശ്വാസം നഷ്ടപ്പെട്ടിട്ടോ, കാലുമാറ്റം ഉണ്ടായിട്ടോ അല്ല. കേന്ദ്രത്തിന്റെ അധികാരദുരയും സ്ഥാപിതാൽപര്യ സംരക്ഷണത്തിനുവേണ്ടിയുള്ള വ്യഗ്രതയുമായിരുന്നു ആ ജനാധിപത്യഹത്യക്ക് അടി സ്ഥാനം. ആ പ്രവണത പിന്നീട് പലയിടങ്ങളിലാവർത്തി ച്ചു. ഭരണഘടനയുടെ 356-ാം വകുപ്പുപയോഗിച്ച്, തെര ഞ്ഞെടുക്കപ്പെട്ട മന്ത്രിസഭകളെ അട്ടിമറിക്കുന്നതിനെതി രായി ഇന്ത്യൻ രാഷ്ട്രീയത്തിൽ ഒരു അവബോധം സൃഷ്ടിക്കുന്നതിന്, ഇ എം എസ് 59 മുതലിങ്ങോട്ട് നട ത്തിയിട്ടുള്ള ശ്രമങ്ങൾ ഇന്ത്യൻ ജനാധിപത്യത്തെ എത്ര മേൽ ശക്തിപ്പെടുത്തി എന്നത് പ്രത്യേകം വിലയിരുത്തേ ണ്ടതുണ്ട്. 59-ൽ പ്രകടമായ, ജനാധിപത്യത്തോടുള്ള അസഹിഷ്ണുതയാണ് 1975-ൽ അടിയന്തിരാവസ്ഥ യെന്ന അമിതാധികാര സ്വേച്ഛാധിപത്യ വാഴ്ചയിലേക്കു വളർന്നത്. ജനാധിപത്യ വിരുദ്ധമായ കോൺഗ്രസിന്റെ പ്രവണതകളെക്കുറിച്ച് കാലാകാലങ്ങളിൽ ഇ എം എസ് മുന്നറിയിപ്പു നൽകിക്കൊണ്ടേയിരുന്നു. ആ പൊതുബോ ധവൽക്കരണപ്രക്രിയയാണ് പുറത്താക്കപ്പെട്ട എൻ ടി രാമറാവുവിനെ ദിവസങ്ങൾക്കുള്ളിൽ ആന്ധ്ര മുഖ്യമന്ത്രി യായി വീണ്ടും അവരോധിക്കാൻ കേന്ദ്രത്തിലെ കോൺഗ്രസ് ഗവൺമെന്റിനെ നിർബന്ധിതമാക്കുന്ന രാഷ്ട്രീയ സാഹചര്യം പിൽക്കാലത്ത് സൃഷ്ടിച്ചത്.

- 356-ാം വകുപ്പ് ഭരണഘടനയിൽ വേണോ വേണ്ടയോ എന്നതു സംബന്ധിച്ച ദീർഘചർച്ചകൾക്കു വഴിയൊ രുക്കി ഇതു സംബന്ധിച്ച് ഇ എം എസ് ഉന്നയിച്ച വാദ മുഖങ്ങൾ.

ജനാധിപത്യത്തെ ശക്തിപ്പെടുത്തുന്നതിനുവേണ്ട കാര്യങ്ങൾ സൂക്ഷ്മമായി വിലയിരുത്തി മുന്നോട്ടുവെച്ച വ്യക്തിയാണ് ഇ എം എസ്. തിരഞ്ഞെടു ക്കപ്പെട്ട സംസ്ഥാനമന്ത്രിസഭക്ക് മുകളിൽ നോമിനേറ്റു ചെയ്യപ്പെട്ട ഒരു

ഗവർണർ വരുന്നത് ജനാധിപത്യത്തിനു നിരക്കുന്നതല്ല എന്ന് അദ്ദേഹം ചൂണ്ടിക്കാട്ടി. അഥവാ ഗവർണർ വേണമെങ്കിൽ തന്നെ, അത് തിരഞ്ഞെടുക്കപ്പെട്ടയാളായിരിക്കണമെന്നും കേന്ദ്ര ഏജന്റായിരിക്കരുതെന്നും ഇ എം എസ് പറഞ്ഞു. ജനാധിപത്യത്തിൽ ജനാധിപത്യ വിരുദ്ധമായ ഘടകങ്ങൾ എവിടെയുണ്ടോ അതെല്ലാം കൃത്യമായി മനസിലാക്കി രാഷ്ട്രശ്രദ്ധയിൽ കൊണ്ടുവരുന്നതിൽ ഇ എം എസ് കാട്ടിയ താൽപര്യമാണിതിൽ നിന്നു വ്യക്തമാവുന്നത്. ഈ താൽപര്യം ഏറ്റവും ജ്വലിച്ചു നിന്നത് അടിയന്തരാവസ്ഥക്കെതിരായ വീറുറ്റ പോരാട്ടത്തിലാണ്. 'അടിയന്തരാവസ്ഥ അറബിക്കടലിൽ' എന്ന ഇ എം എസിന്റെ അന്നത്തെ മുദ്രാവാക്യം ആ ഘട്ടത്തിലെ പ്രതിഷേധ പ്രസ്ഥാനങ്ങളുടെയാകെ തലക്കെട്ടായി മാറി. തിരഞ്ഞെടുപ്പു ഫലത്തിൽ അത് യാഥാർഥ്യമാവുകയും ചെയ്തു. കോൺഗ്രസിന്റെ ജനാധിപത്യവിരുദ്ധ സ്വഭാവം ദേശീയതലത്തിൽതന്നെ ആദ്യമായും നിരന്തരമായും തുറന്നു കാണിച്ച നേതാക്കളുടെ നിരയിലാണ് ഇ എം എസ് എന്നാണിതെല്ലാം കാണിക്കുന്നത്. ആദ്യഘട്ടത്തിൽ കോൺഗ്രസിന്റെ യഥാർഥസ്വഭാവം തിരിച്ചറിയാതിരുന്ന ഒട്ടനവധി ദേശീയനേതാക്കൾ പിൽക്കാലത്ത് ഇ എം എസ് പണ്ടേ പറഞ്ഞതു വൈകി തിരിച്ചറിഞ്ഞ് ജനാധിപത്യപക്ഷത്ത് അണിനിരന്നു എന്നതാണ് ചരിത്രം. എച്ച് എൻ ബഹുഗുണയും ചന്ദ്രശേഖറും, ജഗജീവൻറാമും ഒക്കെ അതിൽപ്പെടും.

- മതത്തെ രാഷ്ട്രീയത്തിൽ കലർത്തുന്നതിനെതിരായ ചിന്ത സമൂഹത്തിൽ പടർത്തുന്നതിന് ഇ എം എസ് നൽകിയിട്ടുള്ള സംഭാവനകൾ വളരെ വിലപ്പെട്ടതാണ്. ദൈവത്തിനുള്ളതു ദൈവത്തിനും സീസർക്കുള്ളതു സീസർക്കും എന്ന നിലപാടു മുമ്പോട്ടുവെച്ചുകൊണ്ട് ഈ രംഗത്തു നടത്തിയ ഇടപെടൽ മതം രാഷ്ട്രീയത്തിലിടപെടുന്നതിലെ അപകടങ്ങളെക്കുറിച്ച് വലിയ തോതിൽ ജനങ്ങളെ ബോധവൽക്കരിക്കുന്നതിനുപകരിച്ചു.

- ഇന്ത്യൻ ഭരണഘടനയുടെ ഫെഡറൽ സ്വഭാവത്തെ ശക്തിപ്പെടുത്തുന്നതിനു വേണ്ടി ഇ എം എസ് നൽകിയ സംഭാവനകളും പ്രത്യേകം വിലയിരുത്തേണ്ടതുണ്ട്. ഫെഡറൽ സ്പിരിറ്റിനു നിരക്കാത്തവിധം യൂണിറ്ററി സ്വഭാവത്തോടെ കേന്ദ്രഗവൺമെന്റ് സംസ്ഥാനങ്ങളുടെ സാമ്പത്തികവും രാഷ്ട്രീയവുമായ അധികാരവകാശകങ്ങൾക്കുനേർക്ക് നിരന്തരം കടന്നാക്രമണം നടത്തിക്കൊണ്ടിരിക്കെ, അതിനെ ചെറുക്കുന്നതും, അതിലെ അപകടം ബോധ്യപ്പെടുത്തുന്നതുമായിരുന്നു ഇ എം എസിന്റെ ഇടപെടലുകൾ.

കേന്ദ്ര-സംസ്ഥാന ബന്ധങ്ങൾ പൊളിച്ചെഴുതേണ്ടതിന്റെ ആവശ്യകത

ദേശീയ ചർച്ചാവിഷയമാക്കി മാറ്റാൻ ഇ എം എസിനു കഴിഞ്ഞു. ഈ വിഷയം പരിശോധിക്കാൻ സർക്കാരിയ കമ്മീഷനെ നിയോഗിക്കാൻ കേന്ദ്രം നിർബന്ധിതമായതിനു പിന്നിൽ ഇ എം എസിന്റെ ശക്തമായ വാദ മുഖങ്ങളുണ്ട്. സംസ്ഥാനങ്ങൾ ശക്തമായാലല്ലാതെ കേന്ദ്രത്തിനു ശക്ത മാവാൻ കഴിയില്ല എന്ന വാദം കൊണ്ടാണ് കേന്ദ്രം ശക്തമായയില്ലെങ്കിൽ രാഷ്ട്രസുരക്ഷിതത്വം അപകടത്തിലാവുമെന്ന വാദത്തെ ഇ എം എസ് നേരിട്ടത്. കേന്ദ്ര-സംസ്ഥാന ബന്ധങ്ങൾ നീതിയുക്തമല്ലാത്ത സാഹചര്യം മുതലെടുത്ത് വിഘടന പ്രസ്ഥാനങ്ങൾ വളരുന്ന പഞ്ചാബിലെയും മറ്റും കാര്യങ്ങൾ ചൂണ്ടിക്കാട്ടിക്കൊണ്ട് രാഷ്ട്ര ഐക്യത്തിന് ഉള്ള ഗ്യാരന്റി സംസ്ഥാനങ്ങൾക്ക് അർഹതപ്പെട്ടതു നൽകുക എന്നതാണെന്ന് ഇ എം എസ് സ്ഥാപിച്ചു.

- അധികാരവികേന്ദ്രീകരണം, ജനങ്ങളുടെ പങ്കാളിത്ത ത്തോടെയുള്ള പദ്ധതി നിർവഹണം എന്നിവ ഇ എം എസ് എന്നും മനസ്സിൽ സൂക്ഷിച്ച സ്വപ്നങ്ങളാണ്. 1957-ൽ ഇ എം എസ് അധ്യക്ഷനായി രൂപീകരിച്ച ഭര ണപരിഷ്കാര കമ്മിറ്റി അതിന്റെ റിപ്പോർട്ടിൽ ഇതിനുള്ള മൂർത്തമായ നിർദ്ദേശങ്ങൾ മുമ്പോട്ടുവെച്ചിരുന്നു. വികേ ന്ദ്രീകരണത്തിന്റേയും ജനാധിപത്യത്തിന്റേയും അടിസ്ഥാ നത്തിൽ ഭരണത്തെ പുനഃസംഘടിപ്പിക്കേണ്ടിയിരിക്കുന്നു വെന്ന് അതിൽ ഇ എം എസ് പറഞ്ഞു.

ഭരണത്തിന്റെ ഘടനയെ ജനാധിപത്യവ്യവസ്ഥിതിക്ക് യോജിച്ചതാക്കി മാറ്റി യെടുക്കാനുള്ള പ്രക്രിയ മുഖ്യമന്ത്രി എന്ന നിലക്ക് ഇ എം എസ് തുടങ്ങി വെച്ചു. എന്നാലതു പൂർത്തിയാകും മുമ്പ് അദ്ദേഹത്തിന് അധികാരം നഷ്ടപ്പെട്ടു. എന്നാൽ പിന്നീട് ഇടതുപക്ഷജനാധിപത്യമുന്നണി അധി കാരവികേന്ദ്രീകരണവും ജനകീയാസൂത്രണവും നടപ്പാക്കിയപ്പോൾ ഇ എം എസ് തുടങ്ങിവെച്ച പ്രക്രിയ പൂർത്തീകരിക്കപ്പെടുകയും ഇ എം എസിന്റെ ചിന്തകൾ സഫലമാവുകയുമായിരുന്നു. ഇ എം എസ് തന്നെയാണ് ജന കീയാസൂത്രണത്തിന്റെ അമരക്കാരനായിരുന്ന് ആ പദ്ധതിയെ നയിച്ചത് എന്നതോർക്കണം.

- ഇ എം എസ് ഒരു ഘട്ടത്തിൽ പറഞ്ഞു: "ഞങ്ങൾ കമ്മ്യൂ ണിസം നടപ്പാക്കുകയല്ല ചെയ്യുന്നത്; കോൺഗ്രസ് പറ ഞ്ഞതും എന്നാൽ, നടപ്പാക്കാൻ കൂട്ടാക്കാതിരിക്കുന്നതു മായ കാര്യങ്ങൾ നടപ്പാക്കുകയാണ് ചെയ്യുന്നത്."

പറയുന്ന കാര്യങ്ങളിൽ ആത്മാർഥതയില്ലാത്ത കോൺഗ്രസിന്റെ നിലപാട് തുറന്നു കാട്ടുന്നതായിരുന്നു ആ വാക്കുകൾ, ഭാഷാസംസ്ഥാന രൂപീകര ണ കാര്യത്തിൽ കാട്ടിയ അനാസ്ഥ, പഞ്ചായത്ത്രാജ് നടപ്പാക്കുകയയോ

നടപ്പാക്കാതിരിക്കുകയോ ചെയ്യാൻ പാകത്തിൽ ഭരണഘടനയുടെ നിർദ്ദേ ശകതത്വങ്ങളിലായി പരിമിതപ്പെടുത്തിയ നിലപാട്, ആവഡി സോഷ്യലിസ പ്രഖ്യാപനം തുടങ്ങിയവയൊക്കെ മുന്നിർത്തി കോൺഗ്രസിന്റെ ആത്മാർഥതയില്ലായ്മ തുറന്നുകാട്ടുന്നതിൽ നേതൃത്വപരമായ പങ്കാണ് ഇ എം എസ് വഹിച്ചത്. കോൺഗ്രസ് പത്തുവർഷം ചെയ്യാതിരുന്നത് ഞങ്ങൾ ചെയ്യുന്നു എന്നു പറഞ്ഞുകൊണ്ട് പുരോഗമന നിയമനിർമാണ നടപടികളിലൂടെ ഇ എം എസ് തെളിയിച്ചു കാട്ടിയത് കോൺഗ്രസിന്റെ കാപട്യം മാത്രമല്ല, ജനങ്ങളോട് കമ്യൂണിസ്റ്റുകാർ പുലർത്തുന്ന പ്രതിബ ദ്ധതകൂടിയാണ്.

- ഇന്ത്യയുടെ മുതലാളിത്ത വികസനപാതക്കും അതുമായി ബന്ധപ്പെട്ട ആസൂത്രണപദ്ധതിക്കും ബദൽ നിർദേശിച്ചു എന്നത് ഇ എം എസിന്റെ ശ്രദ്ധേയമായ മറ്റൊരു സംഭാ വനയാണ്. 1968-ൽ മുഖ്യമന്ത്രി എന്ന നിലക്ക് പങ്കെടുത്ത ദേശീയ വികസനസമിതി യോഗത്തിലാണ് പഞ്ചവത്സ രപദ്ധതിക്ക് ഒരു ബദൽ സമീപനരേഖ ഇ എം എസ് അവതരിപ്പിച്ചത്. ആസൂത്രണത്തെ ക്രിയാത്മകവും ജനോന്മുഖവുമാക്കുന്നതെങ്ങനെ എന്ന് അത് ഇന്ത്യക്ക് കാട്ടിക്കൊടുത്തു. 1976-ൽ *'ഇന്ത്യൻ ആസൂത്രണം പ്രതി സന്ധിയിൽ'* എന്ന പുസ്തകത്തിലൂടെ ഇ എം എസ് ചെയ്തതും ആസൂത്രണത്തിലെ ബദൽ സമീപനം മുമ്പോട്ടുവെക്കലാണ്.

ഒന്നാം പഞ്ചവത്സരപദ്ധതിക്കെതിരെ ഇ എം എസ് ഉയർത്തിയ വിമർശനം വ്യവസായവൽക്കരണത്തോടുള്ള അവഗണന മുന്നിർത്തിയായിരുന്നു. ഇന്ത്യയെ പടിഞ്ഞാറൻ വ്യാവസായികോൽപ്പന്നങ്ങളുടെ വിപണിയാക്കി നിലനിർത്തുക എന്ന സാമ്രാജ്യത്വ താൽപര്യം മുന്നിർത്തിയാണ് വ്യവ സായവൽക്കരണത്തിനു പരിഗണന നൽകാത്തതെന്നും ഇത് ഇന്ത്യയെ പിന്നോക്കാവസ്ഥയിൽ തളച്ചിടാനേ ഉപകരിക്കൂ എന്നുമുള്ള ഇ എം എസിന്റെ വിമർശനം ശ്രദ്ധേയമായി. തുടർപദ്ധതികളിൽ മാറ്റം വന്നത് ഈ വിമർശനത്തിന്റെ അടിസ്ഥാനത്തിലാണ് എന്നു പറഞ്ഞാലതിൽ അതി ശയോക്തിയില്ല.

- ഭാഷാസംസ്ഥാനരൂപീകരണം എന്ന തത്വം അംഗീകരി പ്പിക്കുന്നതിനും അതിന്റെ അടിസ്ഥാനത്തിൽ തിരു- കൊച്ചി-മലബാർ പ്രദേശങ്ങളെ യോജിപ്പിച്ച് ഐക്യകേ രളമുണ്ടാക്കുന്നതിനുള്ള സമരങ്ങൾക്ക് ഇ എം എസ് നൽകിയ നേതൃത്വം ചരിത്ര പശ്ചാത്തലത്തിൽ വിലയി രുത്തേണ്ടതുണ്ട്. തത്വത്തിൽ ഇതംഗീകരിച്ച കോൺഗ്രസ് ഗവൺമെന്റ് പ്രായോഗിക തലത്തിലേക്ക് അത് മാറ്റിയ

ടുക്കാൻ താൽപര്യം കാട്ടിയില്ല. അതുകൊണ്ടുതന്നെ സ്വാതന്ത്ര്യലബ്ധിക്കുശേഷമുള്ള ആദ്യ പതിറ്റാണ്ട് അതി നുവേണ്ടിയുള്ള പോരാട്ടങ്ങളുടേതായി.

ഇ എം എസ് 1946-ൽ തന്നെ കേരളപ്പിറവി സ്വപ്നം കണ്ടിരുന്നു. അന്ന് അദ്ദേഹം രചിച്ച *'ഒന്നേകാൽ കോടി മലയാളികൾ'* എന്ന കൃതി നാടുവാ ഴിത്ത വിരുദ്ധവും സാമ്രാജ്യത്വ വിരുദ്ധവുമായ പോരാട്ടങ്ങൾക്ക് ഊർജം പകരുകയും പുതിയ ഒരു കേരളത്തിനുള്ള കർമ പദ്ധതി മുമ്പോട്ടുവെ ക്കുകയും ചെയ്തു.

ഇതേപോലെ പ്രാധാന്യമർഹിക്കുന്ന *'കേരളം മലയാളികളുടെ മാതൃ ഭൂമി'* എന്ന കൃതിയിലും ഭാവികേരളം എങ്ങനെയാകണം എന്ന ഇ എം എസിന്റെ സങ്കൽപമുണ്ട്. കേരളീയ സാമൂഹ്യജീവിതം എങ്ങനെ പരിണാ മവിധേയമായി ഒരു സവിശേഷ ഘട്ടത്തിലെത്തി എന്നു മാർക്സിസ്റ്റ് കാഴ്ച പ്പാടിൽ പരിശോധിക്കുന്ന ആ കൃതി കേരളത്തിന്റെ പിൽക്കാല സാമൂഹ്യ പുരോഗതിക്കുള്ള അടിസ്ഥാന രേഖയായി ചരിത്രത്തിൽ സ്ഥാനം പിടി ച്ചിട്ടുണ്ട്. ഐതിഹ്യങ്ങളിൽ നിന്നും ഊഹാപോഹങ്ങളിൽ നിന്നും കേരള ചരിത്രത്തെ മോചിപ്പിച്ചെടുത്ത ആ കൃതി ചരിത്രപരമായ ഭൗതിക വാദ ത്തിന്റെ വെളിച്ചത്തിൽ ചരിത്രരചന നിർവഹിക്കുന്നതിനുള്ള മാതൃകാഗ്ര ന്ഥമായും ഉയർന്നു നിൽക്കുന്നു. ജാതീയതയും വർഗീയതയും പടർത്തിയ പഴയ അന്ധകാരത്തെ തിരിച്ചുകൊണ്ടുവരാനും നവോത്ഥാനമൂല്യങ്ങളുടെ വെളിച്ചം തല്ലിക്കെടുത്താനും ഇന്നുനടക്കുന്ന ശ്രമങ്ങളെ ചെറുക്കാൻ ഈ മേഖലയിൽ ഇ എം എസ് നടത്തിയ പ്രവർത്തനങ്ങൾ നമുക്ക് പ്രചോദനമാ കുന്നുണ്ട്.

- മലബാർ കലാപത്തെ വർഗീയ വ്യാഖ്യാനങ്ങളിൽ നിന്നു മോചിപ്പിച്ചെടുത്തതും ഇ എം എസ് ആണ്. മാപ്പിളല ഹള എന്നറിയപ്പെട്ട 1920-21-ലെ കലാപത്തെ വർഗീയ കലാപമായാണ് പലരും വിലയിരുത്തിയിരുന്നത്. എന്നാൽ ജന്മിമാരുടെ ക്രൂരമായ അടിച്ചമർത്തലിനും അവരെ പരിരക്ഷിച്ചുപോന്ന ബ്രിട്ടീഷ് സാമ്രാജ്യത്വത്തി നുമെതിരായ പ്രതിഷേധവികാരത്തിലായിരുന്നു അതിന്റെ തുടക്കമെന്ന് ഇ എം എസ് വിലയിരുത്തി. അതാകട്ടെ, മാർക്സിസ്റ്റ് ചരിത്ര സമീപനത്തിന്റെ ശ്രദ്ധേയമായ ദൃഷ്ടാന്തമാവുകയും ചെയ്തു.

- ഒപ്പമുള്ള പാർട്ടി നേതാക്കളെ അപകീർത്തിപ്പെടുത്തി പാർട്ടിയെ തകർക്കാൻ സ്ഥാപിത താൽപര്യക്കാർ നട ത്തിയ ശ്രമങ്ങളെ അതിശക്തമായി ചെറുക്കുന്നതിലും മാതൃകകാട്ടിയ വ്യക്തിത്വമാണ് ഇ എം എസിന്റേത്. എ കെ ജി 12,000 രൂപ കൈക്കൂലി വാങ്ങി എന്ന നികൃഷ്ട

മായ ആരോപണമുന്നയിച്ചവരെ അതിശക്തമായി നേരി
ട്ടുവെല്ലുവിളിച്ചത് ഇ എം എസാണ്.

- സ്വാതന്ത്ര്യലബ്ധിക്കുശേഷമുള്ള ഘട്ടത്തിൽ കോൺഗ്ര
സിന്റെ അധികാരകുത്തക പൊളിക്കുക എന്ന രാഷ്ട്രീയ
ഉദ്ദേശ്യവുമായാണ് ഇ എം എസ് നീങ്ങിയത്. ഒന്നാം
പൊതുതെരഞ്ഞെടുപ്പിൽ ഇന്ത്യയാകെയും ഭൂരിപക്ഷം
സംസ്ഥാനങ്ങളിലും ഭൂരിപക്ഷം സീറ്റുകൾ നേടിയ
കോൺഗ്രസിന്റെ കുത്തക പൊളിയുമെന്ന് 1952 മാർച്ചിൽ
ദേശാഭിമാനിയിലെഴുതിയ ലേഖനത്തിൽ ഇ എം എസ്
പറഞ്ഞു. '57-ൽ കേരളം ആ ദിശയിലുള്ള നിർണായക
ചുവടുവെപ്പു നടത്തി. പത്തുവർഷം കഴിഞ്ഞപ്പോൾ ഒരു
ഡസൻ സംസ്ഥാനങ്ങളിലും വീണ്ടുമൊരു പത്തുവർഷം
കൂടി കഴിഞ്ഞപ്പോൾ കേന്ദ്രത്തിൽത്തന്നെയും
കോൺഗ്രസ് തകർന്നു. എത്ര ദീർഘദർശിത്വത്തോടെ
യാണ് '52-ൽ ഇ എം എസ് വിലയിരുത്തിയത് എന്ന്
ഓർമിക്കണം.

- ഈ മാറ്റം വരുത്തുന്നതിന് ദേശീയതലത്തിൽത്തന്നെ
നേതൃത്വപരമായ പങ്ക് ഇ എം എസ് വഹിച്ചു. സി പി
ഐ എം ജനറൽ സെക്രട്ടറി എന്ന നിലയിൽ മതനിര
പേക്ഷ ജനാധിപത്യ പാർട്ടികളെയും പ്രാദേശിക കക്ഷി
കളെയും ഒരുമിപ്പിക്കുന്നതിനും അവയെ കോൺഗ്രസി
നെതിരെ അണിനിരത്തുന്നതിനും ഡൽഹിയിൽ നേതൃ
തല യോഗങ്ങൾ വിളിച്ചുകൂട്ടി. വി പി സിങ്ങിന്റെ നേതൃ
ത്വത്തിലുള്ള ദേശീയമുന്നണി മന്ത്രിസഭയുടെ രൂപീകര
ണത്തിന് അത്തരം യോഗങ്ങൾ കളമൊരുക്കി.

ഈ പ്രക്രിയയിൽ ഇന്ത്യൻ രാഷ്ട്രീയത്തിൽ ഇടതുപക്ഷത്തിന് പൊതു
വിലും സി പി ഐ എമ്മിന് പ്രത്യേകിച്ചും നിർണായക പങ്കുണ്ടാകുന്ന
സ്ഥിതി സൃഷ്ടിക്കാൻ ഇ എം എസിന് കഴിഞ്ഞു. ഇന്ത്യൻ രാഷ്ട്രീയ
ത്തിൽ ഇടതുപക്ഷത്തിന് ചിലതു പറയാനുണ്ടെന്നും അതു വിലപ്പോവു
മെന്നും വന്നു. ഒരുപക്ഷേ, പാർട്ടിയുടെ സംഘടനാ സ്വാധീനത്തിന് ആനു
പാതികമല്ലാത്തത്ര വിപുലമായ തോതിൽ സി പി ഐ എം ദേശീയ
രാഷ്ട്രീയത്തിൽ ഇടപെടുകയും പങ്കുവഹിക്കുകയും ചെയ്തതിന്റെ
തുടക്കം ഇ എം എസ് ജനറൽ സെക്രട്ടറിയായിരുന്ന ഘട്ടമാണ്.

- വർഗീയ ശക്തികളെ ഇന്ത്യൻ രാഷ്ട്രീയത്തിൽ ഒറ്റപ്പെ
ടുത്തുന്നതിന് ഈ നേതൃത്വപരമായ പങ്ക് വലിയൊരള
വിൽ സഹായകമായി. വർഗീയതയുമായി കൈകോർ
ക്കാൻ വിരോധമില്ലാത്ത പല പ്രാദേശിക പാർട്ടികളെയും

ദേശീയ കക്ഷികളെയും മതനിരപേക്ഷതയുടെ അടിത്ത
റയിൽ ഉറപ്പിച്ചുനിർത്തിയത് ഇ എം എസിന്റെ നേതൃത്വ
ത്തിൽ ഇടതുപക്ഷം നടത്തിയ ആ ഇടപെടലാണ്.
ബിജെപി അകറ്റി നിർത്തപ്പെടേണ്ട ശക്തിയാണ് എന്ന
ബോധം ദേശീയതലത്തിൽ വളർത്താനിതുപകരിച്ചു.
അത്തരത്തിലൊരു മതനിരപേക്ഷ മുന്നണി ദേശീയത
ലത്തിൽ വരുന്നതിന് കേരളത്തിലെ അഖിലേന്ത്യാ ലീഗു
ബന്ധം തടസമാണെന്നു കണ്ടെത്തി. അത് തിരുത്തുന്ന
തിനും നേതൃത്വം നൽകിയത് ഇ എം എസാണ്.

● ഇന്ത്യ വിദേശനയരംഗത്ത് ചാഞ്ചാടിയ ഘട്ടങ്ങളി
ലൊക്കെ സാമ്രാജ്യത്വ വിരുദ്ധവും ചേരിചേരായ്മയിലു
റച്ചതുമായ നിലപാടിൽ കേന്ദ്രത്തെ ഉറപ്പിച്ചുനിർത്താൻ
ഇ എം എസിന്റെ രാഷ്ട്രീയ ഇടപെടലുകൾ ഏറെ സഹാ
യകമായിട്ടുണ്ട്. വിദേശനയം കൂടുതൽക്കൂടുതലായി
സാമ്രാജ്യപക്ഷത്തേക്കു ചായുകയും വർഗീയത കൂടു
തൽ വലിയ ഭീഷണികളുയർത്തുകയും ചെയ്യുന്ന ഈ
ഘട്ടത്തിൽ ഇ എം എസിന്റെ ഈ രംഗത്തെ സംഭാവന
കൾ നമുക്കു വിലപ്പെട്ട പാഠങ്ങളാവുന്നുണ്ട്.

● നിലവിലുള്ള സാമൂഹ്യവ്യവസ്ഥയിൽ ജുഡീഷ്യറിക്കു
പോലും വർഗസ്വഭാവത്തിൽ നിന്ന് വേറിട്ട നിലപാടെടു
ക്കുക അസാധ്യമാവും എന്നു ചൂണ്ടിക്കാട്ടിയ നേതാ
വാണ് ഇ എം എസ്.

ജുഡീഷ്യറിയിലൂടെ ആത്യന്തികമായി നീതി നടത്തിപ്പ് സാധ്യമാവുമെന്ന
വ്യാമോഹത്തിൽ ജനങ്ങൾ കുടുങ്ങാതിരിക്കാനുള്ള ജാഗ്രതപ്പെടുത്തലാണ്
ഇ എം എസ് നടത്തിയത്. തെളിവുകൾ സമാനമായിരിക്കുമ്പോഴും കോട
തികൾക്ക് വരേണ്യസമ്പന്ന പക്ഷത്തേക്ക് ചായാനുള്ള പ്രവണതയേറും
എന്നതായിരുന്നു ഇ എം എസിന്റെ നിലപാട്. ഇതു മുൻനിർത്തി കോടതി
അലക്ഷ്യനടപടി നേരിടേണ്ടിവന്നു ഇ എം എസിന്. എങ്കിലും സാമൂഹിക
അനീതികൾ അവസാനിപ്പിക്കാനുള്ള അവസാനത്തെ വാക്ക് കോടതിയിൽ
നിന്നുണ്ടാവും എന്ന വ്യാമോഹത്തിൽ നിന്നു ജനങ്ങളെ മോചിപ്പിക്കാൻ
ഇ എം എസ് കൈക്കൊണ്ട നിലപാടിന് സാധിച്ചു. ഇ എം എസ് അന്നു
പറഞ്ഞത് ശരിവെക്കുന്നരീതിയിൽ പിൽക്കാലത്ത് സുപ്രീംകോടതി ചീഫ്
ജസ്റ്റിസുമാർ പോലും സംസാരിച്ചിട്ടുണ്ട്. ജുഡീഷ്യറിയെ അഴിമതി വിമു
ക്തമാക്കേണ്ടതിന്റെ ആവശ്യകതയെക്കുറിച്ച് ചീഫ് ജസ്റ്റിസുമാർക്കു
പോലും മുന്നറിയിപ്പു നൽകേണ്ടിവന്നിട്ടുണ്ട്. ജനക്ഷേമകരവും സാമൂഹ്യ
പുരോഗതിക്കുതകുന്നതുമായ പല നിയമ നിർമാണങ്ങളോടും ജനക്ഷേ
മത്തിനുവേണ്ടി നിലകൊള്ളുന്നതെന്നു ജനങ്ങൾക്കു തന്നെ ബോധ്യമുള്ള
പ്രസ്ഥാനങ്ങളോടും കോടതികൾ കൈക്കൊള്ളുന്ന നിലപാടുകൾ ഇ എം

എസിന്റെ വാക്കുകൾ ഇടക്കിടക്ക് നമ്മുടെ ഓർമയിലേക്കു കൊണ്ടുവരു
ന്നുണ്ട്.

- നിരവധി പതിറ്റാണ്ടുകൾ കേരളത്തിന്റെ രാഷ്ട്രീയ
  അജണ്ട നിശ്ചയിച്ചിരുന്നത് ഇ എം എസിന്റെ ചിന്തക
  ളാണ്. ദേശീയ രാഷ്ട്രീയത്തെ പുരോഗമനപരമായി വഴി
  തിരിച്ച് വിടുന്നതിൽ അദ്ദേഹം വഹിച്ച പങ്ക് ചരിത്രപര
  മായ പ്രാധാന്യമുള്ളതാണ്. സാമുദായിക ഉച്ചനീചത്വ
  ങ്ങൾ ഇല്ലാതാക്കുന്നതിൽ മാത്രമായി ഒതുങ്ങിനിന്നിരുന്ന
  സാമൂഹ്യനവോത്ഥാന പ്രസ്ഥാനങ്ങളുടെ പൈതൃകത്തെ
  സാമ്പത്തിക അസമത്വങ്ങൾക്കെതിരായ പോരാട്ടമാക്കി
  വളർത്തിക്കൊണ്ടുവരുന്നതിലും അതിലൂടെ കേരള
  ത്തിന്റെ മുഖച്ഛായതന്നെ മാറ്റിയെടുക്കുന്നതിലും ഇ എം
  എസ് വഹിച്ച പങ്ക് ചരിത്രപരമായ പ്രാധാന്യമുള്ളതാണ്.

സാമുദായിക ജീർണതകൾക്കെതിരായ ആദ്യകാലപോരാട്ടം, സാമ്രാജ്യ
ത്വവിരുദ്ധ സമരങ്ങളിലെ പങ്ക്, നാടുവാഴിത്തത്തിനും ജന്മിത്വത്തിനുമെ
തിരായ സമരങ്ങൾ, ട്രേഡ് യൂണിയനുകളെ നയിക്കേണ്ട സൈദ്ധാന്തിക-
പ്രായോഗിക വശങ്ങൾ രൂപപ്പെടുത്തുന്നതിൽ കാട്ടിയ പ്രാവീണ്യം, പുരോ
ഗമനസാഹിത്യത്തിനു വഴികാട്ടിക്കൊണ്ടുനടത്തിയിട്ടുള്ള ഇടപെടലുകൾ,
ഫാസിസ്റ്റ് വിരുദ്ധ ചിന്താഗതിയിൽ കേരളീയരുടെ മനസ്സുറപ്പിക്കുന്നതിനു
നടത്തിയിട്ടുള്ള ബോധവൽക്കരണം, നയവ്യതിയാനങ്ങൾക്കെതിര
മാർക്സിസം–ലെനിനിസത്തിന്റെ പാതയിൽ പാർട്ടിയെ ഉറപ്പിച്ചു നിർത്തു
ന്നതിനു കാട്ടിയ ശുഷ്കാന്തി, പ്രതിപക്ഷനേതാവ് എന്ന നിലയിലുള്ള
പോരാട്ടങ്ങൾ, സങ്കീർണ പരിതഃസ്ഥിതികൾ നേരിടാനുള്ള അടവുകൾ
രൂപപ്പെടുത്തുന്നതിൽ കാട്ടിയ കരുത്ത്, ഇന്ത്യയ്ക്ക് മാതൃകയാവുംവിധം
മുന്നണി സംവിധാനത്തെ ഉയർത്തിക്കാട്ടുന്നതിൽ കാട്ടിയ പ്രാവീണ്യം,
രാഷ്ട്രീയ സംവാദങ്ങളിൽ കാട്ടിയ മികവ് എന്നിങ്ങനെയുള്ള നിരവധി
വശങ്ങൾ ആ വ്യക്തിത്വത്തിനുണ്ട്. പത്രാധിപർ, എഴുത്തുകാരൻ, ചിന്ത
കൻ, സാമൂഹ്യപരിഷ്കർത്താവ്, ചരിത്രകാരൻ, ഭരണകർത്താവ്, ഭാഷാ
വിദഗ്ധൻ എന്നിങ്ങനെയൊക്കെയും ബഹുമുഖമാണ് ആ വ്യക്തിത്വം.

ഒക്ടോബർ വിപ്ലവം :
വിമോചനപ്പോരാട്ടങ്ങൾക്ക് എന്നും കരുത്ത്

കമ്യൂണിസ്റ്റുകാർ ഏതു സംഭവത്തേയും ഓർക്കുന്നത് അതിലുള്ള വിശ്വാസം ഊട്ടി ഉറപ്പിക്കുന്നതിനുള്ള ഔപചാരികമായ ആചാരം എന്ന നിലയിലല്ല. മറിച്ച് ഭാവി കാഴ്ചപ്പാടുകൾ കൂടുതൽ വ്യക്തമാക്കപ്പെടുന്ന രീതിയിൽ അതിൽ നിന്ന് പാഠങ്ങൾ ഉൾക്കൊള്ളുക എന്ന അർത്ഥത്തി ലാണ്. മനുഷ്യചരിത്രത്തിലെ പുതിയ അദ്ധ്യായത്തിനും തുടക്കം കുറിച്ച ഒക്ടോബർ വിപ്ലവത്തിന്റെ അനുസ്മരണ പരിപാടികളും ഈ അർത്ഥ ത്തിലാണ് കമ്യൂണിസ്റ്റുകാർ കാണുന്നത്. എന്നാൽ ഒക്ടോബർ വിപ്ല വത്തെ ഒരു ആകസ്മിക സംഭവമെന്ന നിലയിലും അതിനു പിന്നിലെ ബോധപൂർവ്വമായ ഇടപെടലുകളെയും രാഷ്ട്രീയ സിദ്ധാന്തങ്ങളിലുള്ള പ്രവർത്തനങ്ങളെയും ലളിതവൽക്കരിക്കാനുള്ള പ്രവർത്തനങ്ങളാണ് ഇപ്പോൾ മാദ്ധ്യമങ്ങൾ ഉയർത്തിക്കൊണ്ടുവരുന്നത്. അതുകൊണ്ട് ആ സമീ പനത്തെ തുറന്നുകാട്ടുക എന്നത് ഒക്ടോബർ വിപ്ലവത്തിന്റെ അനുസ്മ രണ പ്രവർത്തനത്തിലെ സുപ്രധാന കടമയായിത്തീരുന്നു.

1871-ലെ പാരീസ് കമ്യൂണിനുശേഷം തൊഴിലാളി വർഗ്ഗത്തിന്റെ നേതൃത്വത്തിൽ നടന്ന വിജയകരമായ വിപ്ലവമായിരുന്നു ഒക്ടോബർ വിപ്ല വം. ഇത് ലോകചരിത്രത്തിൽത്തന്നെ പുതിയ യുഗം തുറക്കുന്നതിനുള്ള സാഹചര്യം ഒരുക്കി. ലോകത്തിലെ ഓരോ ചെറിയ സംഭവങ്ങളെപ്പോലും സൂക്ഷ്മമായി നിരീക്ഷിച്ചിരുന്നു മാർക്സും എംഗൽസും. ഇന്ത്യയിലെ ഒന്നാം സ്വാതന്ത്ര്യസമരത്തെക്കുറിച്ചും ഭാവിയിൽ ഇന്ത്യയിൽ ഉണ്ടാവാൻ പോകുന്ന മാറ്റങ്ങളെക്കുറിച്ചും അവർ നൽകിയ വിശദീകരണങ്ങൾ ഈ കാര്യം അടിവരയിടുന്നുണ്ട്. അതുപോലെ റഷ്യയിലെ സംഭവവികാസ ങ്ങളെയും ഇവർ സൂക്ഷ്മപരിശോധനയ്ക്ക് വിധേയമാക്കി. അതുകൊണ്ടു തന്നെ അവിടെ വിപ്ലവത്തിന്റെ സാധ്യതകളെ സംബന്ധിച്ച് സൂചനകൾ നൽകാനും ഇവർക്ക് കഴിഞ്ഞു. റഷ്യയിലെ സാമൂഹ്യബന്ധത്തെപ്പറ്റി എന്ന

കൃതിയിൽ എംഗൽസ് ഇങ്ങനെ എഴുതി: "നിസംശയമായും റഷ്യ ഒരു വിപ്ലവത്തിന്റെ വക്കത്ത് നിൽക്കുകയാണ്. അതിന്റെ ധനസ്ഥിതി അങ്ങേ യറ്റം കുഴഞ്ഞുകിടക്കുകയാണ്. നികുതിഭാരം ഇനി വർദ്ധിപ്പിക്കാനാവില്ല. സർക്കാരിന്റെ പഴയ കടങ്ങളുടെ പലിശ കൊടുക്കുന്നത് പുതിയ കടമെടുപ്പു നടത്തിയിട്ടാണ്. ഓരോ പുതിയ കടമെടുപ്പും കൂടുതൽ കൂടുതൽ വൈഷ മ്യങ്ങളെ നേരിടുന്നു." ഇത്തരത്തിൽ ആ രാജ്യത്തെ സംഭവവികാസങ്ങളെ അക്കമിട്ടു വിശദീകരിച്ചശേഷം അവസാനം ഇങ്ങനെ വ്യക്തമാക്കി: "ഇവിടെ വിപ്ലവത്തിന്റെ എല്ലാ ഉപാധികളും സംയോജിക്കപ്പെട്ടിരിക്കുകയാണ്."

1877-ൽ മാർക്സ് എഴുതിയത് ഇങ്ങനെയാണ്: "ഏറെക്കാലമായി റഷ്യ ഒരു സാമൂഹ്യമാറ്റത്തിന്റെ ഉമ്മറപ്പടിയിലാണ്. അതിന് ആവശ്യമായ എല്ലാ ഘടകങ്ങളും ഒത്തിണങ്ങിയിരിക്കുന്നു. റഷ്യൻ സമൂഹത്തിലെ എല്ലാ വിഭാഗങ്ങളും സാമ്പത്തികമായും സദാചാരപരമായും ബൗദ്ധികമായും പൂർണ്ണമായും ശിഥിലീകരിക്കപ്പെട്ടിരിക്കുന്നു. ഇതുവരെ പ്രതിവിപ്ലവ ശക്തി കളുടെ താവളമായിരുന്ന കിഴക്ക് ഇത്തവണ വിപ്ലവം പൊട്ടിപ്പുറപ്പെടും." ഇത് റഷ്യൻ സംഭവവികാസങ്ങളെ കമ്യൂണിസ്റ്റ് ആചാര്യന്മാർ തികഞ്ഞ ഉൾക്കാഴ്ചയോടെ വിലയിരുത്തിയിട്ടുണ്ട് എന്നാണ് വ്യക്തമാക്കുന്നത്.

എന്നാൽ വിപ്ലവവിജയം നേരിട്ടു കാണാൻ മാർക്സോ എംഗൽസോ ജീവിച്ചിരുന്നില്ല. നിരന്തരം വളർന്നുകൊണ്ടിരിക്കുന്ന മാർക്സിസത്തിന് ഉജ്ജ്വല സംഭാവന നൽകിയ ലെനിൻ ഈ കാലഘട്ടത്തെ തികഞ്ഞ ഉൾക്കാഴ്ചയോടെ മാർക്സിസത്തിന്റെ വെളിച്ചത്തിൽ വിലയിരുത്തി. മുത ലാളിത്തത്തിന്റെ ഉന്നതമായ ഘട്ടമാണ് സാമ്രാജ്യത്വം എന്നു വിലയിരുത്തിയ ലെനിൻ ലോകത്തെ വൈരുദ്ധ്യങ്ങളെ വിശകലനം ചെയ്യുന്നതിലും തികഞ്ഞ ഉൾക്കാഴ്ച പ്രകടിപ്പിച്ചു. ഈ കാലത്ത് മൂന്നു വൈരുദ്ധ്യങ്ങൾ ഉയർന്നുവ രുന്നതായി അദ്ദേഹം നിരീക്ഷിച്ചു.

1. തൊഴിലാളി വർഗ്ഗവും ബൂർഷ്വാസിയും തമ്മിലുള്ള വൈരുദ്ധ്യം.

2. കോളനികളിലെ ജനങ്ങളും സാമ്രാജ്യത്വവും തമ്മിലുള്ള വൈരുദ്ധ്യം.

3. ലോകത്തെ പകുത്തെടുക്കാനായി മത്സരിക്കുന്ന സാമ്രാജ്യത്വ രാഷ്ട്ര ങ്ങൾ തമ്മിലുള്ള വൈരുദ്ധ്യം.

ഇതിന്റെ അടിസ്ഥാനത്തിൽ സാമ്രാജ്യത്വത്തിന്റെ ചങ്ങലക്കെട്ടുകൾ വളരെ ദുർബലമായ റഷ്യപോലുള്ള അത്രയേറെ വികാസം പ്രാപിച്ചിട്ടില്ലാത്ത രാജ്യങ്ങളിലും സോഷ്യലിസ്റ്റുവിപ്ലവം നടക്കാമെന്ന കാഴ്ചപ്പാട് ലെനിൻ മുന്നോട്ടുവച്ചു. ഇതിന് അനുയോജ്യമായ രീതിയിലുള്ള പ്രായോഗിക പ്രവർത്തനങ്ങൾക്ക് അദ്ദേഹം നേതൃത്വം നൽകി. പാർടിയിലെ ബഹുഭൂ രിപക്ഷത്തെയും തന്റെ കാഴ്ചപ്പാടിന്റെ പിന്നിൽ അണിനിരത്താൻ ലെനിനു സാധിച്ചു. മാർക്സിസ്റ്റ് സിദ്ധാന്തത്തിന്റെ അടിത്തറയിൽ നിലനിൽക്കു ന്നതും ഭൂരിഭാഗം തൊഴിലാളികളുടെയും പിന്തുണ നേടിയെടുക്കാൻ കെൽപുള്ളതുമായ തൊഴിലാളിവർഗത്തിന്റെ സുശക്തമായ വിപ്ലവപാർടി യുടെ പ്രാധാന്യം അദ്ദേഹം ഉയർത്തിപ്പിടിച്ചു. എന്തു ചെയ്യണം?, ജനാധി പത്യവിപ്ലവത്തിൽ സോഷ്യൽ ഡെമോക്രസിയുടെ രണ്ട് അടവുകൾ എന്നീ

കൃതികളിൽ ഈ കാര്യം അദ്ദേഹം വിശദീകരിച്ചു. തൊഴിലാളിവർഗത്തിന് ആത്യന്തികമായി വിജയം വരിക്കണമെങ്കിൽ കർഷകജനസാമാന്യത്തിന്റെ പിന്തുണകൂടി അനിവാര്യമാണെന്ന് അദ്ദേഹം കണ്ടെത്തി. ജനാധിപത്യ വിപ്ലവത്തിന്റെ നേതൃത്വത്തിൽ നിന്ന് ബൂർഷ്വാസിയെ ഒഴിച്ചു നിർത്താനും കൃഷിക്കാരെ തൊഴിലാളിവർഗത്തിന്റെ സഖ്യശക്തി ആക്കാനും ലക്ഷ്യം വച്ചുകൊണ്ട് റഷ്യൻ കമ്യൂണിസ്റ്റ് പാർടി മുന്നോട്ടുവച്ച അടവുകൾ വിപ്ലവം വിജയിപ്പിക്കുന്നതിന് ഇടയാക്കി.

രാഷ്ട്രങ്ങളുടെ സ്വയം നിർണ്ണയ അവകാശത്തെ സംബന്ധിച്ച് ലെനിൻ മുന്നോട്ടുവച്ച കാഴ്ചപ്പാട് വിപ്ലവവിജയത്തിന് സഹായിച്ച സുപ്ര ധാനമായ കാര്യമാണ്. അങ്ങേയറ്റം പിന്നോക്കം കിടക്കുന്ന വ്യത്യസ്ത ദേശീയതകൾ ഉൾക്കൊള്ളുന്നതായിരുന്നു അന്നത്തെ റഷ്യൻ സാമ്രാജ്യം. ഇവയെയെല്ലാം അടിച്ചമർത്തിക്കൊണ്ടാണ് സാർ ചക്രവർത്തി തന്റെ സാമ്രാജ്യം ഭരിച്ചിരുന്നത്. ഇത് മനസ്സിലാക്കിക്കൊണ്ട് സ്വയംനിർണ്ണയാവ കാശത്തെ സംബന്ധിച്ച് ലെനിൻ മുന്നോട്ടുവച്ച തീസിസ് വിവിധ ദേശീയ ജനവിഭാഗങ്ങളിൽ വലിയ സ്വാധീനം ചെലുത്തി.

ഒക്ടോബർ വിപ്ലവത്തിന്റെ വിജയം സോഷ്യലിസത്തിലേക്കുള്ള പരി വർത്തനത്തിന്റെ ദിശയിലേക്ക് ലോകത്തെ കൊണ്ടുചെന്നെത്തിച്ചു. ഒക്ടോ ബർ വിപ്ലവം കൈവരിച്ച മഹത്തായ നേട്ടങ്ങളിലൊന്നാണ് ഇത്. യൂറോ പ്പിലെ രോഗി എന്നപേരിൽ അറിയപ്പെട്ടിരുന്ന റഷ്യ ലോകത്തിലെ ഒന്നാം നിര രാജ്യമായി ഉയർന്നു. 1920-കളുടെ അവസാനത്തിലും 1930-കളുടെ ആദ്യത്തിലും മുതലാളിത്തരാജ്യങ്ങളെ ആകമാനം സാമ്പത്തിക മാന്ദ്യം പിടിച്ചുലച്ചപ്പോൾ ഇത്തരം പ്രതിസന്ധി സോവിയറ്റ് യൂണിയന്റെ നാല തിരുകൾക്കുള്ളിൽ കടന്നുവന്നില്ല. ലോകത്തെ ഫാസിസത്തിന്റെ കാൽക്കീ ഴിൽ കൊണ്ടുവരാൻ നാസികൾ നടത്തിയ പരിശ്രമങ്ങളെ തടഞ്ഞുനിർത്തി പരാജയപ്പെടുത്തുന്നതിന് സാധ്യമായത് സോവിയറ്റ് യൂണിയന്റെ കരു ത്തുകൊണ്ടാണ്. രണ്ടുകോടി റഷ്യക്കാരാണ് ഈ പോരാട്ടത്തിൽ മരണ മടഞ്ഞത്. ഈ റഷ്യൻ പ്രതിരോധത്തെക്കുറിച്ച് ഒരു ജർമ്മൻ ജനറൽ തന്റെ അനുഭവക്കുറിപ്പുകളിൽ ഇങ്ങനെ എഴുതി: "ഓരോ മണൽത്തരിയും ഓരോ വെടിയുണ്ടയാവുകയായിരുന്നു. ഓരോ വീടും പ്രതിരോധകേന്ദ്ര ങ്ങളായി വളരുകയായിരുന്നു."ഇത്തരമൊരു അവസ്ഥയിലേക്ക് ജനതയെ ഉയർത്താൻ കഴിഞ്ഞത് സോവിയറ്റ് കമ്യൂണിസ്റ്റ് പാർടി ഉയർത്തിപ്പിടിച്ച രാഷ്ട്രീയ ബോധത്തിന്റെയും രാജ്യത്തിനകത്ത് സ്വീകരിച്ച സാമ്പത്തിക നയങ്ങളുടെയും കരുത്തിന്റെയും ഫലമായിട്ടാണ്. യുദ്ധത്തിന്റെ കെടുതി യിൽ നിന്നും അതിവേഗം വിമോചിക്കപ്പെടാൻ ഇത്തരം നിലപാട് സോവി യറ്റ് യൂണിയന് ഏറെ സഹായകമായി.

സോവിയറ്റ് യൂണിയന്റെ ഈ മുന്നേറ്റം ലോകരാജ്യങ്ങളെ ആകമാനം സ്വാധീനിച്ചു. രണ്ടാം ലോക മഹായുദ്ധത്തിന്റെ അന്ത്യത്തോടെ നിരവധി രാജ്യങ്ങൾ സാമ്രാജ്യത്വത്തിന്റെ നുകം വലിച്ചെറിഞ്ഞ് സ്വാതന്ത്ര്യത്തിന്റെ വെളിച്ചത്തിലേക്ക് നീങ്ങുന്നതിന് മേൽവിവരിച്ച രാഷ്ട്രീയ മാറ്റങ്ങൾ ഇട

യാക്കി. കൊളോണിയൽ ചൂഷണത്തിനിടയിൽ ഏറെക്കാലം കിടന്ന ഈ രാഷ്ട്രങ്ങൾ കടുത്ത സാമ്പത്തിക പ്രയാസങ്ങളെ നേരിടേണ്ടിവന്നു. കാർഷിക-വ്യാവസായിക മേഖലകളിലെ പിന്നോക്കാവസ്ഥ, നിരക്ഷരത, തൊഴിലില്ലായ്മ, പട്ടിണി, വിദ്യാഭ്യാസത്തിന്റെയും വൈദ്യ ശുശ്രൂഷാ സൗകര്യങ്ങളുടെയും അഭാവം, സാംസ്കാരിക പിന്നോക്കാവസ്ഥ തുട ങ്ങിയവ ഇതിൽ ഏറെ പ്രധാനപ്പെട്ടവയാണ്. ഈ ഘട്ടത്തിൽ മൂന്നാംലോക രാജ്യങ്ങളിലെ സാമ്പത്തികസൂത്രണത്തിനും പൊതുമേഖലാ വികസനത്തിനും സോവിയറ്റ് യൂണിയൻ നൽകിയ കൈയയച്ച സഹായങ്ങൾ മൂന്നാംലോക രാജ്യങ്ങളെ സ്വയംപര്യാപ്തതയുടെ ഘട്ടങ്ങളിലേക്ക് എത്തിക്കുന്നതിന് സഹായിച്ചു. മാത്രമല്ല, അധികാരം കൈവിട്ട സാമ്രാജ്യത്വ രാഷ്ട്രങ്ങൾ തിരികെ വരുന്നതിനുവേണ്ടി നടത്തിയ പരിശ്രമങ്ങളെ പരാജയപ്പെടുത്തു ന്നതിനും സോവിയറ്റ് യൂണിയൻ നൽകിയ പങ്ക് ഏറെ വലുതാണ്. നമ്മുടെ രാജ്യത്തുപോലും പൊതുമേഖലാ വികസനത്തിനും ആസൂത്രണത്തിന്റെ സമീപനത്തിനുമെല്ലാം ഈ സഹായം ഏറെ പ്രധാനമായിരുന്നു.

ഇന്ത്യയിൽ ഭിലായ് ഉരുക്കുഫാക്ടറി ആരംഭിക്കുന്നതിനും എണ്ണ വ്യവസായത്തിന് അടിത്തറയിടുന്നതിനും മറ്റു ഘനവ്യവസായങ്ങൾ രൂപ പ്പെടുത്തിയെടുക്കുന്നതിനും സോവിയറ്റ് യൂണിയൻ നൽകിയ സഹായം നമ്മുടെ രാജ്യം നിലനിൽക്കുന്നിടത്തോളം കാലം മറക്കാനാവുന്നതല്ല. ഇന്ത്യയിലെ പൊതുമേഖല ഇന്ന് കൈവരിച്ച നേട്ടത്തിന് ഒക്ടോബർ വിപ്ല വത്തിനോടും അതിനുശേഷം രൂപീകരിക്കപ്പെട്ട സോഷ്യലിസ്റ്റ് വ്യവസ്ഥ യോടും നാം ഏറെ കടപ്പെട്ടിരിക്കുന്നു. സോവിയറ്റ് യൂണിയന്റെ പിന്തുണ യോടെ സ്വന്തം കാലിൽ നിൽക്കാൻ കഴിഞ്ഞ രാഷ്ട്രങ്ങളാണ് 1950-കളുടെ അവസാനത്തോടെ ചേരിചേരാ രാഷ്ട്രം കെട്ടിപ്പടുക്കുന്നതിന് മുൻകൈ ഏടുത്തത്. സാമ്രാജ്യത്വവിരുദ്ധ പോരാട്ടത്തിന് ഈ സംഘടന നൽകിയ സംഭാവന വളരെ വലുതാണ്. ഈ സംഘടനയിൽ സജീവമായിരുന്ന ഇന്ത്യ ഇന്ന് ഇത്തരം നയങ്ങളിൽ മാറ്റം വരുത്തി മുന്നോട്ടുപോകുന്നുണ്ടെങ്കിലും ചേരിചേരാ രാഷ്ട്രങ്ങളുടെ സമ്മേളനം 2006-ൽ ക്യൂബയിലെ ഹവാന യിൽ ചേർന്നപ്പോൾ സാമ്രാജ്യത്വവിരുദ്ധ പോരാട്ടം തുടരുന്നതിനുള്ള നയ ങ്ങൾ തന്നെയാണ് സ്വീകരിച്ചത് എന്നത് എടുത്തുപറയേണ്ടതാണ്.

സാമ്രാജ്യത്വരാഷ്ട്രങ്ങൾ മൂന്നാംലോക രാജ്യങ്ങളെ ചൂഷണം ചെയ്തു കൊണ്ടാണ് തങ്ങളുടെ സമ്പദ്ഘടനയെ ശക്തിപ്പെടുത്തിയത്. എന്നിട്ടും സാധാരണക്കാരുടെ ജീവിതത്തിന് ഏറെ നേട്ടങ്ങളൊന്നുമുണ്ടാക്കാൻ അവ രുടെ രാജ്യത്തുപോലും സാധ്യമായില്ല. എന്നാൽ സോവിയറ്റ് യൂണിയൻ ഇത്തരത്തിലുള്ള ഒരു ചൂഷണത്തിനും തയ്യാറായില്ല. മാത്രമല്ല, മൂന്നാം ലോകരാജ്യങ്ങളുടെ സാമ്പത്തിക അടിത്തറ ഉറപ്പിക്കുന്നതിനാണ് നേരത്തെ ചൂണ്ടിക്കാണിച്ചതുപോലെ ശ്രദ്ധ കേന്ദ്രീകരിക്കാനാണ് പരിശ്രമിച്ചത്. ഒപ്പം ജനങ്ങളുടെ അടിസ്ഥാന പ്രശ്നങ്ങൾ റഷ്യയിൽ പരിഹരിക്കുന്നതിന് സാധ്യമാവുകയും ചെയ്തു. ചൂഷണവിമുക്തമായ ലോകത്തിനുവേണ്ടിയുള്ള സോവിയറ്റ് യൂണിയന്റെയും മാർക്സിസ്റ്റ് പ്രത്യയശാസ്ത്രത്തിന്റെയും മഹ

ത്തായ കാഴ്ചപ്പാടുകളാണ് ഇത്തരമൊരു നേട്ടത്തിലേക്ക് അവരെ നയി
ച്ചത്. അതിനു സഹായകമായ വിപ്ലവമായിരുന്നു ഒക്ടോബർ വിപ്ലവം.

ഒക്ടോബർ വിപ്ലവം ലോകത്ത് പിന്നീടുനടന്ന എല്ലാ വിമോചനപ്പോ
രാട്ടങ്ങൾക്കും കരുത്തും ആവേശവുമായി മാറി. ഇന്ത്യ അടക്കമുള്ള ലോക
ത്തിലെ ബഹുഭൂരിപക്ഷം രാജ്യങ്ങളിലും മാർക്സിസം–ലെനിനിസത്തിന്റെ
സന്ദേശം എത്തിക്കുന്നതിനും കമ്മ്യൂണിസ്റ്റ് പാർടി രൂപീകരിക്കുന്നതിനും ഈ
വിപ്ലവം ഏറെ സഹായകമായി. ഇന്ത്യയിലെ കമ്മ്യൂണിസ്റ്റ് പാർടിയുടെ ആദ്യത്തെ
ഗ്രൂപ്പ് തന്നെ 1920 ഒക്ടോബർ 17-ാം തീയതി സോവിയറ്റ് യൂണിയനിലെ
താഷ്കെന്റിൽ വച്ചാണ് രൂപീകരിക്കപ്പെട്ടത്. ഒക്ടോബർ വിപ്ലവത്തിൽ
ആവേശമുൾക്കൊണ്ട ആളുകളായിരുന്നു ഇതിനു നേതൃത്വം നൽകിയത്.
എം എൻ റോയി, എവെലിൻട്രെന്റ് റോയ്, എ മുഖർജി, റോസഫിറ്റിങ്ങോഫ്,
മൊഹമ്മദ് അലി (അഹമ്മദ് ഹസ്സൻ), മൊഹമ്മദ് ഷഫീഖ് സിദ്ദിഖി, ആചാര്യ
എം പ്രതിവാദി ബയങ്കർ എന്നിവരായിരുന്നു ആദ്യ യോഗത്തിൽ പങ്കെടുത്ത്.

കമ്മ്യൂണിസ്റ്റ് പാർടിയാണ് ഇന്ത്യയിൽ ആദ്യമായി ബ്രിട്ടീഷുകാർ
ഇന്ത്യവിട്ടുപോകണം എന്ന ആവശ്യം ഒരു രാഷ്ട്രീയപാർട്ടിയെന്ന നില
യിൽ ഉന്നയിച്ചത്. 1921–ൽ അഹമ്മദാബാദിൽ ചേർന്ന ഇന്ത്യൻ നാഷണൽ
കോൺഗ്രസ്സിന്റെ സമ്മേളനത്തിൽ ഇതിനായി ഒരു പ്രമേയം തന്നെ കമ്മ്യൂ
ണിസ്റ്റുകാർ അവതരിപ്പിക്കുകയും ചെയ്തു. ഈ ആശയം 1930-കളോടെ
യാണ് കോൺഗ്രസ് അംഗീകരിച്ചത് എന്നറിയുമ്പോഴാണ് ഇന്ത്യൻ സ്വാത
ന്ത്ര്യപ്രസ്ഥാനത്തെ ശരിയായ ദിശയിൽ നയിക്കുന്നതിൽ പാർടി വഹിച്ച
പങ്ക് മനസ്സിലാവുന്നത്. ബ്രിട്ടീഷുകാർക്കെതിരായി സന്ധിയില്ലാത്ത പോരാ
ട്ടത്തിന് നേതൃത്വം കൊടുത്ത ഭഗത് സിങ്ങിനെപ്പോലുള്ള ധീരദേശാഭിമാ
നികൾക്ക് പ്രചോദനമായത് റഷ്യൻ വിപ്ലവമായിരുന്നു. നെഹ്റു ഉൾപ്പെ
ടെയുള്ള കോൺഗ്രസ്സുകാർക്കും ഈ വിപ്ലവമുന്നേറ്റം ആവേശം പകർന്നു
എന്നു മനസ്സിലാക്കുമ്പോൾ ഇന്ത്യൻ സ്വാതന്ത്ര്യപോരാട്ടത്തിൽ റഷ്യൻ
വിപ്ലവത്തിന്റെ സ്വാധീനം എത്ര വലുതാണ് എന്നു മനസ്സിലാവുന്നത്. ഇത്
ഇന്ത്യയുടെ മാത്രം നിലയല്ല. മിക്ക മൂന്നാംലോക രാജ്യങ്ങൾക്കും ഇത്തര
മൊരു ചരിത്രം രേഖപ്പെടുത്താനുണ്ട്.

ഇന്ത്യയെ പല പ്രതിസന്ധി ഘട്ടങ്ങളിലും സഹായിക്കാൻ തയ്യാറാ
യതും ഈ ഘട്ടത്തിൽ ഏറെ സ്മരണീയമാണ്. ബംഗ്ലാദേശ് യുദ്ധകാല
ഘട്ടത്തിൽ പാകിസ്ഥാനെ സഹായിക്കാൻ അമേരിക്ക ഏഴാം കപ്പൽപ്പട
യുമായി മുന്നോട്ടുവന്നപ്പോൾ സോവിയറ്റ് യൂണിയന്റെ ശക്തമായ ഇട
പെടലാണ് അവരെ പിന്തിരിപ്പിച്ചതും നമ്മുടെ രാഷ്ട്രത്തെ അമേരിക്ക
യുടെ ഭീഷണിയിൽ നിന്ന് രക്ഷപ്പെടുത്തിയതും. ഈജിപ്തിനെയും ഇതേ
പോലെ അമേരിക്ക ആക്രമിക്കാൻ വന്നപ്പോൾ റഷ്യയുടെ ഇടപെടലാണ്
ആ രാജ്യത്തിന്റെ പരമാധികാരം സംരക്ഷിച്ചത്. ഇങ്ങനെ മൂന്നാംലോക
രാജ്യങ്ങളുടെ രക്ഷകനായി നിലകൊണ്ടത് സോവിയറ്റ് യൂണിയനായിരുന്നു.

ലോകത്തെ ജനാധിപത്യ പ്രക്രിയയെ മുന്നോട്ടുകൊണ്ടുപോകുന്ന
തിനും ഈ വിപ്ലവം വലിയ പങ്ക് വഹിച്ചു. പാവപ്പെട്ടവരുടെ പ്രശ്നങ്ങൾ

പ്രധാനപ്പെട്ട അജണ്ടയായി രാഷ്ട്രീയ വ്യവസ്ഥയുടെ മുന്നിലേക്ക് കൊണ്ടു
വരുന്നത് ഈ വിപ്ലവമാണ്. തൊഴിലാളികളെ മനുഷ്യരായി അംഗീകരിക്കാനും
അവരുടെ ആവശ്യങ്ങൾ കേൾക്കുന്നതിനും ഭരണാധികാരികളും തൊഴി
ലുടമകളും തയ്യാറായത് ഈ വിപ്ലവം സൃഷ്ടിച്ച അന്തരീക്ഷത്തിന്റെ ഫല
മായിരുന്നു. തൊഴിലാളികൾ നട്ടെല്ലുയർത്തിപ്പിടിച്ച് തങ്ങളുടെ അവകാശ
ങ്ങൾ ചോദിച്ചുവാങ്ങുന്നതിന് സംഘടനകൾ വ്യാപകമായി രൂപീകരിക്കുന്ന
അവസ്ഥ ഉണ്ടായതും ഈ മുന്നേറ്റത്തിന്റെ ഫലമായിട്ടായിരുന്നു. സംഘ
ടനാ സ്വാതന്ത്ര്യവും തൊഴിലാളിവർഗ രാഷ്ട്രീയത്തിന്റെ ശേഷിയും വർദ്ധി
ക്കുന്നതും ഈ അവസരത്തിൽ തന്നെ.

സോഷ്യലിസ്റ്റ് സമീപനത്തിൽ ഊന്നിനിന്നുകൊണ്ട് സോവിയറ്റ്
യൂണിയൻ സ്വീകരിച്ച നയങ്ങൾ ലോകത്തെയാകമാനം സ്വാധീനിക്കുന്ന
നിലയിൽ എത്തിച്ചേർന്നു. ആരോഗ്യ-വിദ്യാഭ്യാസ മേഖലയിലെ സർക്കാർ
ഇടപെടൽ, പെൻഷൻ സംവിധാനം, തൊഴിലില്ലായ്മാവേതനം, തൊഴിലാളി
കൾക്ക് മെച്ചപ്പെട്ട സേവന-വേതന വ്യവസ്ഥകളും മുതലാളിത്ത രാജ്യങ്ങ
ളിൽപ്പോലും സ്വീകരിക്കാനിടയായത് ഒക്ടോബർ വിപ്ലവത്തിന്റെ സ്വാധീ
നത്തിന്റെ ഫലമാണെന്നു കാണാം. സോവിയറ്റ് യൂണിയന്റെ മുന്നോട്ടുപോക്ക്
മുതലാളിത്തരാജ്യങ്ങളിലെ ജനങ്ങളെത്തന്നെ സോഷ്യലിസത്തിനും കമ്മ്യൂ
ണിസത്തിനും അനുകൂലമായ അവസ്ഥ സൃഷ്ടിച്ചു. ഇത് തരണം ചെയ്യാ
നാണ് സാമ്രാജ്യത്വരാഷ്ട്രങ്ങൾ തന്നെ ക്ഷേമരാഷ്ട്ര സങ്കൽപ്പത്തിനു
രൂപംനൽകിയതും അതിന്റെ അടിസ്ഥാനത്തിലുള്ള നടപടികൾ സ്വീകരിച്ചതും.

സോവിയറ്റ് യൂണിയൻ അവിടത്തെ സ്ത്രീകൾക്ക് നൽകിയ അവ
കാശങ്ങളും സ്വാതന്ത്ര്യങ്ങളും ലോകത്തെ സ്ത്രീകളുടെ മുന്നേറ്റത്തിന്
പ്രധാന പങ്കുവഹിച്ചു. ബ്രിട്ടീഷ് ഭരണകൂടം തന്നെ സ്ത്രീകൾക്ക് പ്രായ
പൂർത്തി വോട്ടവകാശം നൽകുന്ന തീരുമാനം കൈക്കൊണ്ടത് ഈ സ്വാധീ
നത്തിന്റെ ഫലമായിട്ടാണ്. ലോകത്ത് മർദിതർക്കും മൂന്നാംലോക രാഷ്ട്ര
ങ്ങൾക്കും ആശയും ആവേശവുമായിത്തീർന്ന സോവിയറ്റ് യൂണിയനിലെ
സോഷ്യലിസ്റ്റ് വ്യവസ്ഥ പിന്നീട് തകർന്നുപോയി. ഇതിൽ നിരവധി കാര
ണങ്ങളുണ്ട്. ഇതിനെ സംബന്ധിച്ച് പാർടി പരിപാടിയിൽ ഇങ്ങനെ പറയുന്നു:

"മുമ്പാരും കടന്നുപോയിട്ടില്ലാത്ത പാതയിലൂടെ സോഷ്യലിസം
കെട്ടിപ്പടുക്കുന്നതിനിടയിൽ സോവിയറ്റ് യൂണിയനും മറ്റു സോഷ്യലിസ്റ്റ്
യൂണിയനും മറ്റ് സോഷ്യലിസ്റ്റ് രാജ്യങ്ങൾക്കും ഗുരുതരമായ അബദ്ധ
ങ്ങൾ പിണഞ്ഞു. സോഷ്യലിസം കെട്ടിപ്പടുക്കുന്നത് ദീർഘമായ പ്രക്രിയ
യാണെന്ന് ശരിയായ രീതിയിൽ മനസ്സിലാക്കാതിരുന്നത്, പാർടിയുടെയും
ഭരണകൂടത്തിന്റെയും പങ്കിനെ സംബന്ധിച്ച തെറ്റായ ധാരണ. സമ്പദ്ഘ
ടനയിലും അത് കൈകാര്യം ചെയ്യുന്ന രീതിയിലും കാലോചിതമായ മാറ്റ
ങ്ങൾ വരുത്തുന്നതിലെ പരാജയം, പാർടിയിലും ഭരണകൂടത്തിലും സമൂ
ഹത്തിലും സോഷ്യലിസ്റ്റ് ജനാധിപത്യം അഗാധമാക്കുന്നതിലെ പരാജയം,
ഉദ്യോഗസ്ഥമേധാവിത്വത്തിന്റെ വളർച്ച, പ്രത്യയശാസ്ത്ര പ്രബുദ്ധത
ചോർന്നുപോയത് എന്നിവയാണ് ഈ അബദ്ധങ്ങളുടെ ഉറവിടം. മാർക്സി

സം–ലെനിനിസത്തിന്റെ സാധ്യത നിരാകരിക്കുന്നതല്ല ഈ വൈകല്യങ്ങൾ. മറിച്ച് വിപ്ലവസിദ്ധാന്തത്തിൽനിന്നും പ്രയോഗത്തിൽനിന്നുമുള്ള വ്യതിയാ നത്തെയാണ് അവ പ്രതിനിധാനം ചെയ്യുന്നത്. സോവിയറ്റ് യൂണിയനും മറ്റു സോഷ്യലിസ്റ്റ് രാജ്യങ്ങളും പിരിച്ചുവിടപ്പെട്ടതും കിഴക്കൻ യൂറോപ്പി ലേറ്റ തിരിച്ചടികളും ഒരു പുതിയ പരിത:സ്ഥിതിയിൽ കലാശിച്ചു. ഇരു പതാം നൂറ്റാണ്ടിന്റെ അവസാനത്തിൽ സോഷ്യലിസ്റ്റ് ശക്തികൾക്ക് ഹുങ്കേ റിയ സാമ്രാജ്യത്വത്തിന്റെ വെല്ലുവിളികൾ ഒരിക്കൽക്കൂടി നേരിടേണ്ടിവന്നു.”

(പാർടി പരിപാടി, അധ്യായം 2, ഖണ്ഡിക 3-ൽ നിന്ന്)

പാർടി പരിപാടിയിൽ ചൂണ്ടിക്കാണിച്ചതുപോലുള്ള കാരണങ്ങളാൽ സോഷ്യലിസ്റ്റ് വ്യവസ്ഥ തകർക്കപ്പെട്ട് മുതലാളിത്ത പുന:സ്ഥാപനം സോവിയറ്റ് യൂണിയനിൽ നടന്നു. അന്ന് ഈ പ്രക്രിയ നടക്കുന്ന ഘട്ട ത്തിൽ കമ്യൂണിസ്റ്റ് വിരുദ്ധർ വിളിച്ചുപറഞ്ഞത് ഇതോടെ കമ്യൂണിസ്റ്റ് പാർടികളുടെ അന്ത്യമായി എന്നും മുതലാളിത്തം ചോദ്യംചെയ്യപ്പെടാത്ത വ്യവസ്ഥയാണെന്നുമായിരുന്നു. മറ്റുചിലർ പറഞ്ഞത് ഇതോടെ ലോകത്ത് ജനാധിപത്യ പ്രക്രിയ നടപ്പിലാക്കപ്പെടുമെന്നുമായിരുന്നു. എന്നാൽ അവർ കണക്കുകൂട്ടിയിരുന്നതുപോലെയല്ല കാര്യങ്ങൾ നീങ്ങുന്നതെന്ന് വ്യക്ത മായിക്കഴിഞ്ഞു. ലോകത്ത് ദുരിതത്തിന്റെ തീമഴ തീർക്കുന്ന സാമ്രാജ്യത്വ ത്തിനെതിരെ ലാറ്റിനമേരിക്കൻ രാജ്യങ്ങളിൽ ശക്തമായ പടയണി മുഴ ങ്ങിക്കഴിഞ്ഞു. സോഷ്യലിസ്റ്റ് രാജ്യങ്ങൾ തങ്ങളുടെ പാതയിലൂടെ സോഷ്യ ലിസ്റ്റ് വ്യവസ്ഥ കെട്ടിപ്പടുക്കാനുള്ള പ്രവർത്തനത്തിൽ സജീവമായി മുഴു കുകയാണ്. ചൈന ഇതിന്റെ ഭാഗമായി വലിയ വികനത്തിലേക്ക് നീങ്ങി ക്കൊണ്ടിരിക്കുന്നു. അമേരിക്കൻ ആധിപത്യത്തിനെതിരായി മുതലാളിത്ത പാത സ്വീകരിച്ച റഷ്യക്കുപോലും ശബ്ദിക്കേണ്ടിവരുന്ന ദിശയിലേക്ക് ലോകം മാറിക്കൊണ്ടിരിക്കുകയാണ്. യൂറോപ്യൻ രാജ്യങ്ങളിൽ മുതലാ ളിത്തത്തിനും സാമ്രാജ്യത്വത്തിനുമെതിരെ തൊഴിലാളി മുന്നേറ്റം രൂപപ്പെ ട്ടുകൊണ്ടിരിക്കുകയാണ്. മുതലാളിത്തം ജീവിതത്തിന്റെ ദുരിതങ്ങൾ പരി ഹരിക്കുന്നില്ലെന്ന് ഇത്തരം അനുഭവങ്ങൾ വ്യക്തമാക്കുന്നു. മുതലാളിത്ത ത്തിന് ബദൽ സോഷ്യലിസം മാത്രമേയുള്ളൂവെന്ന് അനുഭവങ്ങളിലൂടെ ജനങ്ങൾക്ക് ബോധ്യപ്പെട്ടുകൊണ്ടിരിക്കുന്ന കാലമാണിത്.

സോവിയറ്റ് യൂണിയന്റെ തകർച്ചയിൽ ആഹ്ലാദിച്ചവർ സോവിയറ്റ് യൂണിയൻ ഉണ്ടായിരുന്നെങ്കിൽ എന്ന് ഇന്ന് ആശിച്ചുപോകുന്ന സ്ഥിതി സംജാതമായിരിക്കുന്നു. ഇറാഖിലും ഇറാനിലും അഫ്ഗാനിസ്ഥാനിലുമെല്ലാം അമേരിക്ക കടന്നുകയറുമ്പോൾ മുമ്പ് അത്തരം പരിശ്രമങ്ങളെ പ്രതിരോധിച്ച സോവിയറ്റ് യൂണിയന്റെ സാന്നിധ്യം ലോകജനത ആഗ്രഹിക്കുകയാണ്. ലോകത്തെ ജനതയുടെ ജീവിതത്തിന്റെ മുന്നോട്ടുപോക്കിന് ഇത്രയേറെ സംഭാവന ചെയ്ത ഒരു വിപ്ലവം ഉണ്ടായിട്ടില്ലെന്നുതന്നെ പറയാം. മനുഷ്യ രാശി നിലനിൽക്കുന്നിടത്തോളം കാലം ഒക്ടോബർ വിപ്ലവവും അതിന്റെ വിജയവും അത് നൽകിയ സംഭാവനകളും വിമോചനപ്പോരാട്ടത്തിന് ആവേ ശമായിത്തന്നെ നിലനിൽക്കും; ജനവിരുദ്ധർക്ക് പേടിസ്വപ്നമായും.